யுகபாரதி
பாட்டு புஸ்தகம்

நேர்நிரை

விலை: ரூ.
ISBN : 978 978 819 038 7

பாட்டு புஸ்தகம்

© **யுகபாரதி**

 * முதல் பதிப்பு: செப்டம்பர் 2016
வெளியீடு : **நேர்நிரை**, 27A, S1, கிருஷ்ணாநகர் அனெக்ஸ், மதுரவாயல், சென்னை - 600095. அலைபேசி : 98411 57958 * பக்கம் : 512, முகப்பு ஓவியம்: ட்ராட்க்ஸ்கி மருது, பின் அட்டை புகைப்படம் : காளிமுத்து, வடிவமைப்பு : தமிழ் அலை, சென்னை - 600 086. அச்சாக்கம் : மணி ஆப்செட், சென்னை - 600005

Paattu Pushthagam

© yugabharathi

* First Edition: September 2016
* Pages: 512 * Published by **Nehrnirai**, 27A, S1, Krishna Nagar Annexe, Maduravoil, Chennai - 95. Cell: 98411 57958 * E-mail: yugabhaarathi@gmail.com, Cover Painting : Trotsky Marudhu, Back Wrapper Photo: Kalimuthu, Designs : Tamil Alai, Printed at: Mani Offset, Chennai-600 005

யுகபாரதி, பிரேம்குமார் பரமசிவம் என்னும் இயற்பெயரைக் கொண்டவர். 1976இல் தஞ்சையில் பிறந்தவர். கணையாழி, படித்துறை ஆகிய இதழ்களின் ஆசிரியக் குழுவில் இடம்பெற்ற இவர், இரண்டு முறை சிறந்த கவிதை நூலுக்கான தமிழக அரசின் விருதைப் பெற்றவர்.

திருப்பூர் தமிழ்ச்சங்க விருது, கோவை பாரதியார் பல்கலைக்கழகம் வழங்கிய ஐந்தமிழ் விருது, காசியூர் ரங்கம்மாள் விருது, ஸ்டேட் பாங்க் விருது ஆகிய விருதுகளையும் இவருடைய நூல்கள் பெற்றிருக்கின்றன. இளம் படைப்பாளிகளுக்கான குறள் பீட விருதை கவிதைக்குப் பெற்ற முதல் இளைஞர் இவரே. இதுவரை எட்டுக் கவிதைத் தொகுப்புகளும் ஏழு கட்டுரைத் தொகுப்புகளும் தன்வரலாற்று நூல் ஒன்றும் எழுதியுள்ளார். தற்போது சென்னையில் வசித்துவரும் இவர், தீவிர இலக்கியச் செயல்பாட்டாளர். மனைவி அன்புச்செல்வி. மகள் காவ்யா.

ஊடகத் திறனையும் மொழியையும் புரிந்தவர். இலக்கியத்திற்கும் திரைத்துறைக்குமான இடை வெளியை நன்கு உணர்ந்தவர். ஏறக்குறைய ஆயிரம் திரைப்பாடல்களை எழுதியிருக்கும் இவர், இன்றைய தமிழ் சினிமாவின் முன்னணிப் பாடலாசிரியர்.

கதைச் சுருக்கம்
யுகபாரதி

இரண்டாயிரத்தில் என் முதல் திரைப்பாடல் வெளியானது. சகல திசையிலும் பெருவெற்றி பெற்ற அப்பாடலைத் தொடர்ந்து மொத்தத் திரையுலகமும் என்னை நோக்கி வந்துவிடும் என நான் எண்ணியிருந்தேன். ஆனால், அப்படி எந்தவொரு அதிசயமும் நிகழவில்லை. பாடலை எழுதிய நான் மட்டுமே காலரைத் தூக்கி விட்டுக்கொண்டு நடந்தேனே தவிர ஒரு ஈ எறும்புகூட என்னை எட்டிப் பார்க்கவில்லை. ஈ எறும்புகளே எட்டிப்பார்க்காத போது பெரும் திரை நிறுவனங்களைப் பெரிதுபடுத்த வேண்டியதில்லை. அதைவிட ஒரு ஹாசியம் என்னவென்றால் பலரிடமும் அப்பாடலை "நான் எழுதினேன், நான்தான் எழுதினேன்" எனச் சொல்ல வேண்டியிருந்தது.

திரைப்பாடல் எழுதிவிட்டால் உலகமே நம்மை உற்றுக் கவனிக்கும் என்னும் மடமையில் உலவிய காலம் அது. 'அறிமுகம் யுகபாரதி' எனத் திரையில் எழுத்துகள் வரும்போது என்னுடன் வந்திருந்த நண்பர் கைதட்டினார். அந்தக் கைதட்டை அகில உலகத்தின் கைதட்டாகக் கருதி அகம் மகிழ்ந்தேன். 'பல்லாங்குழியில் வட்டம் பார்த்தேன் ஒற்றை நாணயம்' என்னும் பாடலில் இலக்கியம் முழுவதையும் எழுதிவிட்ட திருப்தியில் லயித்திருந்தேன். இனி

யெல்லாம் சுகமே என்று நினைத்திருந்த எனக்கு அடுத்தடுத்த வாய்ப்புகள் வரவே இல்லை. ஏறக்குறைய பதினாறு மாதங்கள். பார்ப்பவர்கள் எல்லாம் பாராட்டினார்கள். 'அடுத்த பாடல் என்ன?' என்று விசாரித்தார்கள். அவர்கள் விசாரணைக்கு உரிய பதிலை என்னால் சொல்ல முடியாமல் போனது. கணையாழியில் உதவி ஆசிரியராகப் பணியாற்றி வந்த எனக்குத் திரைத்துறையின் அரசியலோ சூட்சமமோ தெரிந்திருக்கவில்லை. வணிக ரீதியான வெற்றிக்குப் பிறகும்கூட ஏன் என்னை அவர்கள் அணுகவோ அழைக்கவோ தயங்கினார்கள் என்பது இன்றுவரை தொடரும் புதிர்களில் ஒன்று.

வரும் வரும் என்று வாய்ப்புகளை எதிர்ப்பார்த்து ஏங்கிக்கொண்டிருந்த எனக்கு மனச்சோர்வே மிஞ்சியது. என்ன செய்வதென்றும், என்திசை எதுவென்றும் யூகிக்க முடியாமல் திணறிக்கொண்டிருந்தேன். முதல் பாடலே கடைசிப் பாடலாகவும் ஆகிவிடுமோ? என்னும் அச்சத்தில் குழம்பிக்கொண்டிருந்தேன். யாரிடமும் எதையும் பகிர்ந்துகொள்ள விரும்பவில்லை. காரணம் புரியாத விநோதத்தில் எனக்கே என்மேல் ஒருகட்டத்தில் வெறுப்பு வந்துவிட்டது. ஆற்றலைக் கைக்கொள்ள முடிந்த எனக்கு அதற்குரிய வாய்ப்பைப் பெறும் சாதுர்யம் இல்லையே என உடைந்திருந்தேன். எழுத்தையே முழுநேரத் தொழிலாக வரித்துக்கொள்ள முனைந்த எனக்கு அச்சூழல் ஏற்படுத்திய ஏமாற்றத்திலிருந்து விடுபட இன்றுவரை இயலவில்லை. ஏன்? எதனால்? எனத் தெரியாமல் பதறிக்கொண்டிருந்த அந்த நிகழ்வுகளை நினைத்தால் இப்போது சிரிப்பு வருகிறது.

தஞ்சாவூரிலிருந்து சென்னைக்கு வந்த ஆரம்ப காலத்தில் திரைப்பாடல் ஆசிரியராகும் எந்தக் கனவும் எனக்கு இருந்திருக்கவில்லை. பத்திரிகையாளராக வரவேண்டும் என்பதே என் அவாவாக இருந்தது. 'ராஜரிஷி' என்னும் அரசியல் ஏட்டில் சில காலம் பணிபுரிந்தேன். ஒரு கட்டத்தில் அந்தப் பத்திரிகை நின்றுபோனது. அடுத்து, ஒருசில பத்திரிகைகளில் தாவித் தாவி எப்படியாவது நிலைபெற்றுவிடலாம் எனத் தவித்துக்கொண்டிருந்தேன்.

எல்லா இடங்களிலும் என்னுடைய இருப்பு என்பது கேள்விக்குரியதாகவும் கேலிக்குரியதாகவுமே இருந்தன. எந்தப் பத்திரிகையிலும் என்னால் முழுமையாக ஒட்ட முடியவில்லை. எதையோ தேடி எல்லாவற்றிலும் தொலைவது போலிருந்தது. கவிதையின் துரத்தலிலிருந்து தப்பிக்கமுடியாமல் களைத்துப்போனேன். பத்திரிகையாளனாகவும் இருக்க வேண்டும் அதே சமயம் கவிதைகளோடும் உறவு பூண வேண்டும் என்னும் இரட்டை மனநிலையில் அங்கும் இங்குமாக அலைந்துகொண்டிருந்தேன். அப்படியான ஓர் இக்கட்டில்தான் கணையாழியைக் கவனித்துக்கொள்ளும் வாய்ப்புக் கிடைத்தது.

ஒருவகையில் அதுவே என் இலக்கிய ஆர்வத்திற்கும் தேடலுக்கும் சரியான இடமாக அமைந்தது. அங்கே பணிபுரிந்த ஆறாண்டுக் காலமும் என் வாழ்வில் அற்புதங்கள் நிகழ்ந்த காலம் எனலாம். தினசரி ஓர் இலக்கிய ஆளுமையோடு பழகவும் அவர்களின் மேன்மையான படைப்புகளில் கரையவும் வாய்ப்புகள் ஏற்பட்டன. அப்பத்திரிகையின் ஆலோசகர்களாக இருந்த இந்திரா பார்த்தசாரதியும் கஸ்தூரி ரங்கனும் என்மீது செலுத்திய அன்பின் கனத்தை அளவிட இயலாது. தசரா அறக்கட்டளையைச் சேர்ந்த தமன் பிரகாஷ், சுவாமிநாதன், ம. ராசேந்திரன் ஆகிய மூவரையும் இந்த இடத்தில் குறிப்பிட்டுச் சொல்ல வேண்டும். அவர்கள் காட்டிய அக்கறையும் ஆதரவும் இல்லையென்றால் என் பயணம் பாதியிலேயே முடிந்துபோயிருக்கும். கக்கடைசியில், சோறுடைத்த சோழவளநாடு சோத்துக்கில்லாமல் பக்கத்தூர் பனியன் கம்பெனிகளில் என்ற என் கவிதைக்கு நானுமே சாட்சியாகியிருப்பேன்.

முடிந்தவரை முயல்வது. முடியவில்லை எனில் திரும்புவது என்பதைத் தாண்டி எந்த சமரசத்தையும் நான் கற்றிருக்கவில்லை. தீவிர இலக்கிய நெருப்பில் குளிர்காய்ந்துகொண்டிருந்த என்னால் வணிகக் கட்டாயங்களையும் அதன் தேவைகளையும் ஆரம்பத்தில் சரியாகப் புரிந்துகொள்ள முடியவில்லை. பொருளாதார நெருக்கடி ஒருபுறமும் போகும் பாதையில் தெளிவின்மை

மறுபுறமும் என்னைக் கசக்கிப் பிழிந்தன. குடும்பத்தில் மூத்த மகனாகப் பிறந்த என்னுடைய பொறுப்புகளைத் தட்டிக்கழிக்க இயலாமல் தகித்துக்கொண்டிருந்தேன். 'எழுதி ஈட்டுவது உத்தமம். உழுது ஈட்டுவது அதி உத்தமம்' என்று மலையாளக் கவி குஞ்ஞுண்ணி எழுதுவார். உண்மையில், உழுது வாழ எங்களுக்கு நிலம் இருந்தது. ஆனால், பாசனமற்ற டெல்டாவில் வயல்வெளிகளும் வறுமை பூண்ட எங்கள் உதடுகளைப் போலவே வெடித்துக் கிடந்தன. என்ன செய்வது? படித்த பொறியியல் வேலைக்குப் போயிருக்கலாம்தான். ஆனால், எனக்குள் இருந்த இலக்கிய ஆர்வம், அலுவலகப் பணிகளுக்கு நான் தகுதியற்றவன் என்பதைச் சொல்லிக்கொண்டிருந்ததே.

எழுத்தையே வாழ்வாக்கிக்கொள்வது, வாழ்வையே எழுத்திலிருந்து பெறுவது என்னும் அபாயகரமான முடிவை நான் எடுத்திருந்த நிலையில்தான் முதல் திரைப்பாடல் வெளிவந்தது. ஆயினும், அம்முடிவு குறித்து மறுபரிசீலனை செய்யுமளவுக்கு மிகுந்த மனச்சோர்வை அந்தப் பதினாறு மாதங்கள் ஏற்படுத்தின. பின்னணிகள் எதுவுமில்லாத ஒரு மத்தியதர இளைஞன் சந்திக்கும் அத்தனைவிதமான சவால்களையும் அப்போதுதான் உணர்ந்தேன். முதல்தலைமுறையில் வெளிப்படும் ஒருவன் என்னென்ன சங்கடங்களை எதிர்கொள்வானோ அத்தனையும் எனக்கு நேர்ந்தன. விரக்தி, கோபம், வெறுப்பு என மாறிமாறி என்னை ஆட்கொண்டன. எதிர்வரும் காலங்கள் குறித்த நம்பிக்கையை அறவே இழந்திருந்தேன். அந்தத் தருணத்தில்தான் ஏற்கனவே பத்திரிகைத் தொடர்பால் எனக்கு அறிமுகமான இயக்குநர் திருப்பதிசாமி இரண்டாவது பாடலை எழுதும் வாய்ப்பை வழங்கினார். விட்ட இடத்தி லிருந்து தொடங்கும் கனவுபோல அவ்வாய்ப்பு அமைந்தது. முதல் பாடல் வாய்ப்பை வழங்கியவர் லிங்குசாமி. இரண்டு சாமிகள் என் வாழ்வுக்கு வழிகாட்டின என அவ்வப்போது நான் சொல்லுவதுண்டு.

முதல் திரைப்பாடல் எனக்கு வழங்கிய அடையாளம் பெரிது. வாய்ப்புகள் வரவில்லையே தவிர பொதுவெளியில்

அப்பாடல் உருவாக்கித் தந்த மதிப்பும் பெருமையும் அதிகம். பாடல் வெற்றி அடைந்தால் படக் கம்பெனிகள் வரிசை கட்டி வந்து நிற்கும் என்ற என் அறியாமையும் அப்பாடலில் இருந்தே விலகியது. நிலைபெற, நீடித்திருக்க வெற்றிக்கு மேலேயும் ஒன்று தேவைப்படுகிறது. அது என்ன என்று இப்போதும் ஆராய்ந்து சொல்லும் அறிவை நான் பெறவில்லை.

தொண்ணூறுகளின் இறுதியும் இரண்டாயிரத்தின் தொடக்கமும் திரைப்பாடல் துறையில் முக்கியமான காலகட்டம். ஏனெனில், என்னையும் சேர்த்து பல இளம் கவிஞர்கள் அவ்வாண்டுகளில்தான் திரைத்துறைக்குள் நுழைந்திருந்தோம். என்போல அவர்களுக்கு வாய்ப்புகளைப் பெறுவதில் சிக்கலில்லை. என்றாலும், அன்றைக்கு இருந்த திரைச்சூழலில் நாங்கள் சிறியவர்களாகவே பார்க்கப்பட்டோம். சிறு சிறு கவிதைத் தொகுப்புகள் மூலம் அடையாளப்பட்ட எங்களைத் திரையுலகம் வரவேற்றது. கிடைத்த வாய்ப்புகளை எல்லாம் நாங்களும் சரியாகவே பயன்படுத்தினோம். ஆனாலும், நாங்கள் கொண்டாடப்படவில்லை. இலக்கியப் பின்புலத்தை மட்டுமே நம்பிவந்த எங்களைத் தொடர்ந்து தூக்கிச் சுமக்கத் தோள்களில்லை.

ஒருதுறையில் நாம் கால் வைக்கும்போது நமக்கு முன்னே அந்தத் துறையில் ஆழக்கால் பதித்தவர்களின் அன்பும் வழிகாட்டலும் அவசியம். தன்காலத்தில் தன்னிலும் சிறப்பாகப் பாடல் எழுதிய கல்யாணசுந்தரத்தைத் தன்னுடைய படத்திற்குப் பாடல் எழுத அணுகியவர், அழைத்தவர் கண்ணதாசன். தன்னைவிடவும் தன் துறையின் செழுமைக்காக உழைத்தவர்கள் எங்கள் காலத்தில் அருகிப் போயினர். யாரைப் பார்த்தெல்லாம் எழுத வந்தோமோ அவர்களெல்லாம் எங்களை வாழ்த்தவில்லையே என வருந்தினோம். இறுதியில், நாம் எழுத வந்திருப்பது நமக்கு முன்னே எழுதிக்கொண்டிருப்பவர்களின் பாராட்டுகளைப் பெறுவதற்கல்ல. பாரபட்சமில்லாமல் உச்சிமுகர்ந்து வாரி அணைத்துக்கொள்ளும் மக்களுக்கென வெகு காலத்திற்குப்

யுகபாரதி ● 9

பிறகே விளங்கிக்கொண்டோம். எனவே, மூத்தோரின் வார்த்தைகளால் நாங்கள் முனை முறியவில்லை.

இளம் பாடலாசிரியர்களுக்கு எதுவும் தெரியவில்லை. குடித்துவிட்டு எழுதுவதால் அவர்களின் பாடல்கள் தள்ளாடுகின்றன என்றெல்லாம் எங்களைப் பற்றி எங்கள் முன்னோர்கள் பேட்டியளித்தார்கள். ஒழுக்க விதிகளை உயர்த்திப்பிடித்து அதன்மூலம் எங்களை, எங்களுடைய வளர்ச்சியைக் கேள்விக்குட்படுத்துவதில் முன்னணிப் பாடலாசிரியர்களில் ஒருசிலர் குறியாயிருந்தார்கள். ஒருசிலர் என்றே சொல்கிறேன். எல்லோரும் இல்லை.

அப்படியான தருணங்களில் எங்கள் தோளோடு தோள் நின்ற ஊடகங்களின் ஆதரவு இல்லையாயின் நாங்கள் அத்தனை பேரும் என்றைக்கோ உதிர்ந்திருப்போம். காலமும் பத்திரிகைகளும் எங்களைக் காப்பாற்றின. அன்று விமர்சிக்கத் தொடங்கியவர்கள் இன்றும் எங்களை அங்கீகரிக்கத் தயங்குகிறார்கள். ஆனாலும், நாங்கள் தளர்ந்துவிடவில்லை. பெற்றுவிட்ட நட்சத்திர அந்தஸ்தை இழந்துவிட மனமில்லாமல் அவ்வாறு பொருமுகிறார்கள் என்றே புரிந்துகொள்கிறோம். முதல் முயற்சிகளில் எங்களிடமிருந்த எழுத்துக் குறைகளையும் பரிசீலித்து இப்போது முற்றிலும் பண்பட்டிருக்கிறோம். அதன் தொடர்ச்சியாகவே நானும் இன்னும் சிலரும் இத்துறையில் காலூன்றி நிற்கிறோம். யார் யார் என்பது நீங்கள் அறிந்ததுதான்.

இரண்டாவது பாடலிலிருந்து என் பயணம் சீரான வேக மெடுத்தது. அவ்வேகத்திற்கு ஆதாரமாக இசையமைப்பாளர் வித்யாசாகர் கிடைத்தார். இளம் கவிஞர்களை வளர்த்தெடுப்பதில் வேறு எவரைக் காட்டிலும் அவர் காட்டிய அக்கறை அதிகம். ஒரு படத்தில் ஆறு பாடல்கள் என்றால் ஆறுபாடலையும் பிரித்து ஆளுக்கொன்றாக ஆறு இளம் கவிஞர்களை அவர் வளர்த்தெடுத்தார். 'ரன்' திரைப்படத்தில் 'காதல் பிசாசே' என்னும் பாடலுக்குப் பின் எந்தத் தடையும் இல்லாமல் நான் பயணிக்க அவரே காரணம். ஒரு மூத்த சகோதரனுக்கு ஈடாக அவர் விளங்கினார். என் வாழ்கையை

மாற்றியமைத்ததில் அவருக்குப் பெரும் பங்குண்டு. இயல்பிலேயே கவிதை மீது அதீத சிநேகம் கொண்டிருந்த அவர் எங்கள் எல்லோரையும் ஒரே தராசில் வைத்திருந்தார். என்ன படம்? யார் இயக்குநர்? என்பதையெல்லாம் கடந்து எங்கள் அறுவருக்கும் பாடல்களை அருளினார். எங்களுக் காக அவர் வாதாடினார். எங்களுக்காக அவர் போராடினார். எங்களை மீட்டுக் கொண்டுவந்து மேடையேற்றினார். இன்றைக்கு ஒவ்வொருவரும் ஆயிரம் பாடல்களுக்குமேல் எழுதியிருப்போம்.

மதுரகவி பாஸ்கரதாஸிலிருந்து கு.உமாதேவிவரை திரைப்பாடல் ஆசிரியர்களுக்கு ஒரு நீண்ட தொடர்ச்சி இருக்கிறது. சுதந்திர எழுச்சியைக் கொண்டிருந்த பாஸ்கரதாஸின் காலத்தைப் போலவே உடுமலை நாராயண கவிக்கும் கண்ணதாசனுக்கும் பகுத்தறிவுச் சிந்தனைகள் பாடுபொருளாய் அமைந்தன. நிலையாமைத் தத்துவம் மற்றும் திராவிடக் கொள்கைகளை அவர்கள் இருவரும் நீக்கமற நிறைத்தார்கள். அவர்களின் சமகாலத்தில் வாழ்ந்த பட்டுக்கோட்டை கல்யாணசுந்தரமும் மருதகாசியும் பொதுவுடமைச் சிந்தனைகளைத் திரைப்பாடலுக்கான களமாக அமைத்துக்கொண்டார்கள். ம.பொ.சியின் தமிழரசுக் கழகத்தைச் சேர்ந்த கு.மா.பாலசுப்ரமணியமும், கவி.கா.மு.ஷெரிப்பும் தமிழ்த்தேசியக் கருத்தியலைக் கொண்டிருந்தார்கள். ஆலங்குடி சோமு, அவினாசி மணி, கு.சா.கிருஷ்ணன், முத்துக்கூத்தன் ஆகியோரும் அக்காலத்தில் கவனிக்கப்பட வேண்டியவர்கள்.

எம்.ஜி.ஆரின் அன்புக்குப் பாத்திரமான புலவர். புலமைப்பித்தன், முத்துலிங்கம் இருவரும் அரசவைக் கவிஞர்கள் எனும் அந்தஸ்தைப் பெற்றவர்கள். இவர்களிலிருந்து தனித்தும் இணைத்தும் பார்க்கப்பட வேண்டியவர் வாலி. சந்தைக்கு ஏற்றதை சமைத்துத் தருவதில் சலிக்காதவராக இருந்த அவர், காலத்தின் அவசியத்தைப் புரிந்துகொண்டு செயல்பட்டதால் இறுதி மூச்சுவரை எழுதிக்கொண்டே யிருந்தார். எண்ணிக்கையில் அதிக திரைப்பாடல்களை எழுதியவராகவும் எல்லோருக்கும் பிடித்தவராகவும் அவர்

ஆனதற்கு அவருடைய தமிழ் ஒரு காரணம் என்றால் இயல்பு மற்றொரு காரணம். புதுக்கவிதைகளின் திரட்சியால் கிடைத்த வர்கள் இருவர். ஒருவர் நா. காமராசன். மற்றொருவர் மு. மேத்தா. இவர்கள் அனைவரும் கவிஞர்களாக அறியப்பட்டு பின் பாடலாசிரியர்களானவர்கள்.

அதேபோல, இயக்குநர்களாகவும் கவனம் பெற்று பாடலாசிரியர்களாகவும் அறியப்பட்ட பஞ்சு அருணாசலம், டி. ராஜேந்தர், கங்கை அமரன், எம். ஜி. வல்லபன், ஆபாவாணன், ஆர்.வி. உதயகுமார் ஆகியோரையும் கணக்கிலெடுத்துக்கொள்ள வேண்டும். கவிஞர்கள் பாடலாசியராக ஆவதற்கும் பாடலாசிரியர்கள் கவிஞர்கள் என்னும் வகைக்குள் வராமல் போவதற்கும் நிறைய படிநிலைகள் உண்டு. பாடல் வேறு, கவிதை வேறு என்னும் தளத்திலிருந்து பார்த்தால்தான் அது பிடிபடும். இந்த இரண்டையும் இணைக்க முயன்றவராக வைரமுத்து தென்படுகிறார்.

கொஞ்சம் சிவப்பு சிந்தனை, கொஞ்சம் கறுப்பு சிந்தனை என அவர் தன்னை ஒரு கறுப்பு சிவப்புக்காரராக முன்னிருத்திக் கொண்டவர். தமிழ் இலக்கிய அறிவை திரைப்பாடலுக்குள் சிரமப் பட்டாவது திணித்துவிடும் ஆர்வத்தை அவர் பாடல்களில் காணலாம். அவர், எளிய சொற்களுக்குள்ளேயும் கவிதையின் அழகுகளைக் கொண்டுவருபவர். திரைமொழியின் வழக்கமான கட்டுமானத்தைச் சற்றே மாற்றி அழகியல் கூறுகளால் தமிழை அலங்கரித்தவர். ஆறு தேசிய விருதுகளைத் தமிழுக்குப் பெற்றுக் கொடுத்தவர். ஒரு திரைப்பாடல் ஆசிரியனுக்குப் பொதுவெளியில் அழுத்தமான அடையாளத்தையும் அறிமுகத்தையும் கண்ணதாசனுக்குப் பிறகு ஏற்படுத்தியவர் அவர் என்றால் மிகையில்லை. திராவிட முன்னேற்றக் கழக மேடைகளில் அவர் தன்னைப் பிரசன்னப் படுத்திக்கொண்டாலும் கட்சி அரசியலுக்கு அப்பாற்பட்டவராகத் தன்னை நிறுவியவர். இது, முந்தைய பாடலாசிரியர்கள் எவருக்கும் வாய்க்காத ஒன்று.

கண்ணதாசனைத் தொடர்ந்து ஸ்ரீதர், கே. பாலசந்தர்,

பாரதிராஜா, மகேந்திரன், பாலுமகேந்திரா, மணிவண்ணன், கே. பாக்யராஜ் போன்றோரின் ஒப்பற்ற திரைப்படங்களில் பணியாற்றும் வாய்ப்பைப் பெற்றவர் அவர் ஒருவரே. அவர் காலத்தில் இளையராஜா என்னும் ஆகப்பெரும் இசை சக்தி தமிழ்பேசும் மக்களை மட்டுமல்ல உலக இசை ரசிகர்களை எல்லாம் ஆட்கொண்டிருந்தது. அவருடன் இணைந்து பணியாற்றிய அத்தனை பாடல்களிலும் தன்னையும் தன் தமிழையும் நிறுவிக்கொள்ள அவர் பட்டிருக்கும் பாடு கொஞ்சநஞ்சமல்ல. எம்.எஸ்.வி காலத்துத் திரைப்பாடலில் தமிழ் அதிகமாகவும் இசை கொஞ்சமாகவும் இருந்தது. இளையராஜா காலத்துப் பாடல்களில் இசை மிகுதியாகவும் தமிழ் அதைவிடச் சற்று குறைவாகவுமே இருந்தது. இழூக் குடை பாட்டுக்கு இசை நன்று என்னும் சிந்தையுடன் செயல்பட்டவர் இளையராஜா.

அன்று வெளிவந்த அநேக திரைப்படங்களுக்கு அவர் ஒருவரே இசையமைப்பாளராக நியமிக்கப்பட்டார். ஒரே நேரத்தில் பல படங்களுக்கு இமையமைக்க வேண்டியிருந்ததால் அவரால் பாட்டுக்கு மெட்டு என்னும் பழைய மரபைத் தொடர முடியவில்லை. மெட்டுக்கு மட்டுமே பாட்டு என்றானது. ஆற அமர பாட்டெழுதி இசையமைக்கும் சூழல் இல்லாமல் போனது. அதன் காரணமாகப் பல கவிஞர்கள் தங்கள் சுதந்திரத்தையும் ஏன், சிலசமயம் சுயமரியாதையையும்கூட இழக்க நேர்ந்தது. அளவுக்கு மீறி இழுத்தால் நாண் (நான்) அறுபட்டுவிடும் என்பதைப் போல ஒரு கட்டத்தில் வைரமுத்து இளையராஜாவோடு முரண் படுகிறார். கூட்டணி முறிந்துவிடுகிறது. அந்த முறிவால் இழப்புக்கு உள்ளான வைரமுத்து இன்னொருவருக்காகக் காத்திருக்கிறார். அப்போது ஏ.ஆர். ரகுமான் வருகிறார். முதல் திரைப்படத்திலேயே தேசிய விருதைப் பெறுகிறார். இசைப் புயல் என்று எல்லோராலும் கொண்டாடப்படுகிறார்.

அதன் மூலம் வைரமுத்துவிற்கு மீள் வெளிச்சம் கிடைக்கிறது. ரகுமானின் இசை வெற்றிக்கு மிகமிக நெருக்கமானவராக வைரமுத்து பார்க்கப்படுகிறார். இன்னும் சொல்லப்போனால் தன்னுடைய தனித்த ஆளுமையை

வைரமுத்து வெளிப்படுத்திய காலமும் அதுவே. இரண்டு பெரும் இசை ஜாம்பவான்களுடன் இணைந்து பணியாற்றும் வாய்ப்பைக் காலம் வைரமுத்துக்கு மட்டுமே வழங்கியது. ரகுமானின் வருகைக்கு முன்பிருந்த காலங்களில் பழநிபாரதி, அறிவுமதி, வாசன், பிறைசூடன் ஆகியோர் கவனம் பெற்றிருந்தார்கள்.

ஒருபுறம் ஷங்கர், இன்னொருபுறம் மணிரத்னம் எனத் தொடர் வெற்றிகளில் வைரமுத்தும் ரகுமானும் உச்சத்தைத் தொட்டார்கள். அதுவரை இருந்த தமிழ் சினிமாவின் வியாபார எல்லைகளை ஷங்கரும் மணிரத்னமும் அகலப்படுத்தினார்கள். இந்திய சந்தையைத் தமிழ்த் திரையுலகை நோக்கித் திரும்பிப் பார்க்க வைத்தவர் கே. பாக்யராஜ். அவருக்குப் பிறகு அந்தப் பெருமை இவர்கள் இருவரையே சாரும். தமிழ், இந்தி, மலையாளம், தெலுங்கு, கன்னடம் என ஒரே நேரத்தில் ஐந்து மொழிகளுக்கும் சேர்த்துப் படம் எடுக்கத் தொடங்கினார் மணிரத்னம். அதனால், ரகுமானின் வளர்ச்சி என்பது அசுர வளர்ச்சியைக் கண்டது. இந்தியாவைத் தாண்டியும் இசைக்கான அங்கீகாரத்தைப் பெற ரகுமான் உழைத்தார்.

இரண்டு ஆஸ்கார் பெறும்வரை அவருடைய உழைப்பில் சோர்வோ சுணக்கமோ தென்படவில்லை. ரகுமானின் வளர்ச்சி வைரமுத்தின் எழுச்சி இரண்டும் ஒருசேர நிகழ்ந்த காலத்தில் இளம் பாடலாசிரியர்களாக நாங்கள் திரைத் துறைக்கு உள்ளே வருகிறோம். உள்ளே வந்த இளம் பாடலாசிரியர் பட்டாளத்தை ரகுமானோ இளையராஜாவோ ஆதரிக்கவில்லை. பழக்கப்பட்ட தங்கள் பாதையில் போய்க் கொண்டிருந்தார்கள். எத்தனையோ புதுப் பாடகர்களை அறிமுகப்படுத்திய ரகுமான், பாடலாசிரியர்கள் விஷயத்தில் பாராட்டும்படி நடந்துகொள்ளவில்லை என்பது கசப்பான உண்மை.

ஆரம்பத்தில் இளையராஜா, ரகுமான் இரண்டு பேரின் ஒலிப் பதிவுக்கூடத்துக் கதவுகளும் இளம் பாடலாசிரியர்களுக்குத் திறக்கப்படவில்லை. வணிக வெற்றிகளை நாங்கள் ஓரளவு பெறத் தொடங்கிய பின்னரே ஓரிரு இயக்குநர்கள்

வலுக்கட்டாயமாக அவர்களிடம் எங்களை அழைத்துப் போனார்கள். சின்னவர்கள் சிறப்பாக எழுதுவார்கள் என சிபாரிசு செய்தார்கள். அப்போதும் தொடர்ச்சியான வாய்ப்புகளை எங்களில் எவருமே பெறவில்லை. இதைவிடப் பெரிய விஷயம் என்னவென்றால், அன்றைக்கு பெரும் இயக்குநர்களாக உருவெடுத்திருந்த ஷங்கரோ மணிரத்னமோ எங்களைப் பற்றி அறிந்திருந்தார்களா? என்றுகூடத் தெரியவில்லை.

வணிக சினிமாவிற்காக சகல சமரசங்களையும் செய்யத் துணியும் அவர்கள் பாடலாசிரியர்கள் விஷயத்தில் பற்றுருதியோடு இருந்ததற்கு என்ன காரணமோ? பிரமாண்டத்தின் மொழியே தமிழ் சினிமா என்றானபொழுது சின்னச்சின்னப் படங்களில் எழுதிக்கொண்டிருந்த எங்களுடைய பாடல்களும் மக்கள் மத்தியில் பெரிய செல்வாக்கைப் பெறத் தொடங்கின. ஒவ்வொருவராகத் தெரியத் தொடங்கினோம். இந்தக் காரியத்தில் எங்களுக்கு இன்றளவும் உதவிக்கொண்டிருக்கும் இசையமைப்பாளர்கள். எஸ்.ஏ. ராஜ்குமார், சிற்பி, தேவா, தினா, வித்யாசாகர், மணிசர்மா, யுவன் ஷங்கர்ராஜா, ஹாரீஸ் ஜெயராஜ், ஜேம்ஸ் வசந்தன் ஆகியோர் என்றும் எங்கள் போற்றுதலுக்கு உரியவர்கள். இந்த இடத்தில் எங்களில் பெரும்பாலானோரை அறிமுகப்படுத்திய சூப்பர் குட் ஃபிலிம்ஸை நன்றியோடு நினைத்துப் பார்க்கிறேன்.

தமிழ்நாட்டு அரசியலையும் தமிழ் சினிமாவையும் பிரித்துப் பார்க்க முடியாது. ஒன்றோடொன்று பின்னிப் பிணைந்தது. நான் ஆணையிட்டால் அது நடந்துவிட்டால் என எம்.ஜி.ஆர் பாடுவதற்கான நியாயத்தைக் கொண்டிருந்த திரைப்பாடலின் இன்றைய நிலை நீங்கள் அறியாததல்ல. பட்டுக்கோட்டையாரின் எழுத்துகளில் வெளிப்பட்ட இடதுசாரிக் கொள்கைகள், திராவிட இயக்கத்தைச் சேர்ந்த மக்கள் திலகத்திற்குப் பயன்பட்டன, பொருந்தின. அல்லது அதைப் பயன்படுத்திக்கொள்வதில் எம்.ஜி.ஆருக்கு எந்த மனத்தடையும் இருக்கவில்லை. பாடலாசிரியனின் கொள்கை சார்ந்த பதிவுகளுக்கு அன்றைய பிரபலமான

இயக்குநர்களும் இடமளித்திருக்கிறார்கள். அரசியல் கருத்துகளை மக்களின் பொதுவெளிக்குக் கொண்டுவர அன்றைக்கு இருந்த திரைத்துறையும் தயங்கவில்லை. ஆனால், எங்கள் காலத்தில் அப்படியான சாதகங்கள் அறவே இல்லாமல் போயின. அரசியல் கட்சிகள் தேர்தலை மட்டுமே குறியாகக் கொண்டுவிட்டன. எந்த அரசியல் கட்சி மேடைகளிலும் எங்களுக்கான இடம் வழங்கப்படவில்லை. சிவில் சமூகம், அரசியலை சாக்கடையாகப் பார்க்கத் தொடங்கிவிட்ட சூழலில் எங்கள் கைகளும் கட்டப்பட்டன என்பது கவனத்துக்குரியது.

தீவிர இலக்கிய வெளிக்குள் நாங்களும் தீண்டத்தகாதவர்களாகவே நடத்தப்படுகிறோம். இச்சூழலில் போக்கிடம் ஏதுமற்று புறம்போக்கில் வீடுகட்டும் நடைபாதைவாசிகளைப் போல நாங்களிருக்கிறோம். சுற்றுச்சூழல் மாசடைந்துவிட்டது. கார்ப்பரேட் கம்பெனிகளுக்கு நிலத்தை, நீரை, காற்றை தாரை வார்த்துவிட்டு மத்திய மாநில அரசுகள் இலவசங்களை நம்பி பிழைத்துக்கொண்டிருக்கின்றன. சுதந்திரப் போராட்டம், பகுத்தறிவுச் சிந்தனை, பொதுவுடமை வேட்கை, தமிழ்த் தேசியப் பார்வை என எதையும் தமிழ்த் திரைப்படங்கள் பேசுவதில்லை. தலித்தியம், பெண்ணியம்கூட பின்னுக்குத் தள்ளப்பட்டுவிட்டன. ஈழப் போரை இங்குள்ள திரிபுவாதிகள் கலை இலக்கிய வட்டத்துக்குள் கொண்டுவரக் கூடாதென்பதில் குறியாயிருக்கிறார்கள். சமூக எழுச்சியுமில்லை. சார்ந்து நிற்கக் கொள்கையுமில்லை. ஆனாலும், சத்தான பாடல்கள் இல்லையென்னும் சத்தம் மட்டும் கேட்டுக்கொண்டே இருக்கிறது.

அரசியல் இல்லாத காலத்தில் படைப்புகளில் திரட்சியும் திண்மையும் இருக்க வாய்ப்பில்லை. திரைப்பாடலைப் பொறுத்தவரை அது சூழலின் கணத்தில் சூல் கொள்வது. காட்சிகளுக்குப் பின்னே சமூக அரசியல் இருந்த வரை பாடல்களில் உயிர் இருந்தது. கதாநாயகனின் செயல்பாடுகள் நாட்டுக்கானதாகவும் நல்ல நோக்கங்களுக்கானதாகவும் இருந்த வரை மக்களும் விரும்பி வந்திருக்கிறார்கள். ஆனால்,

நாங்கள் திரைத்துறைக்குள் நுழைந்த காலத்தில் திராவிட இயக்கங்கள் அதிகாரங்களைக் கைப்பற்றும் ஆவலை மட்டுமே கொண்டிருந்தன. மத்தியில் மாநிலத்தில் ஆட்சிப் பொறுப்புக்கு வருவதொன்றே கொள்கையானது. கொள்கை லாபத்தைவிட கொள்ளை லாபத்தைக் குறிக்கோள்களாகக் கொண்டன. பொதுவுடமை இயக்கங்கள் மக்கள் செல்வாக்கை முற்றிலுமாகத் தவறவிட்டிருந்தன.

கட்சி அரசியலிலும் சமூக அரசியலிலும் ஏற்பட்ட தேக்க நிலையில் எங்கள் எழுத்துகளில் கவிதை உத்திகள் மட்டுமே எஞ்சியிருந்தன. உலகமயமாக்கல், நகரமயமாக்கல், நுகர்வுக் கலாச்சாரம் என்று சகல திசையிலும் படைப்பூக்கத்தை இழந்த அபலைகளாக நாங்களிருக்கிறோம். ஆனாலும், எங்கள் உழைப்பால் முடிந்தவரை முந்தைய தலை முறையைத் தாண்டியிருக்கிறோம். முழுக்க முழுக்க தொழில் நுட்பமயமான சினிமாவில் தமிழைத் தாய்மொழியாகக் கொள்ளாத எவரும் பாடலாசிரியராகத் தொடர முடியாது. வேற்று மொழிக்காரர்கள் இயக்கலாம், நடிக்கலாம், ஒளிப்பதிவு செய்யலாம், நடனம் அமைக்கலாம், பாடல் பாடலாம், இன்னபிறவற்றில் ஈடுபடலாம் என்றாலும், தமிழ் சினிமாவின் அசலான முகத்தைக் காட்டக் கூடியவர்கள் பாடலாசிரியர்கள் மட்டுமே. மண்ணையும் மக்களையும் தொடர்ந்து கவனித்து வருபவர்கள் அவர்களேயாவர்.

எதை எழுதுவது? எப்படி எழுதுவது? என்ன எழுதுவது? யாருக்கு எழுதுவது? என கடந்துவிட்ட என்னுடைய பதினைந்தாண்டுகளைக் கணக்குப் பார்க்கிறேன். தொகுத்து வைக்கும் அளவுக்கு என் பாடல்களில் சுரத்து இருக்கிறதா? வேகமான தாளத்திற்கு விருப்பமான வார்த்தைகளை இட்டு நிரப்பியவை பாடலாகுமா? காலத்தையும் கதைச் சூழலையும் சொல்லி, செய்யாத செயலுக்கு சிறப்பு தேடுகிறேனா? எனப் பலவாறாக யோசிக்கிறேன். நானென்ன செய்வது என்று தப்பிப்பதைவிட நான் என்ன செய்தேன் எனக் கணக்கு வைப்பது கட்டாயம். வரவாகியிருக்கிறேனா? செலவாகியிருக்கிறேனா? என்பதைக் காலம் சொல்லும். சொல்லாமல் போனாலும் துக்கமில்லை. விரும்பிய பணியைச்

செய்திருக்கிறேன். விருப்பத்தோடு என் வேர்வையும் இப்பணியில் கலந்திருக்கிறது அவ்வளவே. தமிழ் இலக்கிய அறிவோ கவிதைகளின் நுட்ப திட்பங்களோ என் காலத்தில் செல்லுபடியாகவில்லை. இரைச்சல், கேளிக்கை என்னும் குறுகிய வட்டத்துக்குள் தமிழ்சினிமா குதிரை ஓட்டியது. பாரதிராஜாவுக்குப் பிறகு தமிழ்சினிமாவை வேறு தளத்திற்கு இட்டுப்போக ஒருவரும் வரவே இல்லை. தொழில் நுட்பத்தில் சிறந்தவர்கள், வியாபாரத்தில் உயர்ந்தவர்கள், பிரமாண்டத்தில் மிரட்டுபவர்கள் வந்திருக்கிறார்கள். மண்ணையும் மக்களையும் அறிந்த புரிந்த ஒருவர்கூட வரவில்லை. அவ்வப்போது தூரத்தில் ஒருவர் வருவதுபோல் தோன்றும். ஆனால், வரமாட்டார். என்ன கொடுமையென்றால் அதீத ஆவேசத்தோடு முதல் இரண்டு படங்களில் தன்னைப் பறைசாற்றிக்கொள்ள முனையும் ஒருவரை வியாபார சினிமா முட்டித்தள்ளி மூன்றாவது படத்தில் மூச்சுவாங்க வைத்துவிடும். பாலாவையும் பாலாஜி சக்திவேலையும் கூட இந்தப் படுபாதக வியாபாரம் பாடாய்ப் படுத்தியெடுக்கிறது. களமே இல்லாமல் அவர்களும் எவ்வளவு காலத்திற்குத்தான் கர்ணமடிப்பார்கள்?

மதநல்லிணக்கம், ஊழல், கறுப்புப் பணம், ஈழப் பிரச்சினை இவற்றைத் தவிர்த்து, சொல்லுதற்கான களங்களே இல்லை என்பது போன்ற தோற்றத்தைத் தமிழ் சினிமா ஏற்படுத்தி வைத்திருக்கிறது. குடும்பக் கதைகள் அறவே இல்லாமல் போயின. குடும்பங்களே சிதையுண்ட பின் குடும்பக் கதைகளுக்கான சாத்தியங்களை எதிர்பார்ப்பது சரியல்ல. ஆக, விரிந்த தளத்தில் இயங்கிய சினிமா வெறும் தொழில் நுட்ப சங்கதி என்றாகிவிட்டது. மூன்றாம் உலக நாடுகளில் வெளிவரும் சினிமாவை அடியொற்றி இங்கேயும் படங்களை எடுக்கத் தொடங்கிவிட்டார்கள். ‘டார்க் ஃபிலிம்’ என்கிறார்கள். ‘டர்டி ஃபிலிம்’ என்கிறார்கள். அதெல்லாம் சரி, ‘தமிழ் ஃபிலிம்’ எங்கே என்றால் தலையைச் சொறிகிறார்கள்.

அத்தி பூத்தாற்போல் அரிய படங்கள் வருகின்றன. தேசிய விருதைக் குறிவைத்துப் படமெடுப்பது சமீபத்தில்

பரவியிருக்கும் வியாதி. பெரும் திரை நிறுவனங்கள் பலவும் படமெடுப்பதை நிறுத்திக்கொண்டன. திரையரங்குகள் கல்யாண மண்டபங்களாகிவிட்டன. கஷ்ட காலத்தில் பிறந்த குழந்தையைப் போல யாதொரு துணையுமில்லாமல் யாருடைய ஆதரவுமில்லாமல் இன்றைய தமிழ்த் திரையுலகம் தவித்துக்கொண்டிருக்கிறது. உப்புச்சப்பில்லாத கதைகள். காதல் ஒன்றே பிரதானம் என எடுக்கப்படும் அத்தனைபடங்களும் இளைஞர்களையே குறிவைக்கின்றன. வயது முறுக்கில் செய்யும் சேட்டைகளே கதாநாயகனின் தன்மை அல்லது செயல். சூதும் வாதும் இன்றைய தமிழ் சினிமாவைக் கவ்விக்கொண்டு விட மறுக்கின்றன. இந்தக் கேடுகளைப் பொறுக்கமாட்டாத மக்கள் வீட்டிற்குள்ளேயே முடங்கிவிட்டார்கள்.

தொலைக்காட்சிகளின் பெருக்கத்தால் நெடுந்தொடர்களே போதும் என்று திரையரங்குகளைப் புறக்கணிக்கிறார்கள். இந்த நெருக்கடி நிலைக்குள் நானும் என் பாடலும் என்ன அவஸ்தைபட்டிருக்கிறோம் என்பது தனிக்கதை. வணிக சினிமாவே வாழ்விழந்து நின்ற கோலத்தில் எனக்கான வாய்ப்புகளையும் வசதிகளையும் பெருக்கிக்கொள்ள பெரும்பாடு பட்டிருக்கிறேன். தீவிர தமிழ்த்தேடலையும் தீவிர இலக்கியப் பயிற்சியையும் திரைத்துறை நிராகரித்த பொழுதெல்லாம் நெக்குருகி அழுதிருக்கிறேன். ‘ஏன் இந்தப் பிழைப்பு?’ என்று வெறுமை சூழ்ந்த பொழுதுகள் அநேகம். கண்ணதாசனின் அரசியலோ வைரமுத்துவின் அழகியலோகூட எனக்கு வாய்க்கவில்லை. ஆனாலும், தமிழை நானும் தமிழ் என்னையும் கைவிடவில்லை.

தமிழ் மரபு என்பது இசை மரபோடு இணைந்ததுதான். வாழ்வில் எல்லா மட்டத்திலும் பாடலுக்கான முக்கியத்துவத்தைத் தமிழ்ச்சமூகம் கொண்டிருக்கிறது. இதைப் புரிந்துகொள்ளாமல் அல்லது புரிந்துகொள்ள மனமில்லாமல் சிலர் பாடல்களே இல்லாத படங்களை எடுக்கத் துணிகிறார்கள். நல்ல திரைப்படத்திற்குப் பாடலே தேவையில்லை என்று கூவுகிறார்கள். உண்மையில், நல்ல திரைப்படத்திற்குப் பாடலின் தேவை இல்லாமல்

இருக்கலாம். ஆனால், அது தமிழ்த் திரைப்படமாக இருக்குமா? என்பது சந்தேகம். தாலாட்டில் இருந்து ஒப்பாரி வரை முழுக்கவும் பாடலோடு பின்னிப் பிணைந்த ஒரு சமூகத்தைப் பாடல் இல்லாமல் காட்ட நினைப்பது துடுப்பில்லாமல் படகில் செல்வதற்கு ஒப்பானது. சடங்கு சம்பிரதாயங்களில் பாடல் இடம்பெறுகிறது என்பதால் பாடலையும் சடங்காக சம்பிரதாயமாகப் பார்ப்பது அறிவீனம்.

என் திரைப்பாடல் பயணமென்பது இங்கிருந்துதான் தொடங்குகிறது. மரபு, புதிது என்ற வகைப்பாட்டைத் தாண்டி நவீனம் என்ற பதத்தை இலக்கிய உலகம் சொல்லத் தொடங்கியதும் நான் திரைத்துறைக்குப் பாடல் எழுத வந்ததும் ஏககாலத்தில் நிகழ்ந்தது. காலத்தின் பிரதிபலிப்பாக வார்த்தை அழகுகளை மட்டுமே நானும் வார்த்திருக்கிறேன். அரசியல் எழுச்சிகளைக் காணாத தலை முறையில் படைப்பாளனுக்கும் படைப்புக்கும் என்ன கதி நேருமோ அதுதான் எனக்கும் என் படைப்புகளுக்கும் நேர்ந்திருக்கிறது. இலக்கணத் தமிழை முற்றிலுமாக விடுத்து இயல்பு தமிழில் பாடல் இயற்ற வேண்டிய கட்டாயத்திற்கு உள்ளாகியிருக்கிறேன். எப்போதாவது கரு. பழனியப்பனை, சேரனைப் போன்ற இயக்குநர்கள் கிடைக்கையில் அந்தாதிகளையும், அடுக்குத் தொடர்களையும், உவமைத் தொடைகளையும் உருவாக்கியிருக்கிறேன்.

வெற்றிமாறனுக்கு தமிழ் ராப்பை யோகி.பி.யுடன் இணைந்து திரைப்பாடலின் புதுவகைக்கு பலம் சேர்த்திருக்கிறேன். சமுத்திரக்கனியிடம் வாழ்வையும் ஆரோக்கியதாஸிடம் தேர்தல் அரசியலையும் சொல்லியிருக்கிறேன். தரணி, என். லிங்குசாமி, ஏ.ஆர். முருகதாஸ், லெனின்பாரதி, சுப்ரமணியம்சிவா, அன்பழகன், சசிக்குமார், பாண்டிராஜ், எஸ். எழில், பொன்ராம், என். ராகவன், ஆர். பன்னீர் செல்வம், எஸ்.ஆர். பிரபாகரன், ஆர். கண்ணன், சுசீந்திரன், ராஜசேகர், முத்தையா, கோவிந்தமூர்த்தி, ஆர். பாலகிருஷ்ணன், ஸ்டாலின் ராமலிங்கம் என நீளும் பட்டியலில் என்னுடைய

இருப்பைத் தக்கவைக்க எவ்வளவோ முயன்றிருக்கிறேன்.

இந்நெடிய பயணத்தில் கும்கி, குக்கூ ஆகிய திரைப்படங்களின் வருகை, என் திரைப்பாடல் மொழியை மாற்றியமைத்தது. தொடர்ச்சியாக அடுத்தடுத்த ஆண்டுகளில் சிறந்த பாடலாசிரியருக்கான விருதுகளை வாங்கவும் காரணமானது. அள்ளி அள்ளிக் கொடுக்க ஆசையிருந்தும் வாங்கிக் கொள்ள யாரும் இல்லாத நிலையில் என் திரைத் தமிழ் ஆயிரத்தை நோக்கியுள்ளது. நேரடித் தன்மையில் எளிய சொற்கள் மூலம் நானறிந்த உலகையும் தமிழையும் எழுதியிருக்கிறேன். வியாபார சினிமாவின் தேவைக்காகச் சில சமரசங்களையும் செய்திருக்கிறேன். கடந்த பதினைந்து ஆண்டுகளில் வெளிவந்த பல முக்கியமான திரைப்படங்களில் என் பெயர் பதிவு செய்யப்பட்டிருக்கிறது.

திரைத்துறைக்கு வருவதற்கு முன்னால் நான் கற்றிருந்த தமிழை விடக் கூடுதலாகத் தற்போது கற்றிருக்கிறேன். சந்தங்களுக்கு வேகமாக எழுதும் பயிற்சியும் சூழலை உள்வாங்கி வெளிப்படுத்தும் திறனும் அதிகரித்துள்ளன. மக்களின் வழக்கு சொல்லாடல்களைத் திரைப்பாடலின் மொழியாகவும் வழியாகவும் மாற்றியிருக்கிறேன். நாட்டார் பாடல்களில் உள்ள தெறிப்புகளைத் துள்ளலிசைப் பாடல் களிலும் சாஸ்திரிய இசை வடிவத்திற்குச் செந்தமிழையும் பயன்படுத்துவதைப் பழக்கப்படுத்தியிருக்கிறேன். இந்த முயற்சிகளுக்கு எல்லாம் உறுதுணை புரிந்த இசையமைப்பாளர் டி.இமான் என்றென்றும் என் நன்றிக்குரியவர். சமீபத்திய வரவுகளில் அனிருத், சந்தோஷ் நாராயணன், ஷான் ரோல்டன், கே, ரகுநந்தன், சத்யா, கண்ணன் ஆகியோர் குறிப்பிடத்தக்கவர்கள்.

பல சமரசங்களையும் பலவிதமான சமர்களையும் கடந்தே இத்துறையில் தொடர்ந்து பணியாற்றி வருகிறேன். சராசரியாக வருடத்திற்கு எண்பது பாடல்களுக்குமேல் எழுதியிருக்கிறேன். உத்தேசமாகக் கணக்கிட்டால்கூட ஆயிரத்தை நெருங்கும். இந்த ஆயிரத்தில் இருந்து முதல் இருநூற்று ஐம்பதை இந்நூலில் தொகுத்திருக்கிறோம். இந்தப் பாடல்களைத் தொகுக்க உதவிய அன்புச்செல்வி,

வினோத், தம்பிச்சோழன் என்றென்றும் என் இதயத்திற்கு நெருக்கமானவர்கள். எழுத்துப் பிழைகளைத் திருத்தி என் பணியைச் சுலபமாக்கிய சித்ரா, கிருஷ்ணபிரபு, பாஸ்கர் ஆகியோர் நன்றிக்குரியவர்கள். இடையறாமல் இப்பணியில் என்னை இயக்கிக் கொண்டிருந்த நற்றிணை யுகனுக்கு நல்லது நடக்க பிரார்த்திக்கிறேன். அவர், பதிப்பாளர்களில் படைப்பாளராகவும் இருப்பதால் தொடர்ந்து என்னை ஊக்குவித்துக்கொண்டே இருந்தார். அவர் அன்பில்லாமல் இக்காரிய சித்தி சாத்தியமில்லை. கூடுதல் சிரத்தையோடு அட்டை ஓவியம் ஆக்கிக்கொடுத்த அண்ணன் ட்ராட்ஸ்கி மருதுவை மறக்க மாட்டேன். ஒரு பாடலின் வெற்றியென்பது வார்த்தைகளாலும் வாத்தியக் கருவிகளாலும் மட்டுமே நிகழுவதில்லை. குரல், ஜீவனுடைய குரல்களால்தான் ஒவ்வொரு பாடலும் ஆண்டுகள் பலகடந்து அடிநெஞ்சில் வாழ்கிறது. அத்தகைய குரலுக்குச் சொந்தக்காரர்கள் அத்தனை பேருக்கும் என் வாழ்நாள் வணக்கத்தைச் சொல்லிக்கொள் கிறேன்.

இசைமேதை பாலமுரளி கிருஷ்ணாவிலிருந்து நேற்று பாடவந்த ஜெயமூர்த்திவரை எல்லோரும் என் பாடலை அழகு செய்திருக்கிறார்கள். ஆஷா போன்ஸ்லேவிலிருந்து மகிழினி மணிமாறன் வரையுள்ள அத்தனை பெண் பாடகர்களும் என் உணர்வுத் தமிழுக்கு உயிர் கொடுத்திருக்கிறார்கள். என்னால் எழுதப்பட்ட இந்தப் பாடல்களிலுள்ள வரிகளும் கருத்துகளும் சம்பந்தப்பட்ட இயக்குநர்களால் தேர்வு செய்யப்பட்டவை. இதிலுள்ள சிறப்புகள் அனைத்தும் அவர்களின் ரசனை மட்டத்தால் விளைந்தவை. நேர்த்தியும் வெற்றியும்கூட அவர்கள் நம்பிக்கையால் கிடைத்ததுதான். குறைகளும் அவர்களால்தான் என்று சொல்லித் தப்பித்துக் கொள்ள மாட்டேன்.

ஓர் எழுத்து ஊழியனாக எனக்கிடப்பட்ட பணியை என்னால் முடிந்த அளவுக்குச் செய்திருக்கிறேன். காலம், சூழல், இசை, கதை இவற்றைக் கடந்தும் சில பதிவுகளைச் செய்திருக்கிறேன். அடுத்தடுத்த பாடல் தொகுப்புகளில் இன்னும் செறிவான பாடல்கள் வெளிப்படும் என நம்பலாம்.

திரையிசை குறித்துத் தொடர்ந்து எழுதிவரும் ஷாஜி போன்றோர் திரைப்பாடலின் ஆதார சுருதியாக விளங்கும் பாடல்வரிகளைப் பற்றி எங்கேயும் குறிப்பிடுவதில்லை. பாடல்வரிகள் இசையின் தன்மையைக் கெடுத்துவிடு வதாகக்கூட குறைபட்டுக்கொள்கிறார்கள். உண்மை அதுவே ஆயினும், ஒரு துறை சார்ந்த பங்களிப்பாளர்களை முற்றாக நிராகரிப்பது ஏற்புடையதல்ல.

தமிழ்த் திரையிசை தமிழர்களின் வாழ்வில் பெரும் ஆதிக்கத்தைச் செலுத்தி வருகிறது. காணுமிடமெல்லாம் பாடல்கள் கேட்கப்படுகின்றன. கைப்பேசியில் அழைப்பு மணியாகத் திரைப்பாடலை வைத்திருக்கவே பலரும் விரும்புகிறார்கள். வீட்டில், பொதுவெளியில், வேலைத் தளத்தில் என எங்கேயும் பாடல்களே நிறைந்திருக்கின்றன. உடல் மற்றும் மனச் சோர்விற்கான உடனடி மருந்தாகவும் பாடல்களே இருந்துவருகின்றன. ரசக் குறைவானவை திரைப்பாடல்கள் எனத் திரும்பத் திரும்பச் சொல்லப்பட்டு வந்தாலும் திரைப்பாடல்கள் கட்டுக்கடங்காத வெள்ளமாகப் பாய்ந்த வண்ணமிருக்கின்றன.

வருடத்திற்கு நூற்றி ஐம்பது திரைப்படங்கள் வெளி வருகின்றன. ஒரு படத்தில் ஐந்து பாடல். ஆக, சராசரி தொள் ளாயிரம் பாடல்கள் ஒரு வருடத்தில் வெளிவருகின்றன. பண்பலையிலும் இணையத்திலும் இப்பாடல்கள் இலவசமாக இசைக்கப்படுகின்றன. இதில், எத்தனை பாடல் தரமானவை தரமில்லாதவை என ரசிகர்களே தீர்மானிக்கிறார்கள். எழுதியவர் பெரிய பாடலாசிரியரா தேசிய விருது பெற்றவரா என்றெல்லாம் அவர்கள் பார்ப்பதில்லை. இலக்கணம் வார்ந்திருக்கிறதா வழுவி இருக்கிறதா என்றெல்லாம் கவனிப்பதில்லை. தங்களுக்கு விருப்பமான பாடலைத் திரும்பத் திரும்பக் கேட்கிறார்கள். விரும்பமில்லாதவற்றை எந்தத் தடையும் இல்லாமல் கடந்துபோகிறார்கள். அவர் களுக்கு எது பிடிக்கும்? எது பிடிக்காது? என்பதை அவர்களே முன்மொழியவும் வழிமொழியவும் செய்கிறார்கள். என் பாடல்களில் எத்தனையை ஏற்றார்கள் எத்தனையைக் கடந்து போனார்கள் என்பதை நானறியேன்.

எழுத்தை முழு நேரத் தொழிலாக வரித்துக்கொண்ட ஒருவன், தன் இருப்பையும் வாழ்வையும் தேடிக்கொள்ளப் பயன்பட்ட இப்பாடல்களில் சில காற்றில் கரைந்திருக்கலாம். சில கவனிக்கப்படாமல் போயிருக்கலாம். சில பணம் ஈட்டுவதற்காகச் செய்த பாசாங்காகப் பார்க்கப்பட்டிருக்கலாம். ஆனால், அவை அத்தனையிலும் ஓர் ஆன்மாவின் தவிப்பு அடங்கியிருக்கிறது. அப்பழுக்கு இல்லாமல் என் கடனை நான் அடைத்திருக்கிறேன். எல்லா விமர்சனங்களையும் எல்லாவிதமான நெருக்கடிகளையும் எதிர்கொண்டிருக்கிறேன் என்றாலும், இப்போது எந்தவித மனச்சோர்வும் எனக் கில்லை. இரண்டாவது பாடலுக்காக ஏங்கிக்கொண்டிருந்த என்னைத் தமிழ்த் திரையுலகம் ஆயிரம் பாடலை நெருங்க அனுமதித்திருக்கிறது.

கால ஓட்டத்திற்கு ஏற்ப தன்னை வடிவமைத்துக்கொண்ட இப்பாடல்களில் எங்கேனும் ஓர் உண்மை ஒளி தென்பட்டால் அதுவே நான். அரசியல் தெளிவற்ற ஆன்மிக வெளியற்ற ஒரு துயரமான காலத்தின் பதிவாக இப்பாடல்கள் அமைந்திருக்கின்றன. வறுமையிலிருந்து மீள எழுத்தை நம்பிய ஒருவனின் சமூக சாட்சியாக இப்பாடல்கள் பார்க்கப் படவேண்டும் என்பதே என்னுடைய அவா. ஒரேயொரு வேண்டுகோளை மட்டுமே இத்தருணத்தில் உங்களிடம் வைக்கிறேன். நம்புங்கள். என்றேனும் ஒருநாள், ஒரு நல்ல பாடலை உங்களுக்காக நானும் எழுதுவேன்.

நிறைய பிரியமுடன்,
யுகபாரதி
22.09.2016

yugabhaarathi@gmail.com
98411 57958

001

காதலுக்குக் கண்ணில்லை என்பார்கள். ஆனால், இதுவோ கண்ணில்லாதவர்கள் பார்த்துக்கொள்ளும் காதல். முதல் பார்வையிலேயே அவனுக்கு அவள்மீது காதல் வந்துவிட்டதாகச் சொல்வதற்கில்லை. கதைப்படி அவனுக்கும் அவளுக்கும் கண்பார்வை இல்லை. முதல் தொடுதலில் காதல் முளைவிட தன்னைத் தானே ரசிக்கத் தொடங்குகிறான் அவன். அவளுக்கும் கண்பார்வை இல்லை என்பது விதியின் விளையாட்டல்ல. காதலின் பொருத்தம். இசையால் இதயங்களைத் தொட்ட இளையராஜாவைப் போல் தன்னை அவள் தொட்டுவிட்டாள் என்கிறான். உவமை புதிது. உணர்வுகளின் உக்கிரத்தில் அவன் உதடுகள் முணுமுணுக்கத் தொடங்குகின்றன.

●

ஒத்த நொடியிலதான் எனக்கு
சித்தங் கலங்கிருச்சே
மொத்த ஒலகமுமே அடடா
சுத்த மறந்திருச்சே

நெத்தி நடுவுல லங்கரு சுத்துது
நெஞ்சுக் குழியில கெவுளி கத்துது

தீக்கங்குல பால்சட்டிய
போல் பொங்குறனே

ஏ பொட்டப்புள்ள தொட்டதுமே
கொட்டம் அடங்கிருச்சே – ஒரு
கன்னுக்குட்டி புல்லக் கண்டு
துள்ளிக் குதிச்சிருச்சே

●

எத்தனையோ மெட்டுகளில்
இளைய ராஜா – எனைத்
தொட்டதுபோல் தொட்டுவிட்டாள்
அழகு ரோஜா

பெத்தவளும் கட்டுகிற
புடவை வாசம் – அதை
ஒத்ததுதான் பெண்ணவளின்
புதிய நேசம்

நட்டுவச்சா அந்தப் புள்ள
குண்டு மல்லி நெஞ்சுக்குள்ள
வேற சொல்லு இல்ல நானும்
சொல்ல

●

சொற்களிலே வித்தகராம்
கண்ணதாசன் – அவள்
தொட்டதனால் ஆகிவிட்டேன்
வண்ணதாசன்

முக்கனியில் சக்கரையாம்
அவளின் பேச்சு – அது
உள்ளத்திலே செய்திடுதே
கொடுங்கோல் ஆட்சி

இப்படி நா இன்னும் சொல்ல
சிந்தனையும் ஓடவில்ல
யாவும் அந்தப் புள்ள செஞ்ச
லீல

குக்கூ
ராஜுமுருகன்
இசை: சந்தோஷ் நாராயணன்
குரல்: ஷான்ரோல்டன்
சிறந்த பாடலாசிரியர்: நார்வே தமிழ்த் திரைப்பட விருது
2014

□

002

இரண்டு இதயமும் காதல் என்னும் ஒற்றைப் புள்ளியில் வந்து சேர்கையில் இன்பத்திற்கு அளவேது. மின்சார ரயிலும் குயிலாவதை, மின்னல் ஓசையும் காதில் கேட்பதை அதிசயம் என்பதா உன்மத்தம் என்பதா... காதலிப்பவர்க்கே தெரியும், அன்பின் பாதையும் ஆன்மாவின் வாதையும்.

●

பெண்: மனசுல சூறக் காத்தே
அடிக்குது காதல் பூத்தே

ஆண்: நிலவே சோறூட்டுதே
கனவே தாலாட்டுதே

மின்னல் ஓசையும்
காதிலே கேக்குதே
உந்தன் வாசனை
வானவில் காட்டுதே

●

ஆண்: வாவென்று சொல்லும்முன்னே
வருகின்ற ஞாபகம்
கண்ணே உன் சொல்லில் கண்டேன்
அறியாத தாய்முகம்

பெண்: ரகசிய யோசனை
கொடுக்குதே ரோதனை

ஆண்: சொல்லாத ஆசை என்னை
சுடச்சுட காய்ச்சுதே
பொல்லாத நெஞ்சில் வந்து
புது ஒளி பாய்ச்சுதே

ஆண்: கண்ணிலே இல்லையே
காதலும்
நெஞ்சமே காதலின்
தாயகம்

●

ஆண்: ஆனந்தம் பெண்ணாய் வந்தே
அழகாகப் பேசுதே
மின்சார ரயிலும் வண்ணக்
குயில்போலக் கூவுதே

பெண்: கைதொடும் போதிலே
கலங்கவும் தோணுதே

அன்பே உன் அன்பில் வீசும்
கருவறை வாசனை
எப்போதும் என்னில் வீச
மிதந்திடும் பாவனை

ஆண்: மூங்கிலே ராகமாய்
மாறுதே
மூச்சிலே வானொலி
பாடுதே

குக்கூ
ராஜுமுருகன்
இசை: சந்தோஷ் நாராயணன்
குரல்: திவ்யா ரமணி, ஆர்.ஆர்
சிறந்த பாடலாசிரியர்: விகடன் விருது
2014
□

003

கண்களை மூடி உலகைக் கவனிக்கையில் மெல்லிய சப்தங்களும் மிதந்து வருவதை உற்றுணரலாம். ஆனால், இவளோ கண் ஒளி இல்லாமல் காதலின் ஒளியில் கார்த்திகை தீபங்களை ஏற்றி வைக்கிறாள். இப்பாடலைப் பாடிய வைக்கம் விஜயலஷ்மி இயற்கையிலேயே கண்பார்வை இல்லாதவர் என்பதால் இப்பாடலில் சொல்லப்பட்டவை உண்மையின் ஊற்றுக் கண்ணாகின.

●

கோடையில மழ போல
என்னுயிரே நீயிருக்க
வாடையிலும் அனலாக
வருவேன் ஓங்கூட

காலை இளங் கதிராக
கண்ணருகே நீயிருக்க
மாலைவரும் நிலவாகி
தொடுவேன் காத்தோட

போன சென்மத்தில
செஞ்ச தவம் இதுவோ
இன்னும் கோடி சென்மம்
கூட வரும் உறவோ

●

காரியம் நூறு செய்து – மண்ணில்
வாழ்வது பெரிது இல்லை – உந்தன்
காலடித் தடம் அறிந்து, செல்லும்
பாதைகள் முடிவதில்லை

ஆலயம் தேடிச் சென்று – செய்யும்
பூசைகள் தேவை இல்லை – உந்தன்
கைவிரல் தொடும் பொழுது, துன்பம்
தொலைவிலும் வருவதில்லை

உருவெது வடிவெதுவோ - கொண்ட
உறவுகள் உணர்ந்து தொட
இருளெது ஒளியெதுவோ - ரெண்டு
இருதயம் கலந்துவிட

●

மாறிடும் யாவும் என்று - சொல்லும்
வார்த்தையில் நிசமுமில்லை - உண்மைக்
காதலைப் பொறுத்த மட்டில், எந்த
மாற்றமும் நிகழ்வதில்லை

ஆசைகள் தீரும் மட்டும் - கொள்ளும்
அன்பினில் அழகு இல்லை - வெந்து
போகிற வேளையிலும், அன்புத்
தீ என்றும் அணைவதில்லை

குக்கூ
ராஜுமுருகன்
இசை: சந்தோஷ் நாராயணன்
குரல்: வைக்கம் விஜயலஷ்மி
2014
□

004

கண்களிலா இருக்கிறது காதல். இல்லவே இல்லை. நெஞ்சிலே என்பதுதான் கதையின் சாரம். அகத்தின் அழகை முகத்தில் பார்க்கலாம். அன்பின் அழகைப் பார்ப்பதற்கோ கண்களே தேவையில்லை. ஊரின் கண்களெல்லாம் படும்படி வாழப் பயணிக்கும் இவர்களைக் கைகோத்து வரவேற்கிறது காலம்.

●

பெண்: ஆகாசத்த நான் பாக்குறேன்
ஆறு கடல் நான் பாக்குறேன்

கண்ணால எதையும்
காணாத இவதான்
கண்ணீரப் பாத்தேனே – இனி

என்னோட அழக
பொன்னான ஒலக
ஒன்னாலே பாப்பேனே

●

ஆண்: ஊரு கண்ணே படும்படி
ஒறவாடும் கனவே
தொடருதே

பெண்: நெனவாகும் கனவே
அருகிலே
ஒன தூக்கிச் சொமப்பேன்
கருவிலே

ஆண்: மடிவாசம் போதும்
ஒறங்கவே
நீதானே சாகா
வரங்களே

பெண்: தமிழே தமிழே
வருவேனே ஓங்கரமா

ஆண்: கொடியே கொடியே
அமுதேனே ஆனந்தமா

•

பெண்: காம்பத் தேடும் கொழந்தையா
ஒன்னத் தேடும் உசுரு
பசியில

ஆண்: கோடி பேரில் ஒன்ன மட்டும்
அறிவேனே தொடுகிற
மொழியிலே

பெண்: பேரன்பு போல
ஏதுமில்ல
நீ போதும் நானும்
ஏழயில்ல

அழகா அழகா
குயிலாவேன் ஓந்தோளில்

ஆண்: அழகி அழகி
இதுபோதும் வாழ்நாளில்

குக்கூ
ராஜுமுருகன்
இசை: சந்தோஷ் நாராயணன்
குரல்: பிரதீப்குமார், கல்யாணிநாயர்
சிறந்த பாடலாசிரியர்: சிகா விருது
2014

□

005

காதலித்தவள் ஏமாற்றிவிடுகிறாள். கண்ணீரோடு அவள் திருமணத்தில் கலந்துகொள்ளும் காதலன், ஒட்டுமொத்த காதல் தோல்விக்கும் ஒத்தடம் கொடுக்கிறான். கொஞ்சம் கூடுதலான பிரயோகங்கள். என்றாலும், எதார்த்தம் இப்படியில்லை என்பதுதான் நிதர்சனம்.

●

காதல் கண்மணியே
கல்யாணமா கல்யாணம்
காதலிப் பெண்ணுக்கு கல்யாணம்

ஒண்ணா சிரிச்சி மெய்யா பழகி
கண்ணால் பேசி காத்துக் கெடந்து
ஒருவர் மடியில் ஒருவர் சரிந்து
உறங்கிடாமல் கனவும் கண்டு

கடைசி வரைக்கும் வருவதாக
கதையும் விட்டாளே – இன்று
அதனை எல்லாம் மறந்துவிட்டு
பறந்தும்விட்டாளே

கல்யாணமா கல்யாணம்
காதல் கண்மணிக்கு கல்யாணம்
காதலிப் பெண்ணுக்கு கல்யாணம்

●

கூரச்சேல மடிச்சி கட்டி
குங்குமப்பொட்ட நெத்தியில் வச்சி
மணவறையில் அவ இருப்பா
மகாராணியா – அவள
காதலிச்சவன் கலங்கி நிப்பா
அப்புராணியா

கெட்டி மேளம் காது பொளக்க
நாதஸ்வரம் ஓங்கி ஒலிக்க
கச்சேரிய ரசிச்சிருப்பா

யுகபாரதி ● 35

ஊரு முன்னால - அவள
காதலிச்சவன் கதறிடுவான்
ஓச இல்லாம

●

சாதி சனத்த வணங்கிக்கிட்டு
சட்டுனு சட்டுனு சிரிச்சிக்கிட்டு
பரிசுப் பொருள வாங்கி வப்பா
ரொம்ப ஆசயா - அவள
காதலிச்சவன் கசங்கி நிப்பா
சந்நியாசியா

வக வகயா சமச்சி வச்சி
வாழ எலயில் பந்தியும் இட்டு
புருஷனுக்கு ஊட்டிடுவா
போட்டோ புடிக்கத்தான் - அவள
காதலிச்சவன் மனசுக்குள்ள
குண்டு வெடிக்கத்தான்

மங்களத் தாலி கழுத்திலாட
மந்திர வார்த்த அய்யரும் ஓத
காரில் ஏறிப் போயிடுவா
புகுந்த வீட்டுக்கு - அவள
காதலிச்சவன் வந்திடுவானே
நடு ரோட்டுக்கு

●

குக்கூ
ராஜுமுருகன்
இசை: சந்தோஷ் நாராயணன்
குரல்: அந்தோணிதாசன்
2014

□

006

ஆனந்தத்தை வார்த்தையில் எப்படி விவரிப்பது? சரி என்று அவள் சம்மதம் சொன்ன அந்த கணத்தில் அத்தனை நரம்புகளும் அபிநயிக்கத் தொடங்குகின்றன. முன்னேயும் பின்னேயும் துள்ளிக் குதிக்கும் மனதிற்கு நிலைகொள்ளா பரவசம். எளிய சொற்களில் எழுதப்பட்ட சௌந்தர்ய லகரி.

●

அய்யய்யயோ ஆனந்தமே
நெஞ்சுக்குள்ளே ஆரம்பமே

நூறுகோடி வானவில்
மாறி மாறி சேருதே
காதல் போடும் தூறலில்
தேகம் மூழ்கிப் போகுதே

ஏதோ ஒரு ஆச
வா வா கத பேச

●

உன்னை முதல்முறை
கண்ட நொடியினில்
தண்ணிக்குள்ள விழுந்தேன்

அன்று விழுந்தவன்
இன்னும் எழும்பல
மெல்ல மெல்ல கரைந்தேன்

கரைசேர நீயும்
கையில் ஏந்த வா

உயிர்க் காதலோடு
நாளும் நீந்த வா

கண்களில் கண்டது
பாதி - வரும்
கற்பனை தந்தது
மீதி - தொடுதே
சுடுதே மனதே
●

கண்கள் இருப்பது
உன்னை ரசித்திட
என்று சொல்லப் பிறந்தேன்

கைகள் இருப்பது
தொட்டு அணைத்திட
அள்ளிக்கொள்ளத் துணிந்தேன்

எதற்காகக் கால்கள்
கேள்வி கேட்கிறேன்

துணை சேர்ந்து போக
தேதி பார்க்கிறேன்

நெற்றியில் குங்குமம்
சூட - இள
நெஞ்சினில் இன்பமும்
கூட - மெதுவா
வரவா தரவா
●

குமகி
பிரபுசாலமன்
இசை: டி.இமான்
குரல்: ஹரிச்சரண்
2012
□

007

உன்னிலும் ஒரு நல்லவன் இல்லவே இல்லை என்ற எண்ணம் அவளுக்குள் முகிழ்க்க... மூடி வைத்திருந்த வார்த்தை விதைகள் முளைவிடுகின்றன. சொல்ல நினைப்பதை எல்லாம் சொல்லி முடிக்க எத்தனிக்கிறாள். ஆனாலும், முடியவில்லை. ஆனந்தம் குறையவில்லை.

•

அய்யய்யயோ ஆனந்தமே
நெஞ்சுக்குள்ளே ஆரம்பமே

நூறுகோடி வானவில்
மாறி மாறி சேருதே
காதல் போடும் தூறலில்
தேகம் மூழ்கிப் போகுதே

ஏதோ ஒரு ஆச
வா வா கத பேச

•

சொல்ல நினைப்பதை
சொல்லி முடித்திட
இல்லை இல்லை துணிச்சல்

நெஞ்சில் இருப்பதை
கண்கள் உரைப்பது
ரொம்ப ரொம்ப குறைச்சல்

ஒரு கேணி போல
ஆச ஊறுதே

மருதாணி போல
தேகம் மாறுதே

பக்கத்தில் வந்தது
பாசம் – இனி
வெட்கங்கள் என்பது
வேசம் – உயிரே
உறவே உனதே

•

ஜென்மம் முழுவதும்
உந்தன் விழிகளில்
தங்கிக்கொள்ள வரவா

உன்னைவிட ஒரு
நல்ல மனிதனைக்
கண்டதில்லை தலைவா

கடிவாளம் ஏது
காதல் ஓடவே

கிடையாது தோல்வி
நாமும் சேரவே

முன்னுக்கு வந்தது
மோகம் – சில
முத்தங்கள் தந்திடு
போதும் – உடனே
வருமே சுகமே

கும்கி
பிரபுசாலமன்
இசை: டி.இமான்
குரல்: அதிதிபால்
2012
◻

008

யானையை வைத்துப் பிழைப்பை ஓட்டும் மாமனும் மருமகனும் அந்த யானையைத் தன் குடும்பத்தில் ஒருத்தராகக் கருதுகிறார்கள். தங்கள் வாழ்க்கையின் நம்பிக்கையே அந்த யானையின் தும்பிக்கைதான் என்பதும் தங்களிடம் உள்ளது யானை பலம் என்பதும் இயற்கையாக வந்துவிழுந்தது. கதையை உள்வாங்கிக் கொண்டு எழுதினால் பாடலை நாம் எழுத வேண்டியதில்லை. அப்பாடல் தன்னைத் தானே எழுதிக்கொள்ளும்.

●

எல்லா ஊரும் எங்களுக்கு
சொந்த ஊருங்க
யானையோடு சேத்து நாங்க
நாலு பேருங்க

நம்பிக்கைய நம்பி உங்க
வாழ்க்க போகுது
தும்பிக்கைய நம்பி எங்க
காலம் ஓடுது

நின்ன இடத்துல சோறு
நீட்டிப் படுக்கையில் தூக்கம்
என்ன எது நடந்தாலும்
சிரிப்போமே

கண்ணு முழிச்சதும் வேல
கைய விரிச்சதும் கூலி
அள்ளிக் கொடுப்பது நீங்க
மதிப்போமே

●

வீதியெல்லாம் சுத்தி வித்த
காட்டுறோமுங்க
வேலியில்லாக் காற்றப் போல
வாழுறோமுங்க

யானை பலம் வேணுமுன்னு
சொன்னதாருங்க?
எங்க பலம் யானையின்னு
சொல்லுவோமுங்க

முங்கிக் குளிச்சிட ஆறு
முட்டி நடந்திட ரோடு
லுங்கி மடிப்புல பீடி
ஒளிப்போமே

நல்ல துணி கிடையாது
தங்க இடம் கிடையாது
உங்க ரசிப்புல நாங்க
பொழப்போமே

கும்கி
பிரபுசாலமன்
இசை: டி. இமான்
குரல்: டி. இமான், பென்னி தயாள்
2012

009

ஒரு சொல் ஒருவனை என்ன பாடுபடுத்தும். அதுவும் சொல்ல வேண்டிய அவளே தாமாகச் சொல்லிவிட்டபின். நேரடித் தன்மையில் உவமைகளை விட்டுவிட்டு சொல்லை சொல் என்னும் வார்த்தை மட்டுமே வைத்துக்கொண்டு எழுதிய பாடல். அந்த ஆண்டின் அத்தனை திரைவிருதுகளையும் எனக்கு அள்ளிக்கொடுத்த இப்பாடலுக்குப் பின் என்னுடைய முகவரியே மாறியது. அந்த வார்த்தைகள் வாங்கிக்கொடுத்த வீட்டில்தான் இப்போது இருக்கிறேன்.

●

ஆண்: சொல்லிட்டாளே அவ காதல
சொல்லும் போதே சொகம் தாளல

இது போல் ஒரு வார்த்தைய
யாரிடமும் நெஞ்சு கேக்கல
இனி வேறொரு வார்த்தைய
கேட்டிடவும் எண்ணிப் பாக்கல

அவ சொன்ன சொல்லே போதும்
அதுக்கீடே இல்ல ஏதும் ஏதும்

பெண்: சொல்லிட்டாளே இவ காதல
சொல்லும் போதே சொகம் தாளல

இது போல் ஒரு வார்த்தைய
யாரிடமும் சொல்லத் தோணல
இனி வேறொரு வார்த்தைய
பேசிடவும் எண்ணம் கூடல

உனதன்பே ஒன்றே போதும்
அதுக்கீடே இல்ல ஏதும் ஏதும்

●

ஆண்: அம்மையவள் சொன்ன சொல் கேக்கல
அப்பனவன் சொன்ன சொல் கேக்கல

உன்னுடைய சொல்ல கேட்டேன்
ரெண்டு பேர ஒண்ணா பாத்தேன்

பெண்: மனசயும் தொறந்து சொன்னா
எல்லாமே கிடைக்குது உலகத்துல
வருவத எடுத்து சொன்னா
சந்தோஷம் முளைக்குது இதயத்துல

ஆண்: அட சொன்ன சொல்லே போதும்
அதுக்கீடே இல்ல ஏதும் ஏதும்

●

பெண்: எத்தனையோ சொல்லு சொல்லாமலே
உள்ளத்திலே உண்டு என்பார்களே

சொல்லுறதில் பாதி இன்பம்
சொன்ன பின்னே ஏது துன்பம்?

ஆண்: உதட்டுல இருந்து சொன்னா
தன்னால மறந்திடும் நிமிசத்துல
இதயத்தில் இருந்து சொன்னா
போகாம நெலச்சிடும் உதிரத்துல

அவ சொன்ன சொல்லே போதும்
அதுக்கீடே இல்ல ஏதும் ஏதும்...

கும்கி
பிரபுசாலமன்
இசை: டி.இமான்
குரல்: ஷ்ரேயாகோஷல், ரஞ்சித்
சிறந்த பாடலாசிரியர்: ஃபிலிம் ஃபேர் விருது
2012
□

010

விடலை வயதுக்கு விளக்கம் தேவையில்லை. தெரிந்த பெண்களெல்லாம் தேவதைகளாகத் தெரிவார்கள். இவனுக்கோ வரமே தேவதையாகத் தெரிகிறது. தனக்குள் என்ன நிகழ்கிறது என்றே தெரியாமல் உண்டான பதற்றத்தையும் கொண்டாடிக் களிக்கிறான். விழியில் படம். மனதில் இடம். வேறென்ன வேண்டும் விரும்புவதற்கு?

●

ஒண்ணும் புரியல
சொல்லத் தெரியல கண்ணு முழியில
கண்ட அழகுல ஆச கூடுதே

உச்சந்தலையில
உள்ள நரம்புல பத்து விரலுல
தொட்ட நொடியில சூடு ஏறுதே

நெத்திப் பொட்டு தெறிக்கிது
விட்டு விட்டு றெக்க முளைக்கிது
நெஞ்சுக்குழி அடைக்கிது மானே

மனம் தத்தித் தாவியே
தறிகெட்டு ஓடுது
உயிர் ஒன்ன சேரவே
ஒரு திட்டம் போடுது

●

அலையிற பேயா அவளது பார்வ
என்னத் தாக்குது – வந்து
என்னத் தாக்குது

பரவுற நோயா அவளது வாசம்
என்ன வாட்டுது – நின்னு
என்ன வாட்டுது

அவளது திருமேனி
வெறி கூட்டுது
அவளிடம் அடிவாங்க
வழி காட்டுது

அவ என்ன பேசுவா
அத எண்ணத் தோணுது
அவ எங்க தூங்குவா
அத கண்ணு தேடுது

●

கதிரருவாளா மனசையும் கீறி
துண்டு போடுறா – என்ன
துண்டு போடுறா

கலவர ஊரா அவ உருமாறி
குண்டு போடுறா – செல்ல
குண்டு போடுறா

விழியில பலநூறு
படங் காட்டுறா
அறுபது நெலவாக
ஒளி கூட்டுறா

அவ கிட்ட வந்ததும்
தல சுத்தி ஆடுது
அவ எட்டிப் போனதும்
அட புத்தி மாறுது

கும்கி
பிரபுசாலமன்
இசை: டி.இமான்
குரல்: டி.இமான்
2012

011

சொல்லிய காதலைவிட சொல்லாத காதலுக்கே ஆயுள் அதிகம். ஆனாலும், சொல்லித்தான் ஆகவேண்டும் காதலை. சொல்லாமல் போனால் தன்னுடைய காதல் இல்லாமல் போய்விடுமோ என்று ஏங்குகிறான் இவன். தன்னை உயிர்வரை கவர்ந்தவளுக்காக உள்ளவரை வாழ்வதாகச் சொல்கிறான். உண்டென்று சொல்வாளா இல்லையென்று செல்வாளா?

●

நீ எப்ப புள்ள
சொல்ல போற?
தப் பென்ன செஞ்சேன்
தள்ளி போற?

நீ வெறும் வாய மெள்ளாம
ஒரு வார்த்த சொல்லு – சொல்ல
பதிலேதும் இல்லேன்னா
அடியோடு கொல்லு

●

பக்குவமா சோறாக்கி
பட்டினிய நீ போக்கி
பெத்தவள கண் முன்னே
கொண்டு வந்த நேத்து

என்னாச்சு அந்தப் பாசம்?
எதிலேயும் இல்ல வேசம்
எம்மேலே என்ன பூவே
ரோசம்?

முள்ளாச்சே முல்ல வாசம்
வச்சேனே அல்லி நேசம்
வேறென்ன செஞ்சேன்
மோசம்? மோசம்?

வெள்ளிநிலா வானோட
வெத்தலையும் வாயோட
என்னிதயம் ஒன்னோட
என்று இருந்தேனே

அம்மாடி என்ன சொல்ல
அன்பால வந்த தொல்ல
ஒம்மேல தப்பே இல்ல இல்ல

என்னோட கண்ணுக்குள்ள
கண்ணீரும் சிந்த இல்ல
செத்தேனே இப்ப மெல்ல மெல்ல

கும்கி
பிரபுசாலமன்
இசை: டி. இமான்
குரல்: அல்போன்ஸ் ஜோசப்
2012

012

திரைப்படத்தின் உச்சக்காட்சியில் அதுவரை பார்த்த அத்தனை சம்பவங்களையும் ஒருசேர பிரதிபலிப்பதைப் போல் ஒரு பாடல் வேண்டும் என இயக்குநர் பிரியப்பட்டார். கோமாளி யானையை கும்கி யானையென்று பொய் சொல்லி ஊரை ஏமாற்றிய காதலன், தன் தவறுகளை எல்லாம் உணர்ந்து காதலையும் ஊரையும் விட்டு வெளியேறும் தருவாயில் இப்பாடல் வருகிறது என்றார். ஊருக்காக உறவுக்காக காதலைப் பிரிவது குற்றமல்ல என இருவருமே கருதுகிறார்கள். அதற்கேற்ப எழுதித்தாருங்கள் என்றார். நாம மாண்டு போனாலும் தூக்கித் தீ வைக்க உறவு வேண்டும் என்றதும் இந்த ஒற்றை வரி போதும் மொத்தக் கதையையும் ஞாயப்படுத்த என்றார். சொன்னது மட்டுமல்ல, திரையிலும் சாதித்து அத்தனை திசைகளையும் ஆமாம் போட வைத்தார்.

●

கையளவு நெஞ்சத்தில
கடலளவு ஆச மச்சான்
அளவு ஏதும் இல்ல
அதுதான் காதல் மச்சான்

நாம ஜோரா மண் மேல
சேரா விட்டாலும்
நினைப்பே போதும் மச்சான்

●

வானளவு விட்டத்தில
வரப்பளவு தூரம் மச்சான்
அளவு தேவையில்ல
அதுதான் பாசம் மச்சான்

நாம வேண்டிக் கொண்டாலும்
வேண்டா விட்டாலும்
சாமி கேட்கும் மச்சான்

- ஏடளவு எண்ணத்துல
எழுத்தளவு சிக்கல் மச்சான்
அளவுகோலே இல்ல
அதுதான் ஊரு மச்சான்

நாம நாலு பேருக்கு
நன்ம செஞ்சாலே
அதுவே போதும் மச்சான்

- நாடளவு கஷ்டத்துல
நகத்தளவு இஷ்டம் மச்சான்
அளவுகோலே இல்ல
அதுதான் நேசம் மச்சான்

நாம மாண்டு போனாலும்
தூக்கி தீ வைக்க
உறவு வேணும் மச்சான்

கும்கி
பிரபுசாலமன்
இசை: டி..இமான்
குரல்: மகிழினி மணிமாறன்.
2012
◻

013

அவள் பூப்பெய்துகிறாள். அதுவரை இருந்த அவள், அதுவரை தெரிந்த அவள் முற்றிலும் வேறாகத் தெரிகிறாள். உடலிலும் உள்ளத்திலும் உண்டான மாற்றங்களை உணர்ந்துகொள்ளும் அவன் தன்னையே வியந்தும் தத்தளிக்கிறான். வண்டி மையை வாங்கி தீட்டிக்கொள்கிறான் மீசையை. வயதுக்கு வந்தது உடலோ மனசோ அல்ல, காதல் என்பதுதான் கதைச் சூழல்.

●

மைனா மைனா நெஞ்சுக்குள்ள
தொல்ல பண்ணுற
மைனா மைனா என்ன சொல்ல?
என்னக் கொல்லுற

சொல்லு புள்ள என்ன ஆச்சு
சொல்லாமலே மறைக்காத
நெஞ்சுமேல கைய வெச்சு
கண்ணால நீ சிரிக்காத

என்ன மறந்தே
தள்ளி இருந்திடத் துணிஞ்சது
சரியா சரியா

எனக்கேதும்
புரியவே இல்ல
பதில்பேச வருவியா?

அடையாளம்
தெரியவே இல்ல
புதுசாநீ பொறந்தியா?

●

சிம்மினிக்கு
மண்ணெண்ணெயப் போல
சித்திரைக்கு
உச்சிவெய்யில் போல

நீயோ எனக்காக
உயிர்வாழ்வேன் உனக்காக

சக்கரத்தப் போல
சுத்திவரும் ஆச
கண்ணு மைய வாங்கி
தீட்டிக்கிறேன் மீச

அடியே நீ மணல
திரிச்ச கயிறா
கொடியே நீ உசுர
கடைஞ்ச தயிரா

●

கட்டவண்டி
செல்லும் வழி தேட
உண்டி வில்லு
ஜல்லிக்கல்ல தேட

நானோ ஒன தேடி
அலைஞ்சேனே மனம் வாடி

பள்ளிக்கூடம் போயும்
ஏறவில்ல பாடம்
பல்லாங்குழி ஆட
கூட இல்ல நீயும்

தொணையா நீ இருந்தா
ஜெயிப்பேன் ஊர
கனவா நீ கலைஞ்சா
நெனப்பேன் தீர

மைனா
பிரபுசாலமன்
இசை: டி..இமான்
குரல்: ஷான்
சிறந்த பாடலாசிரியர்: மிர்ச்சி விருது
2010
◻

014

அவளை அவன் ஆறுதல்படுத்துகிறான். நேர்ந்த விபத்திலிருந்து நிம்மதியை மீட்கிறான். எதிர்காலக் கனவுகளையும் ஆசைகளையும் பதியமிட்டுக்கொண்டே தொடர்கிறது இருவருடைய பயணமும். இசையும் பாடலும் இதய வலியைப் போக்கக்கூடிய ஆகச்சிறந்த மருந்துகளாகின்றன.

●

ஆண்: கையப் புடி கண்ணப் பாரு
உள் மூச்ச வாங்கு நெஞ்சோடு நீ
கொஞ்சம் சிரி எட்டு வைய்யி
தோள் சாய்ந்து தூங்கு இப்போது நீ

மெதுவா பாடு எதையாவது
பனிபோல் நீங்கும் சுமையானது
இனிமேலே

மனசோடு உள்ளத
பேசு என்னிடம் தீரும் பாரம்
விலகாத அன்புடன்
சேர்ந்திருக்கணும் நீயும் நானும்

பெண்: கையப் புடி கண்ணப் பாரு
உள் மூச்ச வாங்கு நெஞ்சோடு நீ

கொஞ்சம் சிரி எட்டு வைய்யி
தோள் சாய்ந்து தூங்கு இப்போது நீ

மெதுவா பாடு எதையாவது
பனிபோல் நீங்கும் சுமையானது
இனிமேலே

ஆண்: உன்னையன்றி வேறு
சுகம் எனக்கில்லையே
உள்ளமெங்கும் நீயே
வழித்துணை நன்மையே

•

பெண்: உன்ன நெனைக்கையில் பசி எடுக்கல
நடு நிசியிலும் விழி உறங்கல

ஆண்: விடியுற வரை ஏதும் புடிக்கல
விடுகதை இது விடை கிடைக்கல
ஏனோ?

பெண்: அடை மழையிலும் குளிரெடுக்கல
சுடும் வெயிலிலும் அனல் கொதிக்கல

ஆண்: ஒன மறந்திடும் வழி தெரியல
எதுவரை இது வரும் புரியல
ஏனோ?

ஆண்: கடல சேரும் நதியானது
உறவ சேரும் உயிரானது

பெண்: புவி மேலே.

இருவர்: சுற்றும் உலகினில் என்ன அதிசயம்
உன்னைவிட ஏதும் இல்ல ரகசியம்
தென்றல் அடிக்கடி என்ன தொடுகையில்
உந்தன் நினைவுகள் வந்து உரசுது
ஏனோ?

பெண்: எதுக்காக இப்படி
கூறுகெட்டது மனசு மனசு

ஆண்: அநியாயம் பண்ணிட
ஆசப்பட்டது வயசு வயசு

மைனா
பிரபுசாலமன்
இசை: டி.இமான்
குரல்: சாதனா சர்கம், நரேஷ்
2010

□

015

கிராமத்து விளையாட்டுகளை இன்றைய நவீன யுகம் நமக்கு அந்நியமாக்கிவிட்ட சூழலில் அத்தனை விளையாட்டுகளையும் எழுதக் கேட்டார் இயக்குநர். பட்டியலிட்டு ஒவ்வொன்றாக வரிசைப்படுத்தி பாடலாக்கினேன். நகரமயமாக்கலுக்குப் பின் நம்முடைய பிள்ளைகள் இழந்த குதூகலங்களைப் பிரதியெடுத் திருக்கிறேன்.

●

கிச்சுக்கிச்சு தாம்பாளம்
கிய்யா கிய்யா தாம்பாளம்
பச்ச மண்ணில் துள்ளிக்கிட்டுப்
பாடப் பாட ஒய்யாரம்

சில்லு தாயம் கோ கோ
கல்லாங்காய போட்டுக்கோ
பல்லாங்குழி நொண்டியாட்டம்
பாம்பு முட்ட தேடிக்கோ

லாக்கு குழி எரிக்குச்சி
ஆடுபுலி சொகமாச்சி
நுங்கு மட்ட வண்டியோட்ட
ஆலம் விழுது கயிறாச்சி

●

புழுதிக் காட்டு மண்ணுமேல
கிட்டிப்புல்லு அடிப்போமா?
குருவிபோட்ட முட்டயெடுத்து
காக்கா கூட்டில் பொதைப்போமா?

கூட்டாஞ்சோறு ஆக்கி
ஊருக்கெல்லாம் கொடுப்போமா?
டிக்கு டிக்கு ஆடி
சிப்பிங் கயிறு குதிப்போமா?

உப்புமூட்ட தூக்கிக்கிட்டே
உள்ளங்கால மடிப்போமா?

●

கருவக்காட்டுப் புதருக்குள்ள
காலுதேய நடப்போமா?
கருத்துப்போன ஓணா வாயில்
பொகயிலய திணிப்போமா?

கூழாங்கல்லப் பொறுக்கி
குமிச்சி குமிச்சி கலைப்போமா?
தாவாங் கட்ட நீவி
தவள புடிக்கத் துணிவோமா?

மாறி மாறி சீட்டக்கலச்சி
மங்காத்தாவில் ஜெயிப்போமா?

●

பட்டத்துக்கு மாஞ்சா தடவி
உச்சி வானக் கிழிப்போமா?
பாட்டிபோல வேசம் போட்டு
நங்கு நங்கு பலிப்போமா?

வேப்பங்காய அதக்கி
கோணிப் பையில் அடைப்போமா?
சூட்டுக்காயத் தேய்ச்சி
சுள்ளுன்னு வச்சி சிரிப்போமா?

கல்டாபெல்டு செஞ்சு நாம
கொடுக்காப் பள்ளி பறிப்போமா?

மைனா
பிரபுசாலமன்
இசை: டி. இமான்
குரல்: பேபிஹரிணி, சிவரஞ்சனி, ஸ்ரீமதி, ஆத்ரேயா, அரவிந்த், சோலார்சாய்
2010

□

016

தெம்மாங்குப் பாடலின் தொனியைத் திரைப்பாட்டுக்குள் கொண்டுவர எத்தனையோ பாடலாசிரியர்கள் உழைத்திருக்கிறார்கள். விரசம் ஒதுக்கி சரச வார்த்தைகளுக்கு சந்தம் கொடுத்த உழைப்பாளிகளை இந்த நேரத்தில் மெய்யன்போடு நினைக்கிறேன். பட்டிதொட்டியெல்லாம் போய்ச் சேர்ந்த இப்பாடல் எழுதி இசையமைக்கப்பட்டது.

●

ஆண்: ஏ ஜிங்கி ஜிங்கி ஜிமிக்கிபோட்டு
ஜிலுஜிலுக்குற ரவிக்கபோட்டு
எங்க நீயும் கௌம்பிப்போற
சொல்லு வேகமா – நானும்
தொணக்கி வரேன் பேசிக்கிட்டே
கண்ணே போவமா?

பெண்: ஜிங்கி ஜிங்கி ஜிமிக்கிபோட்டு
ஜிலுஜிலுக்கிற ரவிக்கபோட்டு
எங்க வேணா பொண்ணு போவேன்
சும்மா வெலகுங்க – நீங்க
எப்போதுமே தொணக்கி வேணாம்
எட்டி நகருங்க

ஆண்: நாடு ரொம்ப கெட்டுப்போச்சி
நல்லதெல்லாம் செத்துப்போச்சி
கூட வந்து இருக்கிறேனே
கட்டுக்காவலா – நீயும்
கூடாதேன்னு சொல்லாதேடி
குட்டி கோகிலா

●

ஆண்: ராயந்தூரு மூணு மைலு
நாங்குனேரி நூறு மைலு
சாயங்கால வேளையில
சேலை எதுக்கடி – சேவ
கூவும்போது உடுத்திக்கலாம்
கொஞ்சம் வெலக்கடி

யுகபாரதி ● 57

பெண்: சீராலூரு அஞ்சு மைலு
சிதம்பரமோ அம்பது மைலு
வேலூருல ஏற்கனவே
கம்பி எண்ணுன – அந்த
வெட்கக்கேட்ட மறந்துப்புட்டு
இப்போ துள்ளுன

●

ஆண்: செங்கிப்பட்டி ஒன்பது மைலு
சிங்கப்பூரு எத்தன மைலு
அத்தன ஊரும் சுத்திப்பார்த்த
ஆளு யாரடி – ஒன்ன
ஆராய்ஞ்சு நான் பார்க்கவேணும்
ஜோடி சேரடி

ஆண்: பூதலூரு ஏழு மைலு
பூண்டிக்கோயிலு நாலு மைலு
காதலோட உன்ன நானும்
கட்டிப்புடிக்கவா – இல்ல
காவி வேட்டி கட்டிக்கிட்டு
பட்ட அடிக்கவா ?

●

பெண்: கும்பகோணம் ஆறு மைலு
குளித்தலையோ நாலு மைலு
ஊருப்பூரா ஒதபட்டும் நீ
இன்னும் திருந்தல – உங்க
அப்பா அம்மா பார்த்து வச்ச
பொண்ணும் மதிக்கல

ஆண்: மாயவரம் எட்டு மைலு
மன்னார்குடி பத்து மைலு
எறைக்காத கேணியில
நீரு ஏதடி – என்ன
ஏத்துக்கிட்டு இஷ்டம்போல
தூரு வாரடி

மைனா
பிரபுசாலமன்
இசை: டி.இமான்
குரல்: கல்பனா,சோவார் சாய்
2010

□

017

என்னை எப்படியெல்லாம் நீ பார்க்கிறாய், என்னை எப்படியெல்லாம் நீ வைத்துக்கொள்வாய் என்று கேட்பது காதலிக்கும் பெண்களுக்குப் புதிதில்லை. வயதான பிறகும் இதே காதலோடு இருப்பாயா? என்கிறாள் அவள். வயதென்ன? வாழ்வே நீ என்றான பின், ஏன் கேட்கிறாய் இப்படியெல்லாம் என்கிறான் அவன். விவாதங்களில் காதல் வேறு தளத்திற்குச் செல்கிறது.

●

பெண்: அய்த்தானே
அய்த்தானே கூறு...
உன்னுள்ளே
உன்னுள்ளே யாரு?

ஆண்: கேக்காதே இதுபோலே
மானே மானே
நீயென்று சொல்வேனே
நானே நானே

சொல்லாமலே
போகாதே தூரம் தூரம்
சொன்னாலுமே
கேக்காதே காதல் பூதம்

பெண்: சரிதானே
இன்னும் இன்னும்
என்ன சொல்ல?

●

பெண்: எத்தனையோ அழகான
பெண்ணிலவு இருந்தாலும்
உன்னிதயம் நானாக
என்ன காரணம்?

ஆண்: கட்டழகில் உருவாகும்
காதல் வேறு
ஒன்னவிட மகராசி
ஊரில் யாரு

பெண்: தர நானும் பயந்தாலே
வந்து நீ முத்தம் கேட்பியா?

ஆண்: அடி போடீ முத்தம் இல்ல
மொத்தம் தேவ

●

பெண்: என்னுடைய நினைவாக
எப்பொழுதும் இருப்பாயா?
வந்து ஒன சேர்ந்தாலே
மாறிப் போவியா?

ஆண்: இங்கிதமே தெரியாத
பேச்ச மாத்து
உன்ன விட்டா கிடையாது
மூச்சுக் காத்து

பெண்: வயதாகி விடும்போது
என்ன நீ தள்ளிப் போவியா?

ஆண்: என் உயிர் நீயே
தள்ளிப் போனா செத்துப்
போவேன்

முதல் இடம்
குமரன்
இசை: டி.இமான்
குரல்: சின்மயி, டி.இமான்
2011

□

018

நையாண்டி தமிழுக்கு நாகரிகமில்லை என்பார்கள். ஆனாலும், அதையும் அழகுபடச் சொல்கிறாள் அவள். உன்னால் நானும் என்னால் நீயும் கண்டுகொண்டிருக்கிற இந்தக் கனாக்களுக்குக் காரணமே காதல் என்பதுதான் மையச் சரடு. காதலில் முத்தமா? முத்தத்துக்கு ஈடாகக் காதலா? கேட்டு முடியாத கேள்விகள். கிறுக்குத்தனமான பகிர்வுகள்.

●

ஆண்: நெலாவட்டம் நெத்தியில
நெஞ்சுக்குழி மத்தியில
ஒரே ஒரு முத்தம் வைய்யி
கோசல – அந்த
முத்தத்துக்கு ஈடா தாரேன்
காதல

பெண்: கெடாவெட்டிப் பொங்கையில
கேப்பகூழு கிண்டையில
ஒரே ஒரு முத்தம் வச்சா
போதல – அந்த
முத்தத்துக்கு ஈடே இல்ல
ஊருல

●

பெண்: கொல்லைய கூட்டப் பழகுனே
கூடத்தக் கூட்டப் பழகுனே
உங்கள கூட்டப் பழகலையே
முன்னாடி – நீங்க
தொல்லையக் கூட்ட வருவீகளோ?
பின்னாடி

ஆண்: வெத்தல மடிக்கப் பழகுனே
வேட்டிய மடிக்கப் பழகுனே
மறந்திடப் பழகலையே
முன்னாடி – நீ
பொடவ மடிக்கக் கௌம்புறீயே
என்னாடி – நீ

பொடவ மடிக்கக் கௌம்புறீயே
என்னாடி ?

பெண்: வெங்காயம் நறுக்கப் பழகுனே
வெள்ளரி நறுக்கப் பழகுனே
உங்கள நறுக்கப் பழகலையே
முன்னாடி – நீங்க
ஒறவு நறுக்க வருவதென்ன
அப்பாடி

ஆண்: கட்டிலு வாங்கப் பழகுனே
மெத்தைய வாங்கப் பழகுனே
ஒறங்கிடப் பழகலையே
முன்னாடி – நீ
உசுர வாங்கித் தொலைக்கிறியே
எம்மாடி – நீ
உசுர வாங்கித் தொலைக்கிறியே
எம்மாடி

தேசிங்குராஜா
எஸ்.எழில்
இசை: டி.இமான்
குரல்: உன்னி கிருஷ்ணன், ஹரிணி
2013

019

கறிவேப்பிலையும் தலை வாழையாவது காதலில் மட்டுந்தான். ஓரப் பார்வையில் உடைந்துவிட்ட அவன், உதட்டுச் சுழிப்புகளில் நிமிர நினைக்கிறான். உடல் வேர்வையால் உற்பத்தியாகும் காசில், சேலை வாங்கித் தர எண்ணும் அவனுடைய ஆசையின் ஆரம்பப் பாடல்.

●

ஒரு ஓர ஓர பார்வ
சரி என்ன எப்ப சேர்வ?
ஒன்னாலே ஏ தூக்கம்
போயிருச்சே

ஒரு ஓர ஓர பார்வ
சரி என்ன எப்ப சேர்வ?
தன்னால ஏ பேச்சும்
மாறிருச்சே

இறுமாப்புல என்ன பேசுற
களவாணியே
கருவேப்பல இல்ல காதலு
தலவாழையே

தட்டுக்கெட்டுப் போனேன் புள்ள
முத்தம் ஒண்ணு தாயேன்
கட்டிக்கிட்டுக் காதல் பண்ண
கம்மாக்கர வாயேன்

●

ஒன்னே ஒண்ணு
சொல்லட்டுமா பிடிவாதமா
என்ன மட்டும் கொல்லுறியே
அநியாயமா..

பசிக்காம கூட
போகுமான்னு நூறு யோசன
படுத்தாலும் கூட
பாதிராவில் தேடுறேன் ஒன

நெஞ்சுக்குள்ள ஒன்ன நாந்தான்
உப்புமூட்ட தூக்க வேணும்
கொஞ்சம் கூட நோகாமலே
மெத்த வேட்டையாடணும்

•

தப்புப் பண்ணி
உன்னிடமே அடி வாங்கணும்
அப்ப என்னத் தொட்டிட நீ
துளி ஏங்கணும்

உனக்காக நாளும்
ஓடியாடி வேல பாக்கணும்
உடல் வேர்வையால
சேர்த்த காசில் சேல வாங்கணும்

செப்பு செல போல ஒன்ன
மொத்தத்துல காக்க வேணும்
செத்துவிடச் சொன்னாலுமே
ஒனக்காக சாகணும்

தேசிங்குராஜா
எஸ்.எழில்
இசை: டி.இமான்
குரல்: பல்ராம்
2013

020

கோபப்படாதே என்பவளே கோபப்படுகிறாள். ஊடல் நாடகத்தை அரங்கேற்றும் அவளை உற்சாகப்படுத்துவதே அவனின் நோக்கம். உள்ளே வெறுப்பில்லாத அவளை அன்பினால் விமர்சிக்கிறான். பாசத்திற்கும் பாசாங்கிற்குமுள்ள மெல்லிய கோட்டைப் புன்னகையால் தாண்டுகிறான். திரையில் இடம்பெறாத இப்பாடலை வானொலியும் இணையமும் ஒலி பரப்பி, எல்லோரையும் கேட்கவைத்தன.

●

யாருமே கேட்கவே இல்ல
நாடகம் போடுற புள்ள
ஏன் ஒன்ன ஏமாத்துற?

காதலும் தீரவே இல்ல
ஆசையும் மாறவே இல்ல
ஆனாலும் ஏன் ஏய்க்கிற?

அடியே
அடியே அடிவாங்காதே
அருகே
வரவே அண போடாதே

ஆத்தாடி நீ என்ன
கூத்தாடி ஆக்காதடீ

●

என்ன நடந்திருச்சி?
சொல்லு அடம்புடிச்சி
ஒண்ணும் ஆகாது ஆகாதடி

தொட்டு தொடந்திருச்சி
சொந்தம் மலர்ந்திருச்சி
இப்பயாச்சும் நீ வாய் பேசடி

கோபங்கள் எல்லாம்
கூடாது என்று சிரிப்போடு
சொல்வாயே ராசாத்தி

ஆனாலும் என்மேல்
ஏனிந்த கோபம் அதநீயும்
விடவேணும் கைமாத்தி

உன் பாசாங்சில் நானின்று
லூசாகிப் போனேனடீ

●

எங்க சிரிச்சிருக்கேன்?
சும்மா நடிச்சிருக்கேன்
என்ன பாக்காம நீ போறியே

உள்ள தவிச்சிருக்கேன்
சுத்து எளச்சிருக்கேன்
இப்ப நான் கேக்குறேன் சாரியே

ஊதாரியாக
திரிஞ்சாலும் கூட
ஒழுங்கான ஆளானேன் உன்னால

பூசாரி நானே
கொலசாமி போல
உருவாக நீ நின்ன பின்னால

நீ தாயாகும் முன்னால
பேயாகக் கூடாதடீ

தேசிங்குராஜா
எஸ்.எழில்
இசை: டி.இமான்
குரல்: எஸ்.பி.பாலசுப்ரமணியம்
2013
□

021

உன்னை உணர்ந்த பிறகே என்னை நான் பெண்ணாக உணர்ந் தேன் என்கிறாள் அவள். தேக ஜன்னல் வழியே கண்ணடித்துப் பார்க்கிறது காமம். இடைவெளிகளே நெருக்கத்தைத் தீர்மானிக் கின்றன. நெருக்கமற்ற இடைவெளிகள் பிரயோசனமற்றவை என்னும் என்னுடைய பழைய கவிதை ஒன்றை நாசூக்காகப் பயன்படுத்தியிருக்கிறேன்.

●

அம்மாடி அம்மாடி
நெருங்கி ஒருதரம் பாக்கவா?
அய்யோடி அய்யோடி
மயங்கி மடியினில் பூக்கவா?

எம்மாடி எம்மாடி – நீ
தொடங்க தொலைந்திடவா?

இழந்ததை மீட்கவா?
இரவலும் கேட்கவா?

●

என்னை நான் பெண்ணாக
எப்பொழுதுமே உணரல
உன்னாலே பெண்ணானேன்
எப்படி எனத் தெரியல

விலகி இருந்திடக் கூடுமோ?
பழகும் வேளையிலே
விவரம் தெரிந்தபின் மூடினால்
தவறுதான் இதிலே

ஏனடா? இது ஏனடா?
கள்வனே பதில் கூறடா

சொல்லாமல் தொட்டாலும்
உன்னிடம் மனம் மயங்குதே
சொன்னாலும் கேட்காத
உன் குறும்புகள் பிடிக்குதே

அணிந்த உடைகளும் நாணமும்
விலகிப் போகிறதே
எதற்கு இடைவெளி என்றுதான்
இதயம் கேட்கிறதே

கூடுதே அனல் கூடுதே
தேகமே அதில் மூழ்குதே

தேசிங்குராஜா
எஸ்.எழில்
இசை: டி.இமான்
குரல்: ஸ்ரேயாகோஷல்
2013
□

022

சலவை செய்யாத சொற்கள். சமயத்திற்கு ஏற்ப மாறிக்கொள்ளும் மனதை சண்டைக்கு இழுப்பதுபோல் சமரசம் செய்கிறான் அவன். புழங்கிய சொற்றொடர்களால் புனைந்த இப்பாடல் காட்சியில் நானும் இசைத்தோழன் இமானும் தென்படுவோம் என்பது கூடுதல் செய்தி.

●

என்னடி என்னடி
இப்படிப் பாக்குற ஏதோ ஆகுது
உள்ளாற

என்னடி என்னடி
இப்படிப் பேசுற எப்போ வருவநீ
கைசேர

என்னடி என்னடி
இப்படிப் பண்ணுற
காதல சொல்லுற கண்ணால

என்னடி என்னடி
இப்படிக் காட்டுற
தாலியக் கட்டுற முன்னால

●

கொமரிப் புள்ளன்னு
நான் நெனச்சேன் – நீ
கொலைய அறுப்பதென்னாடி

அவரப் பிஞ்சின்னு
நா நெனச்சேன் – நீ
அலைய விடுவதென்னாடி

மாமேன் பொண்ணா
நா நெனச்சேன்
மறையிறியே என்னாடி

பாலுன்னுதான் நா நெனச்சேன்
திரியிறியே என்னாடி
காத்து கருப்புன்னு என்ன நெனச்சி நீ
ஊரையும் கூட்டுற என்னாடி

ஊத்து சொரக்குற
வேளையில நீயும்
உம்முன்னு நிக்கிற என்னாடி

●

சமைக்கச் சொல்லுற
ஆளு இல்ல - நீ
சமயம் பாக்குற என்னாடி

தொவைக்கச் சொல்லுற
ஆளு இல்ல - நீ
துருவிக் கேட்குற என்னாடி

வேல செய்ய நா இருக்கேன்
சொல்லு இன்னும் என்னாடி
கோயில் கொளம் போல ஒன்ன
சுத்தி வரேன் என்னாடி

ஆளான நீதானே
என்னோட தேவத
அப்பறம் வேற என்னாடி

ஆறேழு புள்ள நீ
பெத்துக் கொடுத்தா
அது மட்டும் போதும் என்னாடி

தேசிங்குராஜா
எஸ்.எழில்
இசை: டி.இமான்
குரல்: விஜய பிரகாஷ்
2013

□

023

தன்னையே முதலீடாக நினைக்கும் ஒருத்தி, வியாபார உலகத்தை வேவு பார்க்கிறாள். ஆண்களின் அற்ப மனதுக்குத் தீனிபோடுவதே அவளுடைய அன்றாட நிகழ்வு. தனக்குத் தோதாகத் தவறுகளை ஞாயப்படுத்துகிறாள். யாருமே சிலநாள் என்னும் போது ஏனிந்த தயக்கம்? தருவதைவிட பெறுவதில் குறியாயிருக்கும் அவள், தப்பர்த்தங்களைத் தத்துவங்களாகக் கொப்பளிக்கிறாள்.

●

காக்கா முட்ட
காக்கா முட்ட

காக்கா முட்ட கண்ணாலதான்
கபடி ஆடுவேன் – கன்னி
காலம் நேரம் பாத்திடாம
மகுடி ஊதுவேன்

வேட்டி கட்டும் உங்களுக்கு
கிறுக்க ஏத்துவேன் – பொண்ணு
வேண்டும் வர மேனியாலே
சரக்க ஊத்துவேன்

இருப்பவங்க ஜாக்கெட்டுல
பணத்த குத்துங்க – ஏதும்
இல்லாதவங்க போவும் வர
கையத் தட்டுங்க

ரசிப்பவங்க சொக்கி
நில்லுங்க – என்ன
ரகசியமா புக்கு பண்ணுங்க

●

தில்லு இருந்தா என்னத்
தீண்ட வரலாம்
தேவ இருந்தா என்னத்
திரும்ப திரும்ப நெருங்கலாம்

காசு இருந்தா என்ன
வாங்கி விடலாம்
காதல் இருந்தா என்னக்
கடைசி வரையில் தொடரலாம்

தயங்கி நிக்கிற ஆளு
நோயில் படுக்குறான்
கலவி கொள்ளுற ஆளே
வாழ்வ ஜெயிக்கிறான்

எதுவுமிங்கே குத்தம்
இல்லீங்க – அள்ளி
அணைக்கலன்னா ரெத்தம்
சுண்டுங்க

குழு:   கட்டிக்கத் தெரியாம
         ஒட்டிக்க முடியாம
         கிட்டத்தில் அட நீயும்
         வாராதே வீணே

         தொட்டுக்க துணியாம
         எட்டத்தில் இருந்தே நீ
         பத்திக்க நெனச்சாலே
         ஆகாது தானே

         ஆச
         கொள்ளுற நெஞ்ச நீ
         விட்டுவிடாத
         அம்மணி என்னையும்
         சுத்தவிடாத
         தந்தத எப்பவும் தட்டிவிடாத
         வந்திடு என்னிடம் வெக்கப்படாத

●
பாசம் சிலநாள் கொண்ட
நேசம் சிலநாள்
ஆசை சிலநாள் இந்த
அரிய உடலை அறியவா

நீயும் சிலநாள் இங்கே
நானும் சிலநாள்
யாரும் சிலநாள் என்ற
நிலையில் சரசம் புரியவா

குடும்பம் வெளங்க ஏத்து
குத்து வெளக்கத்தான்
புரிஞ்சிகொள்ளணும் நானும்
சின்ன சிலுக்குத்தான்

இருக்குமட்டும் என்ன
ஒட்டுங்க – இன்னும்
இறுக்கிக்கொள்ள கப்பங்
கட்டுங்க

வெள்ளக்காரதுரை
எஸ்.எழில்
இசை: டி.இமான்
குரல்: வைக்கம் விஜயலஷ்மி
20114

024

நடிகர் திலகம் நடித்த திரைப்படங்களின் பெயர்களை வைத்துக்கொண்டு ஒருபாடலை அவருடைய பேரனுக்கு எழுதிய முயற்சி. கதைச் சூழலுக்கு ஏற்பவும், சிவாஜி ரசிகர்கள் போற்றவும் புனைந்த இப்பாடலுக்கு வந்து குவிந்த வாழ்த்துகளை எண்ணிச் சொல்வது எளிதல்ல. நடிகர் திலகம் என்பவர் எத்தகைய நடிப்பாளுமை என்பதைவிட ரசிக பட்டாளத்தின் ராட்சஸ ரட்சகர் என எனக்கு உணர்த்திய பாடல்.

●

நடிகர் திலகம் இல்லேன்னு
கவலப்படாத – நல்லா
நடிக்க பொண்ணு பொறந்திருக்கா
மறந்துவிடாத

போற போக்கில் அவளும் நடிச்சா
எனக்குத் தெரியல – அவ
போட்ட வேசம் சரியா? தவறா?
அதுவும் புரியல

அவள எண்ணி மனசுக்குள்ளே
ஆனேன் கோளாரு – அவ
நடிப்ப பாத்து கொடுக்கப் போறான்
மூணு ஆஸ்காரு – இன்னும்
மூணு ஆஸ்காரு

●

பாசமலர் பாத்து என்ன?
பாலும் பழம் பாத்து என்ன?
பாவிப்புள்ள நடைய பாத்தே
பசி மறந்தேனே...

பந்த பாசம் பாத்து என்ன?
பரா சக்தி பாத்து என்ன?
கன்னிப்புள்ள கொரல கேட்டே
கதையளந்தேனே..

அவ கண்ணால தானே நானும்
படிக்காத மேத ஆனேன்
அவ பின்னால அன்பத் தேடி
திரிசூலம் ஆகிப் போனேன்

அவளோட திருவிளையாடலில்
தேவர் மகனானேன்
தேவர் மகனானேன் – இப்ப
தெய்வ மகனானேன்

●

மாடி வீட்டு ஏழ போல
மனோகரா சோகம் போல
அன்ப வச்ச மனசில் இப்ப
தொலைஞ்சது சாந்தி.

கட்ட பொம்மன் வீரம் போல
கை கொடுத்த தெய்வம் போல
விட்டுப்புட்டு அவளும் செல்ல
வெளங்கல நீதி.

அவ இல்லாது போனா வாழ்வில்
விடிவெள்ளி கூட தீபம்
அவ பொல்லாத பேச்சக் கேட்டு
இரவாச்சே நீல வானம்

அவளாலே வணங்காமுடிநான்
கூண்டுக்கிளியானேன்
கூண்டுக்கிளியானேன் – இப்ப
ஞான ஒளியானேன்

வெள்ளக்காரதுரை
எஸ்.எழில்
இசை: டி.இமான்
குரல்: கிருஷ்ணமூர்த்தி
2014
◻

025

மானே தேனே மரகதமே என்றுதான் வர்ணிக்க வேண்டுமா?, நடைமுறைச் சொற்களால் நாயகியை வர்ணித்தால் என்ன? றெக்கை கட்டிப் பறந்தவனைப் பெட்டிக்குள் அடைத்துவிடும் அவளைக் கட்டுப்பாடில்லாத வார்த்தைகளால் கற்பனை செய்யுங்கள் என்றார் இயக்குநர். கதையின் போக்கையும் காலத்தின் பிறழ்வையும் மாற்றிப் பார்த்தேன். அரங்கம் அதிர்ந்த கைத்தட்டல்களால் இப்பாடலை ஆமோதித்த ரசிகர்களை அன்பினால் ஆரத்தழுவுகிறேன்.

●

அம்மாடி ஓ அழகு
செமதூளு
ஒன்னக் கண்டா பொழுதும்
திருநாளு

ஒனப்பாத்துதான் தடுமாறுறேன்
புயல் காத்துல பொறியாகுறேன்
அடி மாடு நா வெரண்டோடுறேன்

ஒரு வார்த்தை சொல்லு
உயிர் தாரேன்

●

முன்னழகில் நீயும் சீத
பின்னழகில் ஏறும் போத

பொட்டப்புள்ள ஒனநா பாத்து
சொட்டு சொட்டாக்
கரஞ்சேனே

றெக்ககட்டிப் பறந்த ஆளு
பொட்டிக்குள்ள
அடஞ்சேனே

ஆத்தாடி நீதான்
அழுக்கடையாத பால்நொர
சேத்தோட வாழ்ந்தும்
கற படியாத தாமர

பூக்குற எனத்
தாக்குற

●

கண்ணிரண்டு போதவில்ல
கட்டழகப் பாத்து சொல்ல

ஒட்டு மொத்த ஒயிலக் காண
பத்து சென்மம்
எடுப்பேனே

கட்டு செட்டா கனிஞ்ச ஒன்ன
கட்டி வச்சி
ரசிப்பேனே

தேசாதி தேசம்
வர திரிஞ்சேனே ஆம்பள
ஆனாலும் கூட
ரதி ஒனப்போல பாக்கல

ஏட்டுல எழும்
பாட்டுல

வெள்ளக்காரதுரை
எஸ்.எழில்
இசை: டி.இமான்
குரல்: சத்யபிரகாஷ்
2014
□

026

அன்னையே பிரதானம் என்று சொல்லிச்சொல்லி வளர்ந்த நம்முடைய சமூகத்தில், அப்பாவின் இருப்பைப் பற்றியோ அவருடைய அர்ப்பணிப்பைப் பற்றியோ அதிகமாகச் சொல்லப்படவில்லை. தான் ஒருநாள் பிரிந்தாலும் உயிர் உருகும் தந்தை, ஒரேயடியாகத் தன்னைவிட்டுப் பிரிந்து போகையில் அதைத் தாங்கிக்கொள்ள இயலாத மகனின் விசும்பல் இது. அப்பா என்கிற ஆலமரத்திற்கு விழுது எழுதிய இரங்கற்பா.

●

தெய்வம் இல்லை எனும்போது
கோவில் எதற்கு?
இல்லை நீயும் எனும்போது
வாழ்வே எதற்கு?

இதுவரையில் எதைக் கேட்டாலும்
தருவாயே மனம் கோணாமல்
துயரம் நானிதைக் கேட்காமல்
கொடுத்தாயே எதற்காக?

●

ஒருநாளெனைப் பிரிந்தாலும்
வாடிய முகமே உனை
இனி எங்கு பார்ப்பது?

எனதாசைகள் நிறைவேற
ஏங்கிய மனமே உனை
எதைத் தந்து மீட்பது?

அழுதிடக் கூடாதென்று
அறிவுரை கூறுவாய்
அழுகையை நீயே தந்து
போனாயே

உறங்கிட நேரம் இன்றி
உழைத்திடும் கண்களில்

நிரந்தரத் தூக்கம் என்ன?
ஆண்தாயே

●

உயிர்வாழ்வதே எனக்காக
என்று நீ தினம்பேசுவாய்
அது என்ன ஆனது?

தலைமேல் சுமை இருந்தாலும்
புன்னகை தருமே இதழ்
அது எங்கு போனது?

நடந்திடப் பாதம் தந்து
வழிகளைக் காட்டினாய்
நடுவினில் முந்திச் சென்றால்
என் செய்வேன்?

எதுஎது இல்லை என்று
எனக்கென வாங்குவாய்
இறுதியில் நீயே இல்லை
என் சொல்வேன்?

நான் மகான் அல்ல
சுசீந்திரன்
இசை : யுவன் சங்கர் ராஜா
குரல் : மது பாலகிருஷ்ணன்
2010
□

027

இலக்கோடு நடந்துகொண்டிருந்த இளைஞன் ஒருவன், அவளுடைய பார்வை தன்மீது பட்டதில் இருந்து இலக்கில்லாமல் பறக்கும் இறகாகிவிடுகிறான். நேரமும் காலமும் நெருங்கிவருகிறது. நீ என்னைக் காண்பதும் வானவில் போன்றதே என்கிறான். பாதி சொல்லி மீதியை விழுங்கும் அவனுக்கு மேலே பேச வார்த்தைகளே இல்லாமல் போகிறது.

●

இறகைப் போலே அலைகிறேனே
உந்தன் பேச்சை கேட்கையிலே
குழந்தை போலே தவழ்கிறேனே
உந்தன் பார்வை தீண்டயிலே

தொலையாமல் தொலைந்தேனே
உன் கைகள் என்னைத் தொட்டதும்
கரையாமல் கரைந்தேனே
உன் மூச்சுக் காற்று பட்டதும்

அநியாயக் காதல் வந்ததே
அடங்காத ஆசை தந்ததே

எனக்குள்ளே ஏதோ
மின்னல் போலே தொட்டுச்
சென்றதே

கண்ணோரம் காதல் வந்தால்
கண்ணீரும் தித்திப்பாகும்
வேறொன்றும் தேவையில்லை
நீ மட்டும் போதும் போதும்

என்னோடு நீயும் வந்தால்
எல்லாமே கையில் சேரும்
வேறொன்றும் தேவையில்லை
நீ மட்டும் போதும் போதும்

●

கூட வந்து நீ நிற்பதும்
கூடுவிட்டு நான் செல்வதும்
தொடருதே தொடருதே
நாடகம்

பாதி மட்டுமே சொல்வதும்
மீதி நெஞ்சிலே என்பதும்
புரியுதே புரியுதே
காரணம்

நேரங்கள் தீருதே
வேகங்கள் கூடுதே
பூவே உன் கண்ணுக்குள்ளே
பூமிப் பந்து சுத்துதே

●

என்னானதோ? ஏதானதோ?
இல்லாமல் போச்சே தூக்கமும்
கண்ணே உனைக் காணாமல் நான் இல்லை

என்மீதிலே உன் வாசனை
எப்போதும் வீசப் பார்க்கிறேன்
அன்பே உனைச் சேராமல் வாழ்வில்லை

நீ என்னைக் காண்பதே
வானவில் போன்றதே
தூரத்தில் உன்னைக் கண்டால்
தூறல் நெஞ்சில் சிந்துதே

நான் மகான் அல்ல
சுசீந்திரன்
இசை: யுவன் ஷங்கர் ராஜா
குரல்: யுவன் ஷ்ங்கர் ராஜா
2010

□

028

அண்ணனுக்காகத் தம்பி ஒருவன் ஆவேசத்தோடு ஆர்ப்பரித்து எழும் பாடல். தீயதைத் தீயெடுத்துக் கொளுத்தத் துணியும் அவனுடைய வீரத்தை ஈழப் போருக்கு ஏற்புடையதாக மாற்றிப் பார்த்தேன். இறுதிப்போர் உச்சத்தில் இருந்த சமயத்தில் இப்பாடல் வெளிவந்ததால் உலகத் தமிழர்கள் மத்தியில் தமிழனின் வீரத்திற்கும் சோகத்திற்கும் விடையாக அமைந்தது. வெகுசன சினிமாவிலும் இப்படியான முயற்சிகள் சாத்தியமே.

●

புலிகள் கொஞ்சம் பதுங்கும் போது
நரிகள் போடும் ஆட்டமே
நரிகள் வேஷம் கலையும் போது
புலிகள் வென்று காட்டுமே

புல்லைக் கண்டு நடுங்கும் மனிதன்
இருக்கும் போதே சாகிறான்
புல்லைக் கத்தி ஆக்கும் மனிதன்
இறந்த பிறகும் வாழ்கிறான்

தன்னை மட்டும் காத்துக் கொள்ளும்
வாழ்வில் இல்லை நன்மையே
தன்னைப் போலப் பிறரைக் காக்கும்
தர்மம் வெல்லும் உண்மையே

நீ இறுதிவரை போராடு
செங்குருதியிலும் நீராடு

●

உன்னை ஒருவன் தாக்கும் போது
ஊமைபோல இருப்பதா?

கண்கள் ரெண்டை மூடிக்கொண்டு
கல்லைப்போலக் கிடப்பதா?

தைரியமுள்ள
மனிதனுக்கெல்லாம்
சாவே இல்லை சொல்லடா

வருவதை பின்னால்
பார்த்துக்கொள்வோம்
எதிரியைச் சுட்டுத் தள்ளுடா

ஆறில் தொடங்கி
அறுபதுவரைக்கும்
ஒவ்வொரு நொடியும் மரணமே

அதுதான் வாழ்க்கை
என்பதை உணர்ந்தால்
உலகில் இல்லை கலகமே

●

உண்ணும் உணவில் இல்லை வீரம்
வீரம் உள்ளது நெஞ்சிலே

வெற்றிச் சங்கை ஊதும் வரையில்
தூக்கம் இல்லை கண்ணிலே

தவறும் கூட
சரியாய் மாறும்
செய்யும் செயலால் தானடா

எதையும் தாங்கும்
இதயம் இருந்தால்
உனக்கு நீயே ஏணிடா

உறவைக் காக்க
எழுந்த பின்னால்
உயிரும் உடலும் துச்சமே

அடியும் வலியும்
அறிந்த பின்னால்
துளியும் இல்லை அச்சமே
●

தம்பி அர்ஜுனா
விஜய் ஆனந்த்
இசை: தினா
குரல்: ஷங்கர் மகாதேவன்
2010

029

மழை நீரில் குழந்தைகள் செய்து விடும் கப்பலைப்போல் அவள் பார்வையில் அவனுடைய மனதும் கவிழ்ந்துவிடுகிறது. சங்கிலித் தொடராய் விழிகள் அடிக்க, சம்மத மணியை இதயம் அடிக்கத் தொடங்குகிறது. காதல் மழை. உச்சிமுதல் பாதம் வரை உஷ்ணம் பரவுகிறது. உதட்டுச்சாயம்போல் முத்தம் ஒட்டிக்கொள்கிறது. துணையாகும் நினைவுகளால் அவர்களின் நிழலும்கூட சிவந்துவிடுகிறது.

●

நல்லமழை நடுங்கும் குளிர்
உன்னை நினைத்தால்
சூடாகும்

செல்ல இடி சினுங்கும் இதழ்
கொஞ்சம் அணைத்தால்
தோதாகும்

இதுநாள் வரையில்
இப்படி இதயம்
துடிக்கவில்லை சிநேகிதா

இதுபோல் இமைகள்
சங்கிலித் தொடராய்
அடிக்கவில்லை சிநேகிதா

●

உச்சந்தலையினில்
சிந்தும் மழைத்துளி
வந்து விழுந்தது மெல்ல மெல்ல

அந்த மழைத்துளி
தந்த அனுபவம்
உன்னை நினைத்திட சொல்லச் சொல்ல

மழைநீரில் கப்பலைப்போல்
மனது கவிழ்ந்து போனதே
வெறும்வாயில் சக்கரைபோல்
உனது பெயரும் ஆனதே

மண்ணை நனைத்திட
வந்த மழைத்துளி
நெஞ்சை நனைத்தது எப்படி சொல்?
சிநேகிதா

●

சங்குக் கழுத்தினை
தொட்ட மழைத்துளி
மெத்தை விரித்தது திட்டத் திட்ட

அன்பு மழைத்துளி
செய்த ரகளையில்
பொட்டு கலைந்தது சொட்டச் சொட்ட

விலகாத தொந்தரவால்
உடலும் கிறங்கிப் போகுதே
துணையாகும் உன்நினைவால்
நிழலும் சிவந்து நோகுதே

என்னை நனைத்திட
வந்த மழைத்துளி
உன்னை நனைத்தது எப்படிச் சொல்?
சிநேகிதா

தம்பி அர்ஜுனா
விஜய் ஆனந்த்
இசை: தினா
குரல்: தினா, அனுராதா ஸ்ரீராம்
2010
□

030

நாட்டார் பாடல்களில் தென்படும் நயமான சொல்லாடல்களை வெள்ளித் திரையிலும் வெளிப்படுத்தலாம் என யோசித்த இயக்குநரின் ஆசைக்குக் கிடைத்த அத்தாட்சி இப்பாடல். நாணத்தை நாவிடுக்கில் பதுக்கும் அவளுடைய உச்சபட்ச காதலை உதட்டோரம் சிந்திப் போகிறாள். கேணிக் கயிறாக இழுக்கும் அவனுடைய பார்வையைக் கண்டு கூனி முதுகாகக் குனிந்து கொள்கின்றன சொற்கள்.

●

அப்படியோர் ஆணழகன்
என்னை ஆளவந்த பேரழகன்
செப்புக்கல்லு சீரழகன்
சின்ன செம்பவள வாயழகன்

இப்படியோர் தேரழகன்
இல்லயின்னுஞ் சொல்லும் ஊரழகன்
அப்பறம்நான் என்ன சொல்ல
என்னைக் கட்டிக்கிட்டான் கட்டழகன்

●

பெண்: சித்திரையில் என்ன வரும்?
வெய்யில் சிந்துவதால் வெக்க வரும்
நித்திரையில் என்ன வரும்?
கெட்ட சொப்பனங்கள் முட்ட வரும்

கண்ணான கண்ணுக்குள்ளே
காதல் வந்தால் உண்மையில் என்ன வரும்?
தேசங்கள் அத்தனையும் வென்றுவிட்ட
தித்திப்பு நெஞ்சில் வரும்

●

பெண்: பாவிப் பயலால
இப்ப நானும் படும் பாடு என்ன?
ஆண்: ஆவி பொக போல
தொட்டிடாம இவ போவதென்ன?

பெண்: கண்ணுக்குக் காவலா
சொப்பனத்த போடுற
கன்னத்துக்கு பவுடரா
முத்தங்கள பூசுற

ஆண்: நூலப்போல சீல - பெத்த
தாயப்போல காள
யாரப் போல காதல் - சொல்ல
யாருமே இல்ல

●

ஆண்: கேணி கயிறாக
ஓங்க பார்வ என்ன மேலிழுக்க

பெண்: கூனி முதுகாக
செல்ல வார்த்த வந்து கீழிழுக்க

ஆண்: மாவிளக்கு போல நீ
மனசையும் கொளுத்துற
நாவிடுக்கு ஓரமா
நாணத்தப் பதுக்குற.

பெண்: யாரும் எறச்சிடாத - ஒரு
ஊத்துப் போல தேங்கி
ஆகிப்போச்சு வாரம் - இவ
கண்ணுமுழி தூங்கி

சிவப்பதிகாரம்
கரு.பழனியப்பன்
இசை : வித்யாசாகர்
குரல்: கார்த்திக், ஸ்வர்ணலதா, பழனியம்மாள்
2006

□

031

விவசாயக் கூலிகள் தங்கள் வயிற்றுக்காக வாழ்பவர்கள் இல்லை. அடுத்தவர்களின் வயிற்றுக்காக அயராமல் உழைப்பவர்கள். மண்ணைத் தெய்வமாகவும் மக்களைக் கோயிலாகவும் எண்ணி வழிபடும் எண்ணமுடையவர்கள். அறுவடைக் காலத்தில் பெறப்போகும் நிம்மதிக்காக மீதமுள்ள காலங்களில் நம்பிக்கை நடவு செய்பவர்கள். நெல்மணிகளில் தங்கள் ஊரை உலகத்தை வாழ்விக்கும் நேசமுடைய அவர்கள், தைத்திருநாள் கொண்டாடு கிறார்கள். ரேழி குதிருக்குள் கொட்டிவைக்கும் மகசூலில் நிறைந்திருக்கும் அன்பை சிந்தாமல் சிதறாமல் பாடுகிறார்கள். ஒற்றுமைகளைச் சேர்த்துவைத்து விடுதலைக்கான வேரை வேர்வையில் தேடுகிறார்கள்.

●

பெண்: பொறந்திருச்சி காலம்
பொறந்திருச்சி – நாம
தொட்டுவச்ச அத்தனையும்
தொலங்கிருச்சி – ஆச
நட்டுவச்ச நெல்லுப் பயிர்
வெளைஞ்சிருச்சி

நெறச்சிருச்சி மனசு
நெறச்சிருச்சி – நாம
நெத்திபட்ட வேர்வயெல்லாம்
மொளச்சிருச்சி – நித்தம்
நேந்துகிட்ட சாமி கண்ண
தொறந்திருச்சி

பகலிரவா பாடுபட்டு
பக்குவமா நீரவிட்டு
கதிரறுக்க கொண்டுவந்தோம்
அருவாள – ரேழி
குதிருக்குள்ள கொட்டிவப்போம்
மகசூல

•

ஆண்: நாத்துநடும் வேளையிலே
பாத்திருந்த பூமயிலே
காத்திருக்கேன் அறுவடைக்கு
நானும் – நீயும்
கண்டுக்காம போறதென்ன
ஞாயம்?

பெண்: நாக்கொழுகும் நாயகரே
நகங்கடிக்கும் பாதகரே
சோக்கா நீ சாய்க்கிறியே
ஆள – ஊசி
கேக்காம கோக்குறியே
நூல

•

ஆண்: கட்டெடுத்து அடிக்கையிலே
கஷ்டங்களும் உதிருதுங்க
பொட்டுப்பொட்டு தங்கமென
கொட்டுதுங்க நெல்லுமணி

பெண்: கருக்கருவா குனியிறப்போ
களஞ்சியமும் நிமிருதுங்க
பதருஎல்லாம் வெலகுறப்போ
பசிவயிறு நெறையுதுங்க

இதுபோல இதுபோல
தொழிலேது புவிமேல?

அழகழகா அறுத்துக்கட்ட
அடிச்ச நெல்ல அளந்துகொட்ட
மரக்காவ கொண்டுவந்து
இவ நீட்ட – மாமன்
சிரிப்பால நொம்புதுங்க
கொறமூட்ட

உருப்படியா உழைச்சதில்ல
உலகத்தையும் புரிஞ்சிக்கல
துருப்பிடிச்ச ஒன்ன நம்பி
வரமாட்டேன் – எந்தத்
துருப்புச் சீட்ட போட்டாலும்
விழமாட்டேன்

ஆண்: மானூத்து மயிலக்காள
மாயவரம் செவக்காள
போல நம்ம வாழ்க்க ஓடுது

உறங்காம பசியோட
உழைச்சோமே வயலோட
வருங்காலம் நலமாகுமே
ஏ தங்கமே தங்கம்

காரோட்டிப் போறவங்க
சும்மா – ஏ, தங்கமே தங்கம்
சோறூட்டும் பூமி நம்ம
அம்மா

பெண்: வளமிருக்கு நல்ல வளமிருக்கு
இந்த மண்ணுதானே நம்மளோட
குலவிளக்கு – நம்ம
ஒத்துமைய சேத்துவைய்யி
விடுதலைக்கு

சிவப்பதிகாரம்
கரு.பழனியப்பன்
இசை: வித்யாசாகர்
குரல்: டி.கே.கலா, சைந்தவி, ஜெயமூர்த்தி
2006

032

நாளை படப்பிடிப்பு என்னும் நிலையில் அவசர அவசரமாக மெட்டமைத்து மெட்டை நேர்த்தி செய்வதற்குள் அவசர அவசரமாக எழுதி முடித்த பாடல். கர்நாடக சங்கீதத்தின் கைப்பிடித்து நடக்கும் இப்பாடலுக்கு சொற்களை லாவகமாகப் பயன்படுத்த யாப்புப் பயிற்சி பேருதவி புரிந்தது. மெட்டின் ஈரமும் வரிகளின் ஈரமும் காய்வதற்குள் பாடி முடித்த பாடகர்கள், காட்சியை அப்படியே உள்வாங்கிக்கொண்டது குரல் இழையில் பட்டானது. கொஞ்சிக் குலவும் ஹிட்டானது.

பெண்: அற்றைத் திங்கள் வானிடம்
அல்லிச் செண்டோ நீரிடம்

ஆண்: சுற்றும் தென்றல் பூவிடம்
சொக்கும் ராகம் யாழிடம்

பெண்: காணுகின்ற காதல்
என்னிடம் – நான்

ஆண்: தேடுகின்ற யாவும்
உன்னிடம்

பெண்: அடிதொட முடிதொட ஆசை பெருகிட
நேரும் பலவித பரிபாஷை

ஆண்: பொடிபட பொடிபட நாணம் பொடிபட
கேட்கும் மனதினில் உயிரோசை

பெண்: முடிதொட முகந்தொட மோகம் முழுகிட
வேர்க்கும் முதுகினில் இதிகாசம்

ஆண்: உருகிட உருகிட ஏக்கம் பருகிட
கூடும் அனலது குளிர்வீசும்

பெண்: குலுங்கினேன் உடல் கூசிட
கிறங்கினேன் விரல் மேய்ந்திட

ஆண்: மயங்கினேன் சுகம் சேர்ந்திட
தளும்பினேன் எனைநீ தொட
பாய்ந்திட ஆய்ந்திட

ஆண்: உடலெது உடையெது தேடும் நிலையிது
காதல் கடனிது அடையாது

பெண்: இரவெது பகலெது தேங்கும் சுகமிது
சாகும் வரையிலும் முடியாது

ஆண்: கனவெது நினைவெது கேட்கும் பொழுதிது
காமப் பசிவர அடங்காது

பெண்: வலமெது இடமெது வாட்டும் கதையிது
தீண்டும் வரையிலும் விளங்காது

ஆண்: ஒடுங்கலாம் குளிர்வாடையில்
அடங்கலாம் ஒரு ஆடையில்

பெண்: தயங்கலாம் இடைவேளையில்
உறங்கலாம் அதிகாலையில்
கூடலில் ஊடலில்

சிவப்பதிகாரம்
கரு.பழனியப்பன்
இசை: வித்யாசாகர்
குரல்: மதுபாலகிருஷ்ணன், சுஜாதா
2006

033

ஆளான பெண்ணொருத்தி தன்னை ஆளப்போகும் ராஜகுமாரனை எதிர்நோக்கிப் பாடுகிறாள். ஆயிரமாயிரம் ஆசைகளோடு காத்திருக்கும் அவளுடைய இதயம், பெண்மையின் பூரணத்தைப் பிள்ளைத் தமிழால் பேசுகிறது. அவள் தாய்ப்பாசத்தையும் ஆண்வாசத்தையும் எவ்விதம் பார்க்கிறாள் என்பதே பாடலின் சிறப்பு.

●

கண்ணன் வரும்வேளை
அந்திமாலை நான் காத்திருந்தேன்
சின்னச் சின்னத் தயக்கம்
செல்ல மயக்கம் அதை ஏற்க நின்றேன்

கட்டுக்கடங்கா
எண்ண அலைகள்
றெக்கை விரிக்கும்
ரெண்டு விழிகள்

கூடுபாயும் குறும்புக்காரன்
அவனே

●

வான்கோழி கொள்ளும் ஆசை
ஆடித் தோற்பது
தைமாசம் கொள்ளும் ஆசை
கோடை பார்ப்பது

தேர்க்கால்கள் கொள்ளும் ஆசை
வீதி சேர்வது
ஓரீசல் கொள்ளும் ஆசை
தீயில் வாழ்வது

கூறவா இங்கு எனது
ஆசையை?

தோழனே வந்து உளறு
மீதியை

கோடிக் கோடி ஆசை
தீரும் மாலை

●

பூவாசம் தென்றலோடு
சேர வேணுமே
ஆண்வாசம் தொட்டிடாத
தேகம் ஊனமே

தாய்ப்பாசம் பத்துமாதம்
பாரம் தாங்குமே
வாழ்நாளின் மிச்சபாரம்
காதல் ஏந்துமே

நீண்டநாள் கண்ட
கனவு தீரவே
தீண்டுவேன் உன்னை
இளமை ஊறவே

நீயில்லாமல் நிழலும்
எனக்குத் தொலைவே

தீபாவளி
எஸ்.எழில்
இசை: யுவன் சங்கர் ராஜா
குரல்: அனுராதா ஸ்ரீராம், மதுஸ்ரீ
2007

□

034

முறைப்பெண்ணே ஆனாலும் அவள் தனக்குள்ளே ஏற்படுத்தும் தடயங்களை அவனால் சொல்லாமல் இருக்க முடியவில்லை. தனியே இப்பாடலை நான் எழுதிக்கொண்டு போக மற்றொரு அறையில் இசையமைப்பாளர் மெட்டை உருவாக்கிக்கொண்டிருக்க இயற்கையாகவே இரண்டும் பொருந்திப்போயின. ஒரே மாதிரியான சிந்தனையோடு உற்பத்தியான பாடல் என்பதால் ஒவ்வொரு உள்ளத்தையும் ஒரே மாதிரியாக வசீகரித்தது.

●

ஆண்: கோலிக்குண்டு கண்ணு
கோவப்பழ உதடு
பாலப்போல பல்லு
படிய வச்ச வகிடு

ஆளத் தின்னும் கன்னம்
அலட்டிக்காத கையி
சோளத் தட்ட காலு
சொக்கவைக்கும் வாயி

தேளு தொட்ட ஒன்ன
தேடி வந்தேன் தாயி

ஏய் நீ எதுக்குப் பொறந்தியோ
ஏம் உசுர வாங்குற?
ச்சே நீ எதுக்கு வளந்தியோ
ஏ வயச தாங்குற?

பெண்: ஏய் நான் ஒனக்குப் பொறந்தவ
வா நான் ஒனக்கு வளந்தவ
ஏங் காஞ்சி வெதும்புற?
ஏம் பாஞ்சி பதுங்குற?

ஆண்: சீரான ரோசாவே
சீம்பாலு சீசாவே
நெட்டி முறிப்பதும்
எட்டியிருப்பதும்
என்ன கணக்கு?

பெண்: தேனான ராசாவே
தேய்க்காத கூசாவே
தொட்டுப் பறிப்பதும்
கட்டியணைப்பதும்
செல்லக் கிறுக்கு

ஆண்: வேப்பல கூடயிப்ப
தித்திக்குது தேனா
பாப்பா நீ பாதி கொடுத்தா

பெண்: கேக்கல சோறுதண்ணி
கேட்டுக்க நீ மாமா
ஓம்பேச்ச யாரும் எடுத்தா

ஆண்: அருகம் புல்லுநான்
ஆடாக வேணுமா?

பெண்: எலவம் பஞ்சு நான்
இடிபாடு ஆகுமா?

ஆண்: நீ சாமியா? பூதமா?
ஒண்ணும் புரியல
ரெண்டும் புரியலயே

●

ஆண்: பத்தாய நெல்போல
நின்னாயே முன்னால
வம்பு வளக்குது
வம்பு வளக்குது
அந்தச் சிரிப்பு

பெண்: வெள்ளாவிக் கண்ணால
சுட்டாயே தன்னால
கொள்ளையடிக்குது
கொள்ளையடிக்குது
கள்ள நெருப்பு

ஆண்: கண்ணுல கொட்டிக்கிட்ட
சீயக்காயப் போல
அய்யோ நீ உறுத்துறியே

பெண்: தண்ணீல சிந்திவிட்ட
சீமயெண்ணெ போல
என்ன நீ ஒதுக்குறியே

ஆண்: கேணிச் சகடையா
எதுக்கென்ன உருட்டுற?

பெண்: மாசக் கடைசியா
ஏ(ன்)யென்ன வெரட்டுற?

ஆண்: நீ வசதியா? வறுமையா?
அங்க குறையுது
இங்க நெறையுது ஏன்?

எம் மகன்
மெட்டி ஒலி திருமுருகன்
இசை: வித்யாசாகர்
குரல்: கார்த்திக், கல்யாணி
2006
◻

035

குற்றச்செயல்களில் ஈடுபடும் ஒருவனுக்குள் காதல். இதுவரை கண்டிராத புதுவகையான உணர்வு. மொத்தக் கசடுகளையும் கழுவிவிடும் தாய்மைக் கதவுகளை அவள் திறக்கிறாள். கெட்டழிந்த அவன் இதயம் மொட்டவிழ்ந்து பூக்கிறது. காதல், கெட்டவனை நல்லவனாக மாற்றுகிறது. கண்ணிமைக்குள் கற்பனையை ஊற்றுகிறது.

●

மழைபெய்யும் போதும்
நனையாத யோகம்
இது என்ன மாயம்
யார் செய்ததோ?

நடக்கின்ற போதும்
நகராத தூரம்
இது என்ன கோலம்
யார் சொல்வதோ?

இது மின்னலா?
இல்லை தென்றலா?
அறியாமலே அலைபாயுதே

இது வண்ணமா?
இல்லை வன்மமா?
விளங்காமலே விளையாடுதே

●

சிலநேரம்
மயிலிறகால் வருடிவிடும்
புனிதமிது

சிலநேரம்
ரகசியமாய்த் திருடிவிடும்
கொடுமையிது

மூடாமல் கண்கள் ரெண்டும்
தண்டோரா போடும்
பேசாமல் மௌனம் வந்து
ஆராரோ பாடும்

பகலிலே தாயைப் போல
தாலாட்டும் காதலே
இரவிலே பேயைப் போல
தலைகாட்டும் காதலே

●
தொலையாமல்
தொலைந்துவிடும் நிலமையிது
முடிவதில்லை

விலகாமல்
தொடர்ந்துவரும் வெளிப்படையாய்த்
தெரிவதில்லை

கொல்லாமல் கொல்லும் இது
பூப்போல சைவம்
சொல்லாமல் கொள்ளை யிடும்
பொல்லாத தெய்வம்

குடையுதே ஏதோவொன்று
அதுதான் காதலே
உடையுதே உயிரும் சேர்ந்து
அதுதான் காதலே

ரேனிகுண்டா
ஆர். பன்னீர்செல்வம்
இசை: கணேஷ் ராகவேந்திரா
குரல்: ஹரீஷ் ராகவேந்திரா
2009
□

036

தங்கையின் காதலுக்கு ஆதரவு சொல்லும் ஒருத்தி, வறுமையிலிருந்து வாழ்வை அணுகுகிறாள். உடலை விற்கும் அவளுடைய ஒப்பாரியில் குற்றச் செயல்களுக்கான காரணத்தையும் கண்ணீரோடு கூறுகிறாள். ஆசையோடு தடவிடும் கையில் யானைகூட அடங்கிடும் அற்புதத்தைச் சொல்கிறாள். தாங்கிக்கொள்ள தோள் கிடைத்தால் தவறுகளே நடக்காது என்பது அவளுடைய வாதம்.

●

விழிகளிலே விழிகளிலே
புதிய பூ பூத்ததே
விடுகதையாய்த் தொடர்ந்த கதை
விடியலைப் பார்த்ததே

அழகான உலகினில் நாளும்
அணிந்தோமே பலவித வேடம்
அதுயாவும் கலைகிற நேரம்
படித்தோமே புதுப்புது பாடம்

இனிவரும் கிழமைகள்
திருவிழாக் கோலமே
தொடருமே மனதிலே
அடைமழைக் காலமே

●

தாவித்தாவி வருகிற அலையை
காதலோடு கரைகளும் தழுவும்
உறவை மனது சேரும் போது
விலகிடும் இருளே

உயிர் கொண்டோமே
உறவினில் கலந்திட
அதில் உண்டாகும்
இனிமைகள் தொடர்ந்திட

இனி உன் தூண்டிலில்
விண்மீன்களும் விழுமே
கொண்டாடிடு

●

ஆசையோடு தடவிடும் கையில்
யானைகூட அடங்கிடும் நொடியில்
இதயம் இதனை யேந்திக் கொண்டால்
பெருகிடும் சுகமே

பிழை எப்போது
உலகினில் பிறந்திடும்?
கரம் பற்றாத
பொழுதினில் வளர்ந்திடும்

துளிக் கண்ணீரிலே
கண்ணீரிலே அடடா
சந்தோசமே

ரேனிகுண்டா
ஆர். பன்னீர் செல்வம்
இசை : கணேஷ் ராகவேந்திரா
குரல் : பாம்பே ஜெயஸ்ரீ
2009
□

037

இழுத்து விடும் மூச்சுக்குள் இசை கசிவதைக் காதலித்த இதயங்களே கண்டுகொள்ளும். காகித ஓவியங்களும் கண் திறந்து பேசுவதைக் கருத்த காக்கைகளும் தோகைவிரித்து ஆடுவதை அவன் அவளால் உற்றுணர்கிறான். வார்த்தைகளுக்கு மெட்டுக்களால் ஒத்தடம் கொடுக்கும் இனிய இசையமைப்பாளர் வித்யாசாகர் பத்தே நிமிடத்தில் முழுப் பாடலையும் ஆக்கிக்கொடுத்தார்.

ஆண்: நான்
வரைந்து வைத்த சூரியன்
ஒளிருகின்றதே

நான்
நடந்து சென்ற மணல்வெளி
மலருகின்றதே

நான்
துரத்தி நின்ற காக்கைகள்
மயில்களானதே

என்
தலை நனைத்த மழைத்துளி
அமுதமானதே

நான்
இழுத்து விட்ட மூச்சிலே
இசை கசிந்ததே

ஆண்: ஜன்னல் கம்பி உந்தன்
கைகள் பட்டுப் பட்டு
வெள்ளிக் கம்பி என்று ஆகியதே

பெண்: கம்பஞ் சக்கை உந்தன்
கண்கள் தொட்டுத் தொட்டு
தங்கச் சிற்பம் என்று மாறியதே

ஆண்: பூக்கும் புன்னகையாலே
என் தோள்கள் இறக்கைகள் ஆக

பெண்: நாக்கு உன் பெயர் கூற
என் நாள்கள் சக்கரை ஆக

ஆண்: தலைகீழ் தடுமாற்றம்
தந்தாய் என்னில்
என்கால் விண்ணில்

●

ஆண்: பள்ளி செல்லவில்லை
பாடம் கேட்கவில்லை
அள்ளிக் கொள்ள மட்டும் நான் படித்தேன்

பெண்: நல்ல முல்லை இல்லை
நாரும் கையில் இல்லை
உன்னை மட்டும் இங்கு நான் தொடுத்தேன்

ஆண்: ஊஞ்சல் கயிறில்லாமல்
என் ஊமை மனது ஆடும்

பெண்: தூங்க இடமில்லாமல்
என் காதல் கனவை நாடும்

ஆண்: நொடியும் விலகாமல்
கொஞ்சும் கொஞ்சல்
தங்கும் நெஞ்சில்

ஜெயம்கொண்டான்
ஆர்.கண்ணன்
இசை: வித்யாசாகர்
குரல்: ஹரிகரன், மதுஸ்ரீ
2008
□

038

பிடித்தவை அத்தனையும் அவனுக்கு அவளாகத் தெரிகிறது. பொதுவாகத் தெரிந்தவையும் புதிதாகத் தெரிவதுதான் காதலின் ரசவாதம் போல. புகைப்படம் எடுக்கையில் திணறும் புன்னகையும் அவளே என்கிறான். பயணத்தில் வருகிற சிறு தூக்கமும் அவனுக்கு அவளாகிவிட, உவமையின் மடிகளில் உறங்காமல் கிடக்கிறான் அவன். இப்போதும் இப்பாடலை ரிங்டோனாக வைத்திருக்கும் அநேக அநேக அழகுப் பெண்களால் ஆசீர்வதிக்கப்பட்ட பாடல் இது.

●

ஆண்: பேருந்தில் நீயெனக்கு
ஜன்னல் ஓரம்
பின்வாசல் முற்றத்திலே
துளசி மாடம்

விடுமுறை நாட்களில்
பள்ளிக்கூடம்
விளையாட்டுப் பிள்ளைகளின்
செல்லக் கோபம்

பெண்: ஆளில்லா நள்ளிரவில்
கேட்கும் பாடல்
அன்பே அன்பே நீயே

●

ஆண்: பயணத்தில் வருகிற சிறுதூக்கம்
பருவத்தில் முளைக்கிற
முதல் கூச்சம்

பெண்: பரீட்சைக்குப் படிக்கிற அதிகாலை
கழுத்தினில் விழுந்திடும்
முதல்மாலை

ஆண்: புகைப்படம் எடுக்கையில்
திணறும் புன்னகை

அன்பே அன்பே நீதானே

பெண்: அடைமழை நேரத்தில்
பருகும் தேநீர்
அன்பே அன்பே நீதானே

ஆண்: தினமும் காலையில்
எனது வாசலில்
கிடக்கும் நாளிதழ் நீதானே

●

ஆண்: தாய்மடி தருகிற அரவணைப்பு
உறங்கிடும் குழந்தையின்
குறுஞ்சிரிப்பு

பெண்: தேய்பிறை போல்படும் நகக்கணுக்கள்
வகுப்பறை மேஜையில் இடும்
கிறுக்கல்

ஆண்: செல்போன் சிணுங்கிட
குவிகிற கவனம்
அன்பே அன்பே நீதானே

பிடித்தவர் தருகிற
பரிசுப் பொருளும்
அன்பே அன்பே நீதானே

பெண்: எழுதும் கவிதையில்
எழுத்துப் பிழைகளை
ரசிக்கும் வாசகன் நீதானே

பொறி
சுப்ரமணியம் சிவா
இசை: தினா
குரல்: மதுஸ்ரீ, மதுபாலகிருஷ்ணன்
2007
□

039

தனக்குப் பசிக்கிறதே என்று எண்ணாமல் தன்னைச் சார்ந்தவர்களின் பசிக்காக எவன் உழைக்கிறானோ அவனே தலைவன். நாளைகளின் மீது நம்பிக்கை வைத்து அந்த நாளையும் நன்னாளாக மாற்ற அவன் எண்ணுகிறான். கருத்து சொல்லும் அளவுக்கு அவன் சமூகத்தில் வளரவில்லை. ஆனாலும், அவனளவில் சில கருத்துகளை வைத்திருக்கிறான். அந்தக் கருத்துகள் மீது நமக்கு மாறுபாடு இருக்கலாம். அந்தக் கருத்துகள் கருத்துகளே இல்லை என்றுகூட நினைக்கலாம். அவன் உலகிற்கு அவன் அரசன். அவனுடைய கொள்கைப் பிரகடனங்களே இவை.

●

எப்படியெல்லாம் இருந்த பொடியன்
இப்படியாகிப் போனானே
எப்படியெல்லாம் இருந்த பொடியன்
இப்படியாகிப் போனானே

கடவுள் எங்கள காக்கணும்
கண்ண தொறந்து பாக்கணும்
கோயிலு வந்து கும்பிடமாட்டோம்
ஆனா மேல தூக்கணும்

இலட்சியம் இல்லையப்பா
கட்சியும் இல்லையப்பா
ஆனாலும் எங்க கொடி
உச்சத்துல ஏறணும்ப்பா

●

தனக்கு மட்டும் பசிக்குதுன்னு
நெனக்கிறவன் பச்சோந்தி
அடுத்தவங்க வயித்துக்காக
உழைக்கணும்டா கையேந்தி

எதுக்கு உனக்கு கவல
அத கொளுத்து கூண்டோட
மறைஞ்சி கெடக்கும் பொருள
எடு ஜனங்க பூப்போட

பெடலும் இல்லையப்பா
சக்கரமும் இல்லையப்பா
ஆனா பூமி மட்டும்
சுத்திக்கிட்டே இருக்குதப்பா

மழையும் இல்லையப்பா
வெயிலும் இல்லையப்பா
ஆனா கண்ணுக்குள்ள
வானவில்லு தெரியிதப்பா

வரவிருந்தா செலவிருக்கும்
வருத்தப்படக் கூடாது
வருத்தப்பட்டு கிடப்பதால
விடிவு வந்து சேராது

உழைக்க மறந்த பயல
இந்த உலகம் நம்பாது
பறக்கத் தெரிஞ்ச குருவி
ஒரு கிளையில் தங்காது

கட்டிலும் இல்லையப்பா
மெத்தையும் இல்லையப்பா
ஆனா கனவு மட்டும்
கலர்கலரா சுத்துதப்பா

கம்பனும் இல்லையப்பா
கண்ணதாசன் இல்லையப்பா
ஆனா கவிதை மட்டும்
பொத்துக்கிட்டு கொட்டுதப்பா

பொறி
சுப்ரமணியம் சிவா
இசை: தினா
குரல்: ஷங்கர் மகாதேவன்
2007

040

நொடித்துக் கீழே விழும்போதுதான் வாழ்விலுள்ள பள்ளங்கள் நமக்குத் தெரிய வருகிறது. அதுவரை இயல்பாக இருந்த நாம் அதன்பிறகு எல்லாவற்றையும் எச்சரிக்கையோடு அணுகத் தொடங்குகிறோம். அவனுக்கும் அப்படியே. ஆசையாய் வளர்த்த அப்பா தனக்காக ஓர் இடத்தை வாங்குகிறார். ஆனால், அந்த இடத்தை விற்றவன் அவரை ஏமாற்றிவிடுகிறான். ஒரு மோசடிக்கு அவர் ஆளாகிறார். அந்த துக்கத்தில் மரணமுறுகிறார். அந்த வலிதாங்க இயலாத மகன், வாழ்க்கையின் சிக்கல்களை மலர்களின் இயல்புக்கு ஒப்பிட்டுக்கொள்கிறான். இது தன்னைத் தானே தேற்றிக்கொள்ள பூசப்பட்ட தன்னம்பிக்கை முலாம்.

●

பூக்கள் எல்லாம் தத்துவம்
சொல்லுதடா – சின்னப்
பூக்கள் எல்லாம் தத்துவம்
சொல்லுதடா

இதை
புரிந்துகொண்டால் துக்கமும் இல்லை
தெரிந்துகொண்டால் வெக்கமும் இல்லை
அறிந்துகொண்டால் தப்பும் இல்லையடா

●

கொடிகள் எல்லாம் மேலே படர
வேர்கள் மட்டும் கீழே போகும்
வேதனை கொள்வது உண்டா – வேர்கள்
வெளியே சொல்வதும் உண்டா

உயிரைப் படைத்த கடவுளும் இங்கே
துளியும் கர்வம் கொள்வது இல்லை
கடவுள் படைத்த நமக்கு – இந்த
உண்மை தெரிவதும் இல்லை

பறவை போலே நீயும்
பறந்து பார்த்தால் போதும்

எல்லாம் உனக்குக் கீழே
என்பது உண்மை ஆகும்

அட, காற்றை நம்பி
பூமி இருக்குது – நீ
காணும் கனவில் வாழ்க்க பிறக்குது

●

கீதை நூலில் தேவன் சொன்ன
வார்த்தை கூட பொய்க்கும் என்றால்
எதுவும் நிரந்தரமில்லை – இங்கு
துயரம் தொடர்கதை இல்லை

பாதை மாறும் மனிதனுக்கெல்லாம்
தோளில் மாலை விழுகிறதென்றால்
உலகம் ஏற்பது இல்லை – எங்கும்
உண்மை தோற்பதும் இல்லை

காணக் கனவில்லாமல்
தூங்கப் போவது கெடுதி
வாங்கும் வலிகள்தானே
கொடுக்கும் வாழ்வுக்குறுதி

சிறு விதையைக் கொண்டே
மரமும் வளருது – இந்தப்
புதிரைச் சொல்ல பூவும் மலருது

பொறி
சுப்ரமணியம் சிவா
இசை: தினா
குரல்: ஹரிஹரன்
2007
□

041

நடிகைகள் அரசியலுக்கு வருவதும் ஆட்சி அதிகாரங்களைக் கைப்பற்றுவதும் கண்டிக்கத்தக்கதோ கண்டனத்துக்கு உரியதோ அல்ல. ஒரு ஜனநாயக நாட்டில் யாரும் எதுவாகவும் வரலாம். எந்தப் பொறுப்பையும் ஏற்கலாம். மக்கள் விரும்பினால் அது சாத்தியமே. திரைத் துறையினர் ஆட்சிக்கு வரக் கூடாது என்றிருந்தால் ஐம்பதாண்டுக் கால அரசியலும் ஆட்சியும் கேள்விக்குரியதாகப் போயிருக்கும். ஆனால், இங்கே ஒரு நடிகை அரசியல் கனவை ஈடேற்றுவதற்காகவே நடிகை என்னும் அரிதாரத்தைப் பூசி இருக்கிறாள். அவள் விமர்சிக்கப்படவில்லை. அவள் அணுகுமுறைகள் அலசப்பட்டிருக்கின்றன.

•

ஆண்: ஜிகினா பேசி நின்னா
பொதுக்கூட்டம்
ஜிகினா நடந்து வந்தா
பேரணியாட்டம்

அவ நின்னுப்புட்டா
மாநாடா ஆச்சுடா
கீழ உட்கார்ந்தாக்க
உண்ணாவிரத காட்சிடா

பெண்: என்னப் பாத்தவங்க
சில்லறய எறச்சிவிட்டாங்க
சின்ன சேலம் பக்கம்
கோயில் கட்ட கேட்டுக்கிட்டாங்க

ஆண்: உனக்கு உலகம் பூரா
ரசிகர் மன்றம் திறந்துவச்சாங்க
லேடி சூப்பர் ஸ்டாரா
ஆக்கி உன்ன பறக்கவிட்டாங்க

பெண்: ஒரு பேச்சுக்காக சொன்னா
இவ தேவலோகக் கொக்கு
சில பேருகிட்ட கேக்குறப்போ
போதயேறும் கிக்கு

பெண்: • இப்ப
கனவுக்கன்னி நாந்தான்னு
கதையளந்தாங்க – என்ன
கட்சியில சேரச்சொல்லி
பணங்கொடுத்தாங்க

ஆண்: இவ
கடிச்சிப்போட்ட மாம்பழத்த
ஏலம் விட்டாங்க – இவ
நடிச்ச படத்த பாக்கப்போயி
பசங்க செத்தாங்க

பெண்: நான்
எட்டுத்திக்கும் சுத்திவந்த
வனப்பு நெறஞ்சவ – அந்த
சிட்டுக்குருவி லேகியத்தக்
கலக்கி அடிச்சவ

ஆண்: இவ
நாக்கழகக் காட்டி காட்டி
நாட்ட கெடுத்தவ – அந்த
ஊத்துக்குளி ஜமீனுக்கே
ஊத்திக் கொடுத்தவ – ஆமாம்
ஊத்திக் கொடுத்தவ

பெண்: • என்
கூட நடிச்ச ஹீரோவெல்லாம்
காதலிச்சாங்க – என்ன
வாழ்க்கையிலும் ஹீரோயினா
மாறச் சொன்னாங்க

ஆண்: இவ
சலவ செஞ்ச அழகக் காண
செலவு செஞ்சாங்க – வந்து
ஜவுளிக் கட விளம்பரத்துக்குப்
படம் எடுத்தாங்க

பெண்: என்ன
பத்திரிகை அத்தனையும்
பேட்டி எடுத்துச்சி – இந்த
கட்டழக அட்டப்படம்
போட்டுக் கலக்குச்சி

ஆண்: இவ
எம்மி எம்மி குதிக்கையில
மூச்சு புடிக்குது – இவள
எம்.பி. ஆக்க வேணுமின்னு
பேச்சு நடக்குது – ஆமாம்
பேச்சு நடக்குது

பொறி
சுப்ரமணியம் சிவா
இசை: தினா
குரல்: கிரேஸ், ஜேசி கிஃப்ட்
2007
□

042

துள்ளலிசைப் பாடலுக்கென்று தனியான ஒரு ரசிகர் பட்டாளம் உண்டு. ஆழ்ந்த கருத்துகளோ அகன்ற கொள்கைப் பிரச்சாரங்களோ அவர்களுக்கு ஒருபோதும் பிடிப்பதில்லை. கேளிக்கை என்னும் ஒற்றை வார்த்தைக்குள் அவர்களின் மொத்த சிந்தனைகளையும் அடக்கிவிடலாம். இச்சை, இன்பம் துய்த்தல் என்ற இரண்டு கரைக்கு இடையில் ஓடும் அந்த நதிகள் கடலை நோக்கிப் பயணிப்பதில்லை. தொலைக்காட்சி ஊடகங்களின் உதவியோடு சதாசர்வ காலமும் வேகமான இசையை, விசித்திரமான வாக்கிய அமைப்புகளை அவர்கள் கொண்டாடுகிறார்கள். இந்தப் பாடலும் அவர்கள் கைதட்டலுக்குக் காரணமானது. விளக்காமலேயே விளங்கிக்கொள்ளக் கூடியவைகளைத்தான் விபரீதம் என்கிறார்களா?

●

ஆண்: வேதாளம்
முருங்கமரம் ஏறுச்சு – வெக்க
தேவதையும் கூட வந்து ஆடுச்சு

பாதாள
பைரவிய தேடுச்சு – பட்டு
பாவாடயும் மோகங்கொண்டு ஓடுச்சு

மதிய வெயிலாட்டம்
சூடு ரொம்ப கூடுச்சு
எளம அத்தனையும்
லீடு எடுத்து போனிச்சு

தலகீழ புவிமேல
தானா தவிப்புல கொழம்பிடுச்சு
அழகான அழகால
தேனா மனக்கொடம் தளும்பிடுச்சு

பெண்: வேதாள தேவதையே
பாதாள பைரவியே

ஆண்: பொங்கப்பான போல என்ன
பொட்டப்புள்ள நீ நெனச்ச
அங்க இங்க கொதிக்கவச்ச – என்ன
அய்யய்யயோ இனிக்கவச்ச

பெண்: தங்கக் காசு போல என்ன
தந்திரமா நீ பறிச்ச
உள்ளத்துல ஒளிச்சிவச்ச – என்ன
உசுரோட பழுக்க வச்ச

ஆண்: மீசப் பொதயல
எடுக்க வச்ச – என்ன
மோசக் குழியில வெதச்சி வச்ச

பெண்: ஆசக் கரையில
குளிக்க வச்ச – என்ன
பாசிப் பயிறுபோல் வறுத்து வச்ச

ஆண்: தலவாழ எலபோல
தாமரப் பூவ விரிச்சுவச்ச

பெண்: மலவாழப் பழம்போல
மனச ராவுல உறிச்சுவச்ச

ஆண்: சிங்கம்போல நானிருந்தேன்
சின்னப்புள்ள நீ சிரிச்ச
அய்யோ நான் நெலகொலஞ்சேன் – ஓ
அழகால உருக்கொலஞ்சேன்

பெண்: செங்கசூள போல என்ன
சின்னப் பையன் நீ எரிச்ச
கண்ணாலேயே நெருப்ப வச்ச – கணுக்
காலக்கூட செவக்க வச்ச

ஆண்: வீரத் தளும்ப நீ
வெடிக்க வச்ச – என்ன
ஈரக் கொலையில துடிக்க வச்ச

பெண்: காரக் கொழம்ப நீ
கொதிக்க வச்ச – என்ன
கூரப் பொடவயா மடிச்சு வச்ச

ஆண்: வெவசாய நெலம்போல
வேர்வ மேனிய பரப்பி வச்ச

பெண்: தலகாணி மகசூல
தாவணி சாக்குல நெரப்பி வச்ச

பொறி
சுப்ரமணியம் சிவா
இசை: தினா
குரல்: ஷங்கர்மகாதேவன், மாலதி
2007
□

043

குடி குடியைக் கெடுக்கும் என்று பழைய எழுத்து விக்கிரமாதித்யன் கதைபோல சொல்லிக்கொண்டே இருந்தாலும் அதில் விழுந்துவிட்ட வேதாளங்கள் எழுந்து வெளியே வர எண்ணுவதில்லை. காரணங்களைத் தேடித் தேடி கையில் எடுக்கின்றன கோப்பைகளை. தோல்வியை மறப்பதற்குக் குடிக்கிறேன் என ஆரம்பித்து கடைசியில் குடியினால் தோற்றுப்போகிறது குடி சமூகம். குடியாட்சி தத்துவத்தின் மூலப்பொருளும் முதல் பொருளும் மது குடிப்பவர் ஆட்சியென்று மாற்றிப் பொருள் கொள்ளப்படுகின்றன. துளித் துளியாய்ப் பருகும் மது, ஒருகட்டத்தில் மூளை நரம்புகளை பாதித்து மூர்ச்சையாக்கிவிடுகிறது. தாங்கள் தள்ளாடி தேசத்தை நிலையாக நிற்க வைப்பதாகக் குடி நோயாளிகள் பெருமை கொள்கிறார்கள்.

●

எட்டா உயரத்தில் இருக்கிற கடவுளை
எட்டிப் பிடிப்பதற்கு என்ன வழி?
கட்டுக் கடங்காமல் கண்ணடிக்கும் கவலையை
விட்டு விடுவதற்கு என்ன வழி?

●

வாட்டரில்லா மாநிலத்தில்
வாழ்ந்தாலும் வாழலாம்
குவாட்டரில்லா நாட்டுக்குள்ளே
குடித்தனம் செய்யாதே

குளிப்பதனால் உடல் சுத்தம்
ஆவதுபோல் நண்பர்களே
குடிப்பதனால் மன சுத்தம்
ஆகுது உண்மையிலே

போட்டி தலக்கறி நண்டு எறாத்தட்டு
சுண்டல் பொடிமாஸ் சூடான சொறாப்புட்டு
பீப் ஆம்லெட்டு பெப்பர் கடல
புல் ஃபாயில் அசத்துது ஒடல

●

சிட்டுக் குருவியெனப் பறக்கிற மனசுக்கு
றெக்க விரிப்பதற்கு என்ன வழி?
கொட்டும் அருவியெனக் குலுக்குற வயசுக்கு
கொட்டம் அடிப்பதற்கு என்ன வழி?

காதலிலே தோல்வியுற்ற
யாவரையும் தேற்றுமடா
கவலைகளைப் போக்குமிது
கவர்மெண்டு தீர்த்தமடா

பூமியிலே மூணு பங்கு
நீரிருக்கு தெரிஞ்சிக்கடா
ஓயாம சுத்துகிற
காரணம் புரிஞ்சிக்கடா

ஞாயிற்றுக் கெழம குவாட்டர் அடிச்சான்
திங்கக் கெழம வம்ப வளத்தான்
செவ்வாக் கெழம ஜெயிலுக்குப் போனான்
புதன் கெழம புத்தி வந்தது

வியாழக் கெழம வெளிய வந்தான்
வெள்ளிக் கெழம வீட்டுக்குப் போனான்
சனிக் கெழம சாப்பிட்டுப் படுத்தான்.

பொறி
சுப்ரமணியம் சிவா
இசை: தினா
குரல்: தினா, சுப்ரமணியம் சிவா
2007

044

சிறையில் இருக்கும் அவனுக்குள் அவள் கொடுத்த காதல் தண்டனையைத் தாங்கிக்கொள்ள முடியவில்லை. கழுகுகளின் கண்களிலே மரண பயம் இல்லாததை உணர்ந்த அவன், அன்பின் அச்சத்தில் அல்லாடுகிறான். தோல்விகளின் வீடான அவனுக்குள் துன்பம் குடியேறுகிறது. தாலியை ஏந்த கழுத்தை நீட்ட வேண்டியவளே தனயனுக்காகக் காதலின் கழுத்தை அறுத்துவிடுகிறாள்.

●

காதல் சிலுவையில்
அறைந்தாள் என்னை
தீயின் குடுவையில்
அடைத்தாள் கண்ணை

கனவுகளில்
விழுந்த எனை
கவலையிடம் அனுப்புகிறாள்

இளமை எனும்
கருவறை எங்கும்
எரிதழலைக் கொளுத்துகிறாள்

உயிருதிரும் போது
உறவுகளும் வீணோ?
உலகம் இது தானோ?

●

கழுகுகளின் கண்களிலே
மரண பயம் இல்லை
ஊமைகளின் தாலாட்டை
செவி உணர வாய்ப்பில்லை

புழுதியிலே ரத்தினமாய்
இருந்ததொரு தொல்லை
பாவங்களைப் பாராமல்
பழகியதனால் தொல்லை

தேவை பூமியை
தினமும் தேனாக்கும்
கோபம் துயரங்களை
சேர்க்கும்

●

அவளுடைய கற்பனையை
எழுத வழி இல்லை
கூண்டுக் கிளி நானானேன்
வெளி வரவும் வாய்ப்பில்லை

இவனுடைய உண்மைகளை
உளற வழி இல்லை
தோல்விகளின் வீடானேன்
துணை வரவும் ஆளில்லை

வாழும் மானிடரின்
சுமைகள் தீராது
காலம் உறவுகளின்
தீவு

சுப்ரமணியபுரம்
சசிகுமார்
இசை : ஜேம்ஸ் வசந்தன்
குரல் : ஷங்கர் மகாதேவன்
2008
□

045

திரைப்படத்தில் இடம்பெறாமல், அதே சமயம் குறிப்பிட்ட திரைப்படத்தை விளம்பரப்படுத்துவதற்காக ஒரு தனிப்பாடல் என்னும் முயற்சி தமிழ் சினிமாவிற்குப் புதிது. பல விதத்தில் புதுமைகளைப் புகுத்திய சுப்ரமணியபுரம் படக்குழுவினர் இம்முயற்சியை முதல்முறையாக முன்மொழிந்தார்கள். அதனைப் பலரும் வரவேற்றார்கள். படம் கிராமம் சார்ந்த பதிவாக இருந்தாலும் இப்பாடல் நவீனத் தன்மையோடு அமைந்தது. நவீனத் தன்மை என்பதைவிட நகரத் தன்மை என்பது இன்னும் சரியாயிருக்கும். தேநீரில் சிநேகிதம், தீராத பேச்சுகள் என்று தொடரும் இந்தப் பாடல் திரைப்படத்தில் இடம்பெறாமல் போனதே என்று துக்கப்பட்ட பலரில் நானும் ஒருவன்.

●

இது பற்றிப் பாயும் பாமாலை
செவி சேர்த்துச் செல்லும் காதலை
தீண்டும் நெஞ்சிலே சாரலை
தீண்டாதோ மின்னலை
தேடும் தென்றலை

சொல்லச் சொல்லில்லை
சொல்லில்லை

●

தேநீரில் சிநேகிதம்
தீராத பேச்சுகள்
பின்சீட்டில் மின்மினி
எப்போதும் சுகம் சுகம்
புவியினிலே

காலேஜில் ஏஞ்சல்கள்
கண்ணாலே தூண்டில்கள்
காலண்டர் பேபிகள்
கொண்டாடு இளமையின்
விழிகளிலே

வயசு வயசு பறக்கற வயசு
மனசு மனசு ரசிக்கிற மனசு
என்றும் என்றென்றும்

●

பொய் பேசாத் தோழமை
தோள் சாயும் காதலி
நீங்காத சௌந்தர்யம்
சந்தோஷம் தரும் தரும்
நினைக்கையிலே

நெல் மீது முன்பனி
நில்லாத மேகங்கள்
நீர்வீழ்ச்சி கானங்கள்
எந்நாளும் இனிமைகள்
இயற்கையிலே

சுப்ரமணியபுரம்
சசிக்குமார்
இசை: ஜேம்ஸ் வசந்தன்
குரல்: பென்னிதயாள்
2008
□

046

திரையில் இடம்பெற்ற என்னுடைய இரண்டாவது பாடல். சாகாத நினைவுகளை எனக்குள் விதைத்த இயக்குநர். திருப்பதி சாமியின் நீங்கா உறக்கத்திற்கு இப்பாடல் தாலாட்டு படிக்கிறது. ஒட்டுமொத்த நண்பர்களையும் விட்டுவிட்டுப் போன அவருடைய அகால மரணத்தினால் இப்பாடலைக் கேட்கும் போதெல்லாம் என் கண்கள் குளமாகும். காகிதங்கள் படகாகும். 'தூக்கம் தூக்கம் தூர்ந்தே போனதே' என்னும் வரியை அடிக்கடி வியந்த திருப்பதியின் கண்கள் எப்போது திறக்குமோ? காம்பில்லாமல் பூத்த நட்புப்பூ அவர்.

•

ஆண்: காதல் ஆராரோ
காதல் ஆராரோ
கண்ணால் சொன்னாயே
பெண்ணே நீ யாரோ?

மின்னல் பெண்ணே
ஜன்னல் மூடாதே
உன்னுள் நானே
வெளியே தேடாதே

பெண்: காதல் ஆராரோ
காதல் ஆராரோ
கண்ணால் கேட்டாயே
கள்வா நீ யாரோ?

தரையில் மீன்கள்
கண்கள் ஆனதே
தூக்கம் தூக்கம்
தூர்ந்தே போனதே

•

ஆண்: மனசு மனசு இங்கு
வளையோசை ஆனதே
கொலுசு மணிகள் எனைக்
கொலை செய்தே போனதே

பெண்: இணைவதனால் இதழ்
இணைப்பதனால் – இந்த
முத்தம் தீராதே

ஆண்: நனைவதனால் மழை
நனைப்பதனால் – நதி
குற்றம் கூறாதே

பெண்: காம்பில்லாமல் பூக்குமே
காதல் பூக்கள்தான்

●

பெண்: எரியும் விழியில் எனை
கற்பூரம் ஆக்கினாய்
திரியைத் திருடும் ஒரு
தீபம்போல் மாற்றினாய்

ஆண்: தொடங்கிடவும் அலை
அடங்கிடவும் – ஒரு
ஜென்மம் போதாதே

பெண்: பிரிவதனால் உயிர்
முடிவதனால் – இந்த
காதல் சாகாதே

ஆண்: நீயிலாத வாழ்க்கையே
தேவை இல்லையே

நரசிம்மா
திருப்பதிசாமி
இசை : மணிசர்மா
குரல் : சாய் சிவன், மகாலஷ்மி ஐயர்
2001
◻

047

நாச்சியார் திருமொழியைத் தன்னுடைய காதலுக்காகத் தத் தெடுத்துக்கொள்ளும் அவன், அவளை இலக்கியமாகப் பார்க்கிறான். அகப்பாடலும் புறப்பாடலும் அவளே என எண்ணும் அவனுக்கு அவளுடைய சுடிதார் வாசனை சாம்பிராணிப் புகையாகிறது. கனவுகளால் அவளைக் கட்டிக்கொள்கிறான். முந்திவரும் வெட்கத்தை அவள் போலவே நெட்டித் தள்ளுகிறான்.

●

கனா கண்டேனடி தோழி
கனா கண்டேனடி

உன்
விழி முதல் மொழி வரை
முழுவதும் கவிதைகள்
அகமெது? புறமெது?
புரிந்தது போலே

உன்
முடி முதல் அடி வரை
முழுவதும் இனிமைகள்
சுவையெது? சுகமெது?
அறிந்தது போலே

●

எதையோ என் வாய் சொல்லத் தொடங்க
அதையே உன் வாய் சொல்லி அடங்க
உதடுகள் நான்கும்
ஒட்டிக்கொள்ள நான் கண்டேன்

நிலம் போல் உன் மனம் விரிந்து கிடக்க
நிழல் போல் என் மனம் சரிந்து படுக்க
இதயம் இரண்டும்
கட்டிக்கொள்ள நான் கண்டேன்

ஒரு கண்ணில் அமுதம் கண்டேன்
மறு கண்ணில் அமிலம் கண்டேன்

எங்கெங்கோ தேடித்தேடி
உன்னில் என்னை
நான் கண்டேன்

●

இடை மேல் என் விரல் கவிதை கிறுக்க
படை போல் உன் விரல் பதறித் தடுக்க
கூச்சம் என்னை
நெட்டித் தள்ள நான் கண்டேன்

கொடியினில் காய்கிற சுடிதார் எடுத்து
மடிக்கிற சாக்கில் வாசனை பிடித்து
மூச்சில் உன்னைச்
சொட்டச் சொட்ட நான் கண்டேன்

நிறமில்லா உலகம் கண்டேன்
நிறமெல்லாம் உன்னில் கண்டேன்

எங்கெங்கோ தேடித்தேடி
என்னில் உன்னை
நான் கண்டேன்

பார்த்திபன் கனவு
கரு. பழனியப்பன்
இசை : வித்யாசாகர்
குரல் : மது பாலகிருஷ்ணன்
2003
□

048

துப்பாக்கியைத் தேடிவரும் அவனுக்கு துப்பட்டாப் பூ கிடைக்கிறது. அவன் அவளுக்குள் கடவுளைப் போல் முளைத்து விடுகிறான். நெடுநாளாக நிலவும் நிலவின் களங்கத்தைத் துடைக்க அவர்களின் கைகள் கோக்கின்றன. நீண்டு கிடக்கும் பாதையில் நாம் இருவர் மட்டுமே நடக்க வேண்டுமென்கிற அவளுடைய ஆசையை உச்சரிக்கிறாள்.

●

பெண்: எனதுயிரே எனதுயிரே
எனக்கெனவே நீ
கிடைத்தாய்

எனதுறவே எனதுறவே
கடவுளைப் போல் நீ
முளைத்தாய்

நெடுஞ்சாலையில்
படும் பாதம் போல்
சேர்கிறேன் வாழும் காலமே

வரும் நாட்களே
தரும் பூக்களே
நீளுமே காதல் காதல் வாசமே

●

ஆண்: இனி இரவே இல்லை
கண்டேன் உன் விழிகளில்
கிழக்கு திசை

இனிப் பிரிவே இல்லை
அன்பே உன் உளறலும்
எனக்கு இசை

பெண்: உன்னைக் காணும் வரையில்
எனது வாழ்க்கை
வெள்ளைக் காகிதம்

கண்ணால் நீயும் அதிலே
எழுதிப் போனாய்
நல்ல ஓவியம்

சிறு பார்வையில் ஒரு
வார்த்தையில்
தோன்றுதே நூறு கோடி
வானவில்

●

பெண்: மரமிருந்தால் அங்கே
என்னை நான் நிழலென
விரித்திடுவேன்

இலை விழுந்தால் அய்யோ
என்றே நான் இருதயம்
துடித்திடுவேன்

ஆண்: இனிமேல் நமது இதழ்கள்
இணைந்து சிரிக்கும்
ஓசை கேட்குமே

நெடுநாள் நிலவும் நிலவின்
களங்கம் துடைக்க
கைகள் கோர்க்குமே

உருவாக்கினாய்! அதி
காலையை ஆகவே நீ என்
வாழ்வின் மோட்சமே

பீமா
லிங்குசாமி
இசை : ஹாரிஸ் ஜெயராஜ்
குரல் : சின்மயி, சாதனா சர்கம், சௌம்யா ராவ், நிக்கில் மாத்யூ
2008
❑

049

அவனுடைய விரல்தொட அவளுடைய புருவமும் சிவந்துவிடுகிறது. பூத்துச் செழித்த காதலுக்குள் தங்களைத் தாங்களே அவர்கள் இருவரும் தொலைக்கிறார்கள். வசமான இந்த விளையாட்டில் யார் யாரிடம் தோற்பது என்பதே அவர்கள் இருவருக்கும் வெற்றியாகிறது. முதல் பிழையைப் போல் மறக்கவே இயலாததுதான் முதல் காதலும்.

●

பெண்: ரகசியக் கனவுகள்
ஜல் ஜல் – என்
இமைகளைக் கழுவுது
சொல் சொல்

இளமையில் இளமையில்
ஜில் ஜில் – என்
இருதயம் நழுவுது
செல் செல்

ஆண்: முதல் பிழை போல் மனதினிலே
விழுந்தது உனதுருவம் – ஓ
உதடுகளால் உனைப் படிப்பேன்
இருந்திடு அரை நிமிடம்

தொலைவதுபோல்
தொலைவதுதான்
உலகில் உலகில் புனிதம்

குழு: இறகே இறகே
மயிலிறகே – வண்ண
மயிலிறகே வந்து தொடு அழகே

தொட தொட தொடர்கிற
சுகம் சுகமே – கண்
படப் பட புதிர்களும் அவிழ்ந்திடுமே
●

பெண்: மறுபடி ஒருமுறை பிறந்தேனே
விரல் தொட புருவமும் சிவந்தேனே

இல்லாத வார்த்தைக்கும்
புரிகின்ற அர்த்தம் நீ
சொல்லாத இடமெங்கும்
சுடுகின்ற முத்தம் நீ

ஆண்: சுடும் தனிமையை உணர்கிற
மரநிழல் போல எனைச் சூழ

நரம்புகளோடு குறும்புகள் நாளும்
எழுதிய கணக்கு
எனதிரு கைகள் தழுவிட நீங்கும்
இருதய சுளுக்கு

●

ஆண்: உயிரணு முழுவதும் உனைப் பேச
இமை தொடும் நினைவுகள் அனல் வீச

நெனச்சாலே செவப்பாகும்
மருதாணித் தோட்டம் நீ
தலைவைத்து நான் தூங்கும்
தலகாணிக் கூச்சம் நீ

பெண்: எனதிரவினில் கசிகிற
நிலவொளி நீயே படர்வாயே

நெருங்குவதாலே நொறுங்கிவிடாது
இருபது வருடம்
தவறுகளாலே தொடுகிற நீயோர்
அழகிய மிருகம்

பீமா
லிங்குசாமி
இசை : ஹாரிஸ் ஜெயராஜ்
குரல் : ஹரிகரன், மதுஸ்ரீ
2008
□

050

பெண் பார்க்கப் போன இடத்தில் தேவதையைப் பார்த்துவிடு கிறான். அமைதியாயிருந்த அத்தனை நரம்புகளும் அடடா என்று வியக்கத் தொடங்கி வேர்த்துவிடுகிறது. கண்களை மூடினால் அவளே வருகிறாள். இல்லற இன்பத்தை இமைகளுக்குள் செருகுகிறாள். அடுக்குத் தொடர்களால் அமைந்த இப்பாடல் பல பள்ளிகளில் தமிழாசிரியர்களின் கையேட்டில் இலக்கணக் குறிப்புகளாக இருந்துவருகிறது.

        •

ஆண்: கண்டேன் கண்டேன்
கண்டேன் கண்டேன் காதலை

கொண்டேன் கொண்டேன்
கொண்டேன் கொண்டேன் ஆவலை

பட்டின் சுகம் வெல்லும் விரல்
மெட்டின் சுகம் சொல்லும் குரல்
எட்டித் தொட நிற்கும் அவள்
எதிரே எதிரே

பெண்: பிள்ளை மொழி சொல்லை விட
ஒற்றைப் பனை கள்ளை விட
போதை தரும் காதல் வர
தொலைந்தேன் தொலைந்தேன்
தொலைந்தேன் தொலைந்தேன்

        •

ஆண்: மோதும் மோதும்
கொலுசொலி ஏங்கும் ஏங்கும்
மனசொலியை பேசுதே

பெண்: போதும் போதும்
இதுவரை யாரும் கூறா
புகழுரை ஏன்? கூசுதே

ஆண்: பேசாத பேச்செல்லாம்
பேசப் பேச நிம்மதி

பெண்: பேசாது போனாலும்
நீ என் சங்கதி

ஆண்: கெஞ்சல் முதல் கொஞ்சல் வரை
விக்கல் முதல் தும்மல் வரை
கட்டில் முதல் தொட்டில் வரை
அவளை அவளை அவளை அவளை

பெண்: காணும் காணும்
இருவிழி காதல் பேச
இமைகளிலே கவிதை படி

ஆண்: ஏதோ ஏதோ
ஒருவித ஆசை தோன்ற
தனிமையிது கொடுமையடி

பெண்: நீங்காமல் நாம் சேர
நீளமாகும் இன்பமே

ஆண்: தூங்காமல் கைசேர
காதல் தங்குமே

பெண்: ரெட்டைத் திமிர் அச்சத்திலே
நெஞ்சுக் குழி வெப்பத்திலே
சுட்டித்தனம் வெட்கத்திலே
அடடா அடடா அடடா அடடா

பிரிவோம் சந்திப்போம்
கரு. பழனியப்பன்
இசை : வித்யாசாகர்
குரல் : கார்த்திக், ஸ்வேதா
2008

051

முடியும் வார்த்தையிலிருந்து அடுத்த வார்த்தையைத் தொடங்குவதைத்தான் அந்தாதி என்பார்கள். திரையில் இப்பாடலுக்கு முன் கண்ணதாசன் ஓரிரு பாடல்களை எழுதியிருக்கிறார். இலக்கிய ஆர்வமுள்ள இயக்குநர்களால் மட்டுமே இப்படியான பாடல் முயற்சிகளை மேற்கொள்ள இயலும். சந்தம் தரப்பட்டு அதற்கேற்ப வார்த்தைகளைக் கோத்த வேளையில் என்னை நானே பெருமிதத்தோடு பார்த்துக்கொண்டேன். இடுக்குக்குள்ளிருந்தும் இலக்கியச் செடி முளைத்துவிடும் என்பதற்கு இப்பாடலும் சாட்சியாகட்டும்.

●

பெண்: நெஞ்சத்திலே நெஞ்சத்திலே
நீதானே மொத்தத்திலே

ஆண்: மொத்தத்திலே உன்னழகைக்
கண்டேனே முத்தத்திலே

பெண்: முத்தத்திலே ஆசையில்லை.
சத்தமெல்லாம் வெட்கத்திலே

ஆண்: வெட்கத்திலே தத்தளித்தால்
காதல் பொங்கும் நெஞ்சத்திலே

●

ஆண்: நீ பேசியும் நான் பேசியும்
தீராதம்மா பொழுதுகள்

பெண்: பொழுதுகள் தீரலாம்
மாறாதென்றும் இனிமைகள்

ஆண்: இனிமைகள் முளைத்தன
ஆதாம் ஏவாள் தனிமையில்

பெண்: தனிமையில் இருவரும்
பேசும் மௌனம் இள வெயில்

ஆண்: வெயில் சாரலடிக்கும்
நிழல் கூடி அணைக்கும்

பெண்: அணைக்கும் ஆசை ஆயிரம்
அழைக்கும் பாஷை பாசுரம்

பெண்: சுரம் ஏழிலும் சுவை ஆறிலும்
கூடும் இன்பம் நெஞ்சத்திலே

●

பெண்: வா என்பதும் போ என்பதும்
காதல் மொழியில் ஒருபொருள்

ஆண்: ஒரு பொருள் தருவதால்
நீயும் நானும் மறை பொருள்

பெண்: பொருள் வரும் புகழ் வரும்
ஆனால் வாழ்வில் எது சுகம்?

ஆண்: சுகம் தரும் சுவை தரும்
காதல் போல எது வரும்?

பெண்: வரும் வாழ்க்கை தயங்கும்
நமைப் பார்த்து மயங்கும்

ஆண்: மயங்கும் மாலைச் சூரியன்
கிறங்கும் நாளும் ஐம்புலன்

பெண்: புலன் ஐந்திலும் திசை நான்கிலும்
தேடும் இன்பம் நெஞ்சத்திலே

பிரிவோம் சந்திப்போம்
கரு.பழநியப்பன்
இசை: வித்யாசாகர்
குரல்: ஷ்ரேயாகோஷல், ஜெயராம்
2008
□

052

இலக்கணத்தில் முரண்தொடையைக் கேள்விப்பட்டிருப்பீர்கள். நினைவு மறதி, பகல் இரவு என்று முரண்பட்டு வரும் எதிரெதிர் நிலைகளைப் பாடலுக்குள் பயன்படுத்தலாமா? என்றார் இயக்குநர். வார்த்தைகளை விளங்கிக்கொண்டால் வாழ்க்கை இனிதாகும் என்றொரு பழமொழி உண்டு. ஒரு கூட்டில் வாழும் கணவனுக்கும் மனைவிக்கும் கருத்து முரண்பாடு. விலகிப் பிரியாமல் பிரியத்தால் விலகி நிற்கிறார்கள். அதிர்ந்து பேசாத அன்பினால் வரும் தொல்லைகளைத் தனக்குள்ளே வைத்திருந்த அவள் ஒரு கட்டத்தில் பீறிட்டு வெளிப்படுகிறாள்.

●

கண்டும் காணாமல்
விழி காண்பது ஏன்?
கேட்டும் கேளாமல்
செவி சாய்ப்பது ஏன்?

கண்டும் காணாமல்
விழி காண்பது ஏன்?
கேட்டும் கேளாமல்
செவி சாய்ப்பது ஏன்?

வந்து போவது ஏன்?
தந்து கேட்பது ஏன்?

●

நினைவுகள் போல மறதியும் வேண்டும்
நேற்றும் நீங்க நாளை வேண்டும்
தனிமைகள் தீர துணையும் வேண்டும்
தாங்கும் தோளில் சாய்ந்திட வேண்டும்

அருகிலே வந்த போதிலும்
ஏனோ தூரமே?
நினைவிலே தேங்கும் ஞாபகம்
நீங்குமோ எந்த நாளுமே

சேருவோம்
சேருவோம் வாழவே

●

உறவுகள் நீங்கி வாழும் வாழ்வில்
ஏங்கும் நொடிகள் சுமையெனத் தெரியும்
திரைகடல் ஓடி தேடும் தேடல்
தீரும் போது தொலைந்தது தெரியும்

சிறகுகள் வாங்கும் ஆசையில்
வானை நீங்கினோம்
விடைகளைத் தேடும் ஆவலில்
கேள்வி போல் நாளும் தேங்கினோம்

மாறுதல்
ஆறுதல் ஆகுமே

பிரிவோம் சந்திப்போம்
கரு.பழனியப்பன்
இசை: வித்யாசாகர்
குரல்: சாதனா சர்கம்
2008
□

053

ஆண் பெண் இரண்டு பேருக்குமே தனிமை என்பது தகிக்கும் வெயில்தான். கண்ணாடியின் விரிசலுக்கும் மண் கலயத்தின் விரிசலுக்கும் வேறுபாடுண்டு. கண்ணாடி விரிசலுற்றாலும் பிம்பங்களைக் காட்டும். கலயத்தின் விரிசலோ கதைக்கு உதவாது. அவர்களுக்குள் ஏற்பட்ட விரிசல் சரிசெய்யக் கூடியதுதான். காலமே அவ்விரிசலை உடைந்துவிடாமல் ஒட்டவைக்கும். அவனுடைய நேர்மையும் உண்மையும் மதிக்கத்தக்கது. மனமறியாமல் புரியும் தீங்கால் மனமே உடையும். இதுதான் வாழ்க்கை என்னும் புரிதலை முன்வைக்கிறான்.

●

சொல் சொல் என் நெஞ்சே
என்ன நான் உரைப்பேன்?
உன்னில் நான் இன்றி
எங்கு நான் வசிப்பேன்?

இந்த வேதனையை
என்று நான் தொலைப்பேன்?

●

தனிமையில் தேயும் நிலவென நானும்
கனவை பொழுதை ஏன் கலைத்தேனோ?
சிலுவையின் பாரம் தாலியில் தாங்கும்
உறவே உனைநான் நோகடித்தேனோ?

இருவரும் சேர்ந்து பாடவே
பாடல் வாங்கினோம்
ஒருவரே பாடி ஓய்ந்ததால்
மவுனமாய் நானும் தேங்கினேன்

ஏங்கினேன்
தீயிலே தூங்கினேன்

●

மனமறியாமல் புரியும் தீங்கால்
மனமே உடையும் இதுதான் வாழ்க்கை

வெளித் தெரியாமல் நேரும் காயம்
உயிரைக் குடையும் கதைதான் வாழ்க்கை

கனவுகள் சூழ்ந்த காதலே
தீராக் காவியம்
உறவுகள் ஊமை ஆகினால்
யாவுமே ஆகும் நாடகம்

மாறுமே
மாறுமே சோகமே

பிரிவோம் சந்திப்போம்
கரு.பழநியப்பன்
இசை: வித்யாசாகர்
குரல்: பல்ராம்
2008
◻

054

மாற்றம் ஒன்றுதான் மானிட தத்துவம் என்னும் மெய்மை இன்னல் வரும்போதுதான் எல்லோருக்கும் புரிகிறது. கடந்துவிடும் யாவும் என்ற ஆறுதல் இல்லையென்றால் வாழ்வின் மீதுள்ள நம்பிக்கை வற்றிப்போய்விடும். போதும் வரை பொருளைத் தேடி பொருளில்லாமல் வாழ்ந்த ஒருவனின் புத்திமதி இது. நம்பிக்கை என்னும் ஒற்றைச் சாவியால் எத்தனை பெரிய கோட்டையின் பூட்டுகளையும் எளிதாகத் திறந்துவிடலாம்.

●
வாழும் வாழ்க்கை
சில நொடிகளில் முடியுமடா
காணும் யாவும்
தரும் அனுபவம் தொடருமடா

பகல் கனவினில் மிதந்திடும்
மானிடா
இதை நிலையென நினைப்பது
ஏனடா

●
போதும்வரை
பொருள் தேடினோம்
போதாமலே தினம்
போராடினோம்

பொருளின்றிப் போகின்ற
வாழ்க்கையில்

காலையில்
வரும் காட்சிகள்
மாலையில் கொஞ்சம் உருமாறுமே

ஆசைகள் வந்து
தரும் வேதனை
ஆயுளை நின்று பழிவாங்குமே

ஆடும்வரை ஆடும் மனம்
ஆடாமல் ஓய்வாகிப்
போகுமே

●

தூறல்களை
நதி ஏற்காவிட்டால்
ஓடங்களின் கதி
ஓய்வாகுமே

வருகின்ற சோகங்கள்
பாடமே

தோல்விகள்
நடைபோடயில்
தேங்கினால் என்றும் தவறாகுமே

யாவையும் இங்கு
எதிர்கொள்வதால்
தோல்வியும் கூட ஜெயமாகுமே

நாளைவரும் காலம் என
நம்பாமல் சேராது
லாபமே

துணிஞ்ச வயசு
வி.எஸ்.தர்மலிங்கா
இசை: எஸ்.ஆர். முகமது தாவுத்
குரல்: முகமது தாவுத்
2010
◻

055

கூடிவாழ விரும்பும் இளைஞர்களின் குறும்புப்பாடல். எதையும் எளிதாக எடுத்துக்கொள்ளும் மத்தியதர மனோநிலை. தொல்லையிலே துள்ளுவதும் துன்பங்களைத் தள்ளுவதும் அவர்களுக்கு வாடிக்கை. கோவில் விழாவில் பாடப்படும் பாடல் என்பதால் முறுக்கேறிய இளைஞர்கள் முருகனையும் போற்றுகிறார்கள்.

●

கல கல கல கந்தக் கோட்ட
கலக்குது பார் எங்க சேட்ட
எடு எடு எடு குத்துப் பாட்ட
என்னைக்குமே கொள்ளவேட்ட

கூட்ட அன்பக் கூட்ட – நாங்க
தாண்ட மாட்டோம்
கிழிச்ச கோட்ட

வெடிவெடிவெடி இன்னும் வேட்ட
வெற்றி வந்து மண்ட யாட்ட
தொடு தொடு தொடு நல்ல ரூட்ட
துணையிருக்குது வல்லக்கோட்ட

நாட்ட நம்ப நாட்ட – நாங்க
நம்பி வாரோம்
ஜெயிச்சுக்காட்ட

●

சும்மா இருந்தா தில்லில்லீங்க
சொமந்துபாத்தா தப்பில்லீங்க
தம்மாத்துண்டு வாழ்க்கையில
தள்ளி நின்னா கிக்கில்லீங்க

எறங்கி அடிக்க அஞ்சாதீங்க
எதுக்கும் பயந்து கெஞ்சாதீங்க
நட்ப மதிச்சு கொண்டாடுங்க
நாளும் சோகம் அண்டாதுங்க

நாங்க தங்கம் தாங்க - இத
நீங்க நீங்க ஏத்துக்கோங்க
தேங்க தண்ணி தேங்க - வந்து
பாசி சேரும் பாத்துக்கோங்க

●

தொல்லயில்ல துள்ளுவோங்க
துன்பம் எதுக்கு தள்ளுவோங்க
காலு மொளச்ச காத்தாடியா
காலம் பூரா சுத்துவோங்க

பொண்ண மட்டும் நம்பாதீங்க
போன பிறகு வெம்பாதீங்க
இம்மாம் பெரிய பூமியில
எதுக்கும் கலங்கி நிக்காதீங்க

வாங்க கிட்ட வாங்க - ஒங்க
வாழ்க்க செழிக்கும் கேட்டுக்கோங்க
நீங்க துன்பம் நீங்க - நம்ம
வேலன் இருக்கான் வேண்டிக்கோங்க

கந்தக்கோட்டை
சக்திவேல்.எஸ்
இசை: தினா
குரல்: திப்பு
2009
□

056

வேண்டாத காதலை வெறுத்து ஒதுக்குகிறான் அவன். விலகச் சொன்னாலும் விரும்பி வருகிறாள் அவள். காதலின் இனிப்பை அவளும் காதலின் கசப்பை அவனும் சொல்லிக்கொள்கிறார்கள். குட்டிச்சுவரையும் கோட்டையாக்கும் காதலின் சக்தியை அவள் சொல்ல, கண்களிருந்தும் குருடாகத் திரியச் செய்யும் காதல் என்கிறான் அவன். பெற்றோரை உதாசீனப்படுத்தும் காதலை அவன் ஒப்புகொள்ளவில்லை. பெற்றோராகத் தங்களை மாற்றக்கூடிய காதலை அவள் காதலிக்கிறாள்.

•

ஆண்: காதல் பாம்பு உன்னைக்
கொத்திவிட்டதே
உன் நாடி நரம்பெல்லாம்
செத்துவிட்டதே

நான் சொல்லச் சொல்லத்
தொல்லை செய்வதென்னடி
நீ தேவையில்லை தூரம்
தள்ளிச் செல்லடி

நம்ம காதல் நரகமடி
நம்ம காதல் நரகமடி

பெண்: காதல் பாம்பு என்னைக்
கொத்தவில்லையே
என் நாடி நரம்பெல்லாம்
சாகவில்லையே

•

இதயத்தின் அன்பெல்லாம்
பரிமாறிக்கொண்டாலே
உலகத்தின் அழகெல்லாம்
உனக்குள்ளே குடியேறும்

விலகாமல் நிழல்போல
துணையாக வந்தாலே
நிமிஷங்கள் ஒவ்வொன்றும்
வாழ்க்கையில் பரிசாகும்

காதலித்தால் அத்தனையும்
கிட்டுமே பெண் கைப்பிடித்தால்
தொந்தரவும் இஷ்டமே

காதலித்தால் நீ மனிதன் ஆவாய்
கண்ணுக்கழகாய் எல்லாம் பெறுவாய்
உன்னை நீயே
உணர்ந்துகொள்வாய்

எல்லோருக்கும் அன்பைத் தருவாய்
எதையும் தாங்கும் இதயம் பெறுவாய்
குட்டிச் சுவரை கோட்டை ஆக்குவாய்

●

ஆண்: காதலில் விழாதே
கை தூக்க ஆளில்லை
தாய் தந்தை அன்பைப்போல்
வேறொன்றும் ஈடில்லை

காலத்தை வீணாக்கும்
காதலை நம்பாதே
கடைசியில் உயிர் வாங்கும்
பின்னால் நீ செல்லாதே

காதலித்தால் நீர் வடிக்கும்
கண்களே – பெண்
கண்ணடித்தால் அத்தனையும்
சிக்கலே

காதலித்தால் நீ பைத்தியமாவாய்
கண்கள் இருந்தும் குருடாய்ப்
போவாய்
தூக்கம் கெட்டு உடலும் தேய்வாய்

ஏக்கத்தாலே தினமும் சாவாய்
எண்ணி எண்ணி
இளைத்துப்போவாய்
எல்லோரையும்
பகைத்துக்கொள்வாய்

கந்தக்கோட்டை
சக்திவேல். எஸ்
இசை: தினா
குரல்: சௌமியாராவ், பென்னிதயாள், தேவ்பிரகாஷ்
2009
◻

057

உல்லாசமே வாழ்க்கை என்று உலவிவரும் ஒரு கூட்டம், இரவுகளை இன்பமாகவும் இருப்பதைச் செலவழிக்கவும் எண்ணுகிறது. கூடிக் களிப்பதே வாழ்க்கை என்று கொண்டாடும் அக்கூட்டத்தில் தனக்கானவன் யாரென்னும் தாபத்தோடு ஒருத்தி பாடுகிறாள். வறுமை அனுப்பி வைத்த அஞ்சலாக அவள் அவர்களை வாசிக்கிறாள். தன்னைத் தரத் துணியும் அவள் வார்த்தைகள், வாழ்வைப் பெறுவதற்கான வாய்ப்பைக் கேட்கின்றன. இதயத் துக்குள் ஏக்கமாய் விரிந்திருக்கும் தன் வாழ்வை தன் எதிர் பார்ப்பைச் சொல்ல வந்தவள், கண்கள் கசிய கரைந்துவிடுகிறாள். கற்பனைக்கும் எதார்த்தத்திற்கும் உள்ள இடைவெளியில் அவளும் அவள் கனவுகளும் கலைந்துவிடுகின்றன. முல்லைமலர் மேலே என்னும் பழைய பாடலின் ராகம் இப்பாடலுக்குச் சாரமானது.

•

எட்டடுக்குச் சோல
என்னுடைய சேல
தொட்டெடுத்து தொடங்கிடவா?
லீல லீல

கட்டிலுக்கு மேல
கன்னிவெடி போல
முத்தமிட்டு ஜெயிச்சிடவா?
நாள நாள

துணிஞ்சா தவறு இல்ல
தொடு தொடு கவல இல்ல
விடிஞ்சா நெலவு இல்ல
வெக்கப்பட்டா மனுசனில்ல

•

தயக்கம் தேவ இல்ல
தவிப்பது சரியும் இல்ல
பசிக்கும் வேளையில
பந்தியிடு பாவம் இல்ல

ஒனக்கு வேல இல்ல
எனக்கும் நாணம் இல்ல
அணைக்கும் ஆசையில
அய்யய்யோ ஆடையில்ல

மார்போடு சாய – நெதம்
சூடாகும் மேனி
ராவோடு பாட – இவ
ஆகாய வாணி

●

ஒறக்கம் கூடுதில்ல
ஒறவென யாருமில்ல
பொறந்த பூமியில
பூமுடிக்க மாமனில்ல

எதுக்கும் வேலி இல்ல
இரவுகள் போதவில்ல
மயக்கம் தீரயில
மல்லிப்பூ வாசமில்ல

யாரோடு யாரோ – இதைக்
கூறாது காலம் – நீ
சேராமல் போனா – அது
நீர் மீது கோலம்?

பவானி
ஜி.கிச்சா
இசை: தினா
குரல்: ரீட்டா, தனபால்
2011
☐

058

ஒரு பெண் தனக்குள் வந்த பிறகு ஒவ்வொருநாளும் அவனுக்கு தீபாவளிதான். ஆனால், இவனோ அவளையே தீபாவளியாக அறிகிறான். சின்னச் சின்ன சேட்டைகளால் அவனைக் கவர்ந்துவிடும் அவள் சண்டையிடும் கோழியல்ல. சரவெடி. மத்தாப்புக் கனவுகளால் தன்னை மலர்த்திக்கொண்டே இருக்கும் அவளை, மன்மதப் பண்டிகைக்குக் கூப்பிடுகிறான். இரண்டு தீபாவளிகளைக் கடந்தும் இப்பாடல் தொடர்ச்சியாகத் தொலைக்காட்சிகளில் ஒளிபரப்பப்பட்டது.

●

ஆண்: தாவணி போட்ட தீபாவளி
வந்தது என் வீட்டுக்கு
கை மொளைச்சி கால் மொளைச்சி
ஆடுது ஏம் பாட்டுக்கு

கண்ணா கண்ணா மூச்சு
ஏன் கன்னா பின்னா பேச்சு
பட்டாம் பட்டாம் பூச்சி
ஏம் பக்கம் வந்து போச்சு

இரவும் வருது பகலும் வருது
எனக்குத் தெரியல – இந்த
அழகு சரிய மனசு எரிய
கணக்குப் புரியல

●

குழு: முட்டுது முட்டுது மூச்சு முட்டுது
அவளக் கண்டாலே
கொட்டுது கொட்டுது அருவி கொட்டுது
அருகில் நின்னாலே

விட்டுடு விட்டுடு
ஆள விட்டுடு
பொழச்சுப் போறான் ஆம்பள

●

ஆண்: ரெண்டு விழி ரெண்டு விழி
சண்டையிடும் கோழியா?
பத்து விரல் பத்து விரல்
பஞ்சு மெத்த தோழியா?

பெண்: பம்பரத்தப் போல நானும்
ஆடுறேனே மார்க்கமா
பச்சத் தண்ணீ நீ கொடுக்க
ஆகிப்போகும் தீர்த்தமா

ஆண்: மகாமகக் குளமே
ஏந் மனசுக்கேத்த முகமே
நவாப்பழ நிறமே
என்ன நறுக்கிப் போட்ட நகமே

இதுக்கு மேல இதுக்கு மேல
எனக்கு ஏதும் தோணல

குழு: கிழக்கு மேல விளக்குப் போல
இருக்க வந்தாளே – என்ன
அடுக்குப்பானை முறுக்கப் போல
ஒடச்சுத் தின்னாளே

●

பெண்: கட்டழகு கட்டழகு
கண்ணு படக் கூடுமே
எட்டி இரு எட்டி ஒரு
இன்னும் வெகு தூரமே

ஆண்: பாவாட கட்டி நிற்கும்
பாவலரு பாட்டு நீ
பாதாதி கேசம் வர
ப்ாசத்தோட காட்டு நீ

தேக்கு மர ஜன்னல் – நீ
தேவ லோக மின்னல்

ஈச்சமர தொட்டில் – நீ
எலந்தப்பழ கட்டில்

அறுந்த வாலு குறும்பு தேளு
ஆனாலும் நீ ஏஞ்சலு

குழு: ஈரக்கொல குலுங்கக் குலுங்க
சிரிச்சு நின்னானே – இவ
ஓரவிழி நடுங்க நடுங்க
நெருப்பு வச்சானே

சண்டக்கோழி
லிங்குசாமி
இசை : யுவன் சங்கர் ராஜா
குரல் : விஜய் யேசுதாஸ், ஸ்ரேயா கோஷல்
2005
▫

059

வரிகளைப் பார்த்த பிறகே பாடுவேன் என்ற இசைமேதை பாலமுரளிகிருஷ்ணா, இவ்வரிகளைக் கண்ணுற்ற நொடிகளிலேயே ஒலிப்பதிவுக்கு ஒப்புதல் அளித்தார். பாசம் நிறைந்த வீட்டில் வறுமையோ துயரமோ வாட்டம் தருவதில்லை. பூமி நமதென்ற எண்ணமிருந்தால் வாடகை வீடும் வாழத் தக்கதே. யாவையும் இயல்பாக எடுத்துக்கொள்ளும் குடும்பத் தலைவனின் கூற்றாக அமைந்த பாடல்.

●

அன்பாலே அழகாகும் வீடு
ஆனந்தம் அதற்குள்ளே தேடு
சொந்தங்கள் கை சேரும்போது
வேறொன்றும் அதற்கில்லை ஈடு

●

வாடகை வீடே என்று
வாடினால் ஏது இன்பம்?
பூமியே நமக்கானது

சோகமே வாழ்க்கை என்று
சோர்வதால் ஏது லாபம்?
யாவுமே இயல்பானது

மாறாமல் வாழ்வுமில்லை
தேடாமல் ஏதுமில்லை
நம்பிக்கை விதையாகுமே

கலைகின்ற மேகம் போலே
காயங்கள் ஆறிப்போக
மலரட்டும் எதிர்காலமே

●

பாசமே கோவில் என்று
வீட்டிலே தீபம் வைத்தால்
கார்த்திகை தினந்தோறுமே

நேசமே மாலை என்று
நெஞ்சிலே சூடிக்கொண்டால்
வாசனை துணையாகுமே

கூடினால் கோடி நன்மை
சேருமே கையில் வந்து
வாழ்ந்திடு பிரியாமலே

ஏணியே தேவையில்லை
ஏறலாம் மேலே மேலே
தோல்விகள் வெறும் கானலே

பசங்க
பாண்டிராஜ்
இசை : ஜேம்ஸ் வசந்தன்
குரல் : பாலமுரளிகிருஷ்ணா
2009
☐

060

வகுப்பறையில் தலைவர் தேர்தல். இரண்டு மாணவர்கள் வேட்பாளர்கள். இருவரில் யார் ஜெயிக்கப்போகிறார்கள் என்னும் பதற்றம். முடிவு அறிவிக்கப்படுகிறது. ஜெயித்த மாணவன் பக்கம் கூட்டம் சேர்கிறது. அதுவரை தன்னைச் சார்ந்திருந்த நண்பர்கள் எதிர்ப் பக்கம் போனதில் தோற்றவனுக்குத் துக்கம். ஜெயித்த மாணவர்களோ தோற்றவனை வம்புக்கிழுக்கிறார்கள். பள்ளிக்கூடம் போர்க்களமாகிறது. எதிரெதிர் முகாமைச் சேர்ந்த வீரர்கள் மோதிக்கொள்கிறார்கள். ஒவ்வொரு தொடக்க வார்த்தைக்கு முன்பாகவும் மெய்யெழுத்தைச் சேர்த்து விநோத ஓசையை ஏற்படுத்தினோம். குழந்தைகள் பாட்டு. புதுகை மாவட்ட சிறுவர் பாடலில் இருந்து பேர் பேர் என்ன பேர் என்னும் விளையாட்டுப் பாடலை விருப்ப விருந்துக்கு முந்திரியாக்கினோம்.

•

ப்பூ பூச்சி தலைவராயாச்சி
பொய்க்காலு குதிர சாட்சி
க்ககாட்சி கனியும் காயாச்சி
கைசேந்துச்சி
கூட்டு நாட்டாச்சி

ப்பபாச்சி பதவி தந்தாச்சி
எல்லாமே கொளறி போச்சி
க்கிகீச்சி கழுத எறும்பாச்சி
போர் தொடங்குச்சி
ஜெயிப்பு எனக்காச்சி

ம்முமூச்சி முடிவு என்னாச்சி
முக்காலும் காலும் போச்சி
கொட்டாச்சி குரும்ப போலாச்சி
நூல் கெடச்சிச்சி
பட்டம் பறந்தாச்சி

ப்பபாட்சி பருந்தும் ஃபிளைட்டாச்சி
பல்லாக்கு நமக்கு ஆச்சி
ச்சிசீச்சி சிரிப்பு சிரிப்பாட்சி
ஸ்கூல் முடிச்சிச்சி

வீடு தெருவாச்சி
நாந்தான் கொப்பன்டா
நல்ல நல்லமுத்து பேரன்டா
நாந்தான் வீரன்டா
ராம் ராம சாமிப் பேரன்டா

●

ஓட்டு இல்லாம தோத்தாயே
ஓட்ட சில்லாகித் தேஞ்சாயே
கூட்டு இல்லாம போனாயே
நொண்டி சிங்கமா ஆனாயே

சாட்ட பம்பரமா ஆடாதே
எங்க கூட நீ சேராதே
காட்டுக் கூச்சலும் போடாதே
காக்கா வெள்ளையா ஆகாதே

●

பேர் பேர்
என்ன பேர் பந்து பேர்
என்ன பந்து ரப்பர் பந்து
என்ன லப்பர் இந்தியா லப்பர்
என்ன இந்தியா வட இந்தியா
என்ன வட ஆமவட
என்ன ஆம கொளத்து ஆம
என்ன கொளம் திரி கொளம்
என்ன திரி வெளக்குத் திரி
என்ன வெளக்கு குத்து விளக்கு
என்ன குத்து கும்மாங்குத்து

ஏலா இளி அத்திலி புத்திலி
போடா பித்துக்குளி

பசங்க
பாண்டிராஜ்
இசை: ஜேம்ஸ்வசந்தன்
குரல்: லார்சன் சிரில், சத்யநாராயணன்
2009
◻

061

தனிப்பாடல் வகையில் அமைந்த இப்பாடல் சந்தச் சிக்குகளால் பாடலாசிரியனைச் சவாலுக்கு அழைப்பது. எளிய வார்த்தைகள், எளிய சிந்தனைகள் என உருவாக்கம் பெற்ற இப்பாடலைக் காட்சிகளால் மெருகேற்றிய இயக்குநர், இன்று யாவும் நாளைக்காக, எனது பாடல் யாருக்காக என்பதை வெகுவாகச் சிலாகித்தார்.

●

தென்றல் காற்று பூவுக்காக
சிதறும் தூறல் பூமிக்காக
இன்று யாவும் நாளைக்காக
எனது பாடல் யாருக்காக?

வந்தோமே வாழ்வில்
ஆனாலும் தேடல் தொடர
நிலாவைப்போல்
தேயும் தேதிகள்

●

கட்டும் ஆடை பேருக்காக
கலைந்து போகும் தேவைக்காக
உதட்டுச் சாயம் ஆசைக்காக
உலர்ந்து போகும் லீலைக்காக

எல்லாமே மாயம்
என்றாகும் வாழ்வில் தினமும்
கனாவைப்போல்
தீரும் ஆசைகள்

●

கூடக் கூட கூடாத கூடல்
தேடத்தேட தீராத தேடல்
பாடப்பாட ஓயாத பாடல்
சுகமே

●

வீசுகின்றதே பூவாசம்
பூவுக்கில்லையே சந்தோஷம்

பூசிக்கொள்கிறேன் ஏதேதோ
தேகம் எங்கிலும் உன்வாசம்

கண் உண்டு காண
கண் உண்டு
கண்ணிலே போதை உண்டு

இன்பமே யாவும்
இன்பம்தான்
பெண் இன்றி துன்பம்தான்

●

தொட்டுக்கொள் நாளும்
தொட்டுக்கொள்
உன்னிடம் நானே நானே

சொந்தமே யாரும்
சொந்தம்தான்
நீ சொன்னால் சொர்க்கம்தானே

நாணயம்
சக்தி எஸ்.ராஜன்
இசை: ஜேம்ஸ் வசந்தன்
குரல் : சுனித்தா சாரதி
2010
□

062

யாருக்கு இப்பாடல் என்று முதலில் என்னிடம் சொல்லப் படவில்லை. எழுதி வாங்கி இசையமைத்த இமையமைப்பாளர் உரியவர்களிடம் ஒப்புதல் வாங்கிய பிறகே என்னிடம் சொன்னார். அதுவரை சூப்பர் ஸ்டாருக்குப் பாடல் எழுதியிராத எனக்கு இன்ப அதிர்ச்சியாய் இருந்தது. இரண்டாவது சரணத்தில் சிறுசிறு திருத்தங்களை நானாகச் செய்யவும் படக்குழு அனுமதித்தது. கொஞ்ச நேரம் எனத் தொடங்கும் இப்பாடலில் நிறைய ழகரங்களைப் பயன்படுத்தியிருந்ததால் இந்திப்பாடகி இசையரசி ஆஷா போன்ஸ்லே பாடி முடிக்க ரொம்ப நேரம் பிடித்தது. முதுமையைத் தாண்டி அவர் உச்சரிப்பிற்கு எடுத்துக்கொண்ட சிரத்தை சிரம் தாழ்த்த வைத்தது.

●

ஆண்: கொஞ்ச நேரம்
கொஞ்ச நேரம்
கொஞ்சிப் பேசக் கூடாதா?

பெண்: அந்த நேரம்
அந்தி நேரம்
அன்புத் தூறல் போடாதா?

ஆண்: கொஞ்சும் நேரம்
கொஞ்சும் நேரம்
எல்லை மீறக் கூடாதா?

பெண்: இந்த நேரம்
இன்ப நேரம்
இன்னும் கொஞ்சம் நீளாதா ?

●

பெண்: கண்ணில் ஓரழகு
கையில் நூறழகு
உன்னால் பூமி அழகே

ஆண்: உன்னில் நானழகு
என்னில் நீயழகு
நம்மால் யாவும் அழகே

பெண்: கண்ணதாசன் பாடல்வரி போல
கொண்ட காதல் வாழும் நிலையாக

ஆண்: கம்பன் பாடிப் போன தமிழ் போல
எந்த நாளும் தேகம் நலமாக

பெண்: மழை நீயாக
வெயில் நானாக
வெள்ளாமை இனி

ஆண்: கொக்கி போடும் விழி
கொத்திப் போகும் இதழ்
நித்தம் கோலமிடுமா?

பெண்: மக்கள் யாவரையும்
அன்பில் ஆளுகிற
உன்னைப் போல வருமா?

ஆண்: வெளி வேஷம் போடத் தெரியாமல்
எனதாசை கூட தடுமாறும்

பெண்: பல கோடி பேரின் அபிமானம்
உனக்காக ஏங்கும் எதிர்காலம்

ஆண்: நீ என் நாடு
நான் உன்னோடு
மெய்தானே இது

சந்திரமுகி
பி. வாசு
இசை : வித்யாசாகர்
குரல்: மதுபாலகிருஷ்ணன், ஆஷா போன்ஸ்லே
2009

063

பதின்பருவத்தில் ஏற்படும் பரவசத்தை காதல் என்பதா? இல்லை ஹார்மோன்களின் சேட்டை என்பதா? சொல்ல இயலாத உணர்வுக்குள் சொக்கி நிற்கும் பள்ளிக்கூடத் தளிர்களின் பரிமாற்றம். யாரும் இல்லா வீட்டில் தனிமையோடு பேசிக்கொண்டிருக்கும் இருவரும் மனதை மடைமாற்றிக்கொள்கிறார்கள்.

●

பெண்: என்னில் நூறு மாற்றம்
கண்டேனே எதிரில்
நீ வந்தால்

கண்ணில் காணும் காட்சி
எல்லாமே மறையும்
நீ சென்றால்

ஏனோ இது ஏனோ
புதிர் போலே நெஞ்சில்
தலைகீழாய் தடுமாறி
விழுந்தேனே உன்னில்

●

ஆண்: வீதியிலே நீ நடந்தால்
என் இதயம் மெதுவாய் அதிரும்
பூவிழியால் நீ சிரித்தால்
என் காலடி பூக்கும்

பெண்: வானம் பூமி இல்லை
எங்கேயும் நீயாய்
காணும் கண்ணுக்குள்ளே
நுழைந்தாயே நோயாய்

ஆண்: காலை மாலை இல்லை
எப்போதும் உன்னை
வாங்கிக்கொண்டு நானே
தருவேனே என்னை

பெண்: காதல் தேனீயாய்
நீ சேர சேர
காற்றில் வாசமாய்
நான் தீரத் தீர

●

ஆண்: தூறலிலே நீ நனைந்தால்
என் இமைகள் குடையாய் விரியும்
தூரத்திலே நீ தெரிந்தால்
என் வேதனை தீரும்

பெண்: தேவையில்லை தூக்கம்
நீ நிலவாய் சிரிக்க
கால்கள் இன்னும் வேண்டும்
உன்னோடு நடக்க

ஆண்: யாரும் இல்லா வீடும்
இப்போது பிடிக்க
யாரைக் கண்ட போதும்
நான் உன்னை நினைக்க

பெண்: ஏதோ ஆனதே
நான் நானே அல்ல
தூண்டில் மீனைப்போல்
நீ தூக்கிச் செல்ல

பட்டாளம்
ரோஹன் கிருஷ்ணா
இசை : ஜேஸி கிஃப்ட்
குரல் : ரஞ்சித், ஷாலினி சிங்
2009

□

064

பள்ளிக்கூடத்தை விட்டுப் பிரியும் இறுதி நாள். அன்றுவரை கூடித்திரிந்த நண்பர்களை இழக்கப்போகிறோம் என்னும் பரிதவிப்பு. இதயத்தில் துளிகூட கல்மிஷமில்லாமல் கலந்த அன்பை விட்டுப் பிரிகையில் நேரும் நெருக்கடியான மனநிலை. எத்தனை எத்தனை இனிய மறக்கமுடியாத மறக்கக்கூடாத சம்பவங்கள்? லௌகீக வாழ்வை நோக்கிப் பயணப்படும் அந்தச் சின்னஞ்சிறு குருவிகளின் சிநேக கிறீச்சிடல் இது. ஒன்று மற்றொன்றாக மாறும் வேதியியல் மாற்றத்திற்கெல்லாம் அப்பாற்பட்டது பள்ளியும் பள்ளிக்கூடத் தோழமையும்.

•

எங்கோ பிறந்தோம்
இங்கே இணைந்தோம்
ஒன்றாய் வளர்ந்தோம்
உலகை உணர்ந்தோம்

எல்லாம் அறிந்தோம்
அன்பால் கலந்தோம்
நட்பால் மலர்ந்தோம்

கனவுகள் பழகிய நாட்களை
நெஞ்சில் ஏந்துவோம்
எந்த நாளுமே

இனிவரும் அழகிய நாளிலும்
உன்னைப் பாடுவோம் பாடுவோம்
பள்ளிக்கூடமே

•

குளிர்காலம் ஒன்று தீரும்போது
வெயில் காலம் வரும்
வானம் போல வாழ வேண்டும்
விரிந்து

கடல் நீரைச் சென்று சேரத்தானே
நதி ஓடும் - அதைப்
போல வாழ்வை ஏற்க வேண்டும்
துணிந்து

வரும் காலம் நமைப் பேசும்
வருந்தாமல் வருவதை ஏற்போம்
இனிமேலும் தொடர்வோமே

வைத்த
அன்புக்கேதும் சேதமில்லை
வாழும் என்றும் நெஞ்சிலே

●

அலைபாய்ந்த அன்பில் ஆடிப்பாடி
மகிழ்ந்தோமே - அதை
ஆசைத்தீரப் பேசிப் பேசி சிரிப்போம்

மணி ஓசை வந்து காதில் சேர
குதித்தோமே - அதை
காதலோடு காலந்தோறும் நினைப்போம்

நினைவோடு கலந்தோமே
நம்மை வார்த்த வகுப்பறை வாழ்க
இணைந்தோமே இயல்பாக

இந்த
பள்ளிக்கூடத் தோழமைக்கு
ஈடு இல்லை ஒன்றுமே

பட்டாளம்
ரோஹன் கிருஷ்ணா
இசை: ஜேசி கிஃப்ட்
குரல்: துபாரா
2008
◻

065

மாணவத் தோழர்கள் கூடிவிட்டால் கூத்திற்கும் கும்மாளத்திற்கும் அளவேது? தாங்கள் செய்வதெல்லாம் சரி. தவறே செய்தாலும் சரிதான் எனச் சொல்லி வயதிற்கு வாய்தா வாங்கும் பருவம் அது. பெற்றோரும் மற்றோரும் தங்களைத் திட்டிடுவதைக்கூடத் தடாலடி பதில்களால் தாண்டிச்செல்கிறார்கள். கான்வெண்ட் பிள்ளைகள் என்பதால் எல்லைகளுக்கு உட்பட்டே அவர்களின் எண்ணமிருக்கிறது. திசை எட்டையும் திரும்ப வைக்கும் அவர்கள் மெட்டை விரும்ப வைக்கிறார்கள்.

●

தெச எட்டும் திரும்ப வைக்கும்
இந்த அழகான வம்புக்கொரு
அளவேயில்ல

கல கட்டும் கலகலக்கும்
எங்க விளையாட்டு அத்தனைக்கும்
முடிவேயில்ல

●

நாங்க சின்னவங்க
நல்ல் மனசு உள்ளவங்க – நெதம்
பாசத்தோடு பாட்டுப் பாடி
ஆடும் கும்பலுங்க

காலு சக்கரங்க
தன்ன மறந்து சுத்துதுங்க – இத
புரிஞ்சிக்காம ஏனோ எங்கல
ஊரும் திட்டுதுங்க

எப்போதுமே
கொண்டாடிவோங்க – தெரு
முடியிற வர பட எடுப்போங்க

சிக்காமலே
தப்புப் பண்ணி நாங்க – அத
வகுப்பறையில சொல்லி சிரிப்போங்க

கள்ளம் இல்ல கபடம் இல்ல
அதனால உலகையே
வெல்வோம் நாங்க

●

ஏதும் தப்பு இல்ல
இங்க எதுவும் தப்பு இல்ல – எங்க
பரந்த மனசு பழகிப்போகும்
பாதை தப்பு இல்ல..

கலகம் தப்பு இல்ல
எங்க கனவும் தப்பு இல்ல – இந்த
குறும்பு வயசு அரும்பும் போது
ஆச தப்பு இல்ல

எங்க மேல
தப்பு ஒண்ணும் இல்ல – இள
வயசு அப்படி கலங்கத் தேவையில்ல

சுத்தும் பூமியும்
நின்னு போவதில்லை – புவி
இயல்பு அப்படி நிறுத்த யாருமில்ல

எல்ல இல்ல எதிரி இல்ல
அதனால அவதியும்
அறவே இல்ல

பட்டாளம்
ரோஹன் கிருஷ்ணா
இசை: ஜேசி கிஃப்ட்
குரல்: ஜாசி கிஃப்ட்,நவீன்
2008
□

066

எதார்த்த வரிகளால் தாயைக் கௌரவிக்கும் மற்றுமொரு பாடல்தான் என்றாலும், தரம் பிரித்துப் பார்க்கத்தக்க தமிழ். கதைக்கு வெளியே போகாமல் தாய் மகன் உறவை வியந்தோதும் இப்பாடலை அடிக்கடி என்னம்மாவும் முணுமுணுப்பதைச் சொல்லியாக வேண்டும். எத்தனையோ பேர் எத்தனையோ முறை எழுதினாலும் புதிதுதான் தாயும் அவளது பாசமும். என் மனைவிக்கும் மகளுக்கும் பிணக்கு ஏற்படுகையில் இப்பாடலை கூடத்தில் அலற வைத்து இருவருமே குறும்பு செய்வார்கள்.

●

கடவுள் பார்ப்பதில்லை – அவர்
எதையும் கேட்பதில்லை – கேள்
அதனால் தாய் தோன்றினாள்

புனிதம் வேறு இல்லை – அட
அவள் போல் வேதமில்லை – பூ
உலகை தாய் காட்டினாள்

தோழிபோல துணையிருப்பாள்
மனதினிலே சுமந்திருப்பாள்
சுவாசக் காற்றைத் தருவாள்

●

உயர தினம் உயர
அவள் உறுதியை வழங்கிடும் உருவமடா
நிமிர தலை நிமிர
அவள் தகுதியை வளர்த்திடும் கருணையடா

சோர்ந்திடாமல் துணிவைத் தரும்
அவள் தூய்மையான பிறவியடா

பூமியின் அதிசயம் அவளெனவே
கால்களில் விழுந்து நீ தினம்
பூஜைகள் புரிவது பெருமையடா

●

பகலில் வரும் பகலில்
அவள் ஒளிதர உதித்திடும் விடியலடா
விழியில் இரு விழியில்
அவள் அருள்தரும் அழகிய வடிவமடா

தோல்வியாவும் தொலைந்துவிட
அவள் தோள்கள் தாங்கி நடக்குமடா

ஆயிரம் உறவுகள் உடன் வரலாம்
ஆயினும் நிரந்தரம் எது
தாய் மகன் உறவென உணர்ந்திடடா

அறியான்
கார்த்திகேயன்
இசை: விக்ரம் வர்மன்
குரல்: உன்னிமேனன்
2009
◻

067

ஒரு பார்வை, சில வார்த்தை இதுவே போதும் இதயம் லேசாக. ஆனால், அந்தப் பார்வையும் வார்த்தையும் காதலித்த பெண்ணிட மிருந்தோ ஆணிடமிருந்தோ வெளிப்பட வேண்டும். காத தூரத் தையும் காதலிப்பவர்கள் மில்லி மீட்டருக்குள் சுருக்கிவிடுகிறார்கள். கண்ணிலிருந்து இதயத்திற்கும் இதயத்திலிருந்து கண்ணுக்கும் தாவிக் குதிக்கும் காதலுக்கு எல்லையும் இல்லை, ஏமாற்றமும் இல்லை.

●

காகிதம் காற்றில் பறப்பதுபோல்
என் இதயம் காதலில்
பறக்கிறதே

பூமியில் மீண்டும் பிறப்பதுபோல்
கற்பனைகள்
பிறக்கிறதே

என் கனவுகளை
பார்க்கிறேன் உன் உருவினிலே
நேரிலே

உன் நினைவுகளை
கோர்க்கிறேன்

●

நீ வேறு நான் வேறு
அதுவா அழகு?
நமை நாம்காணும் உறவே அழகு

நான் கேட்க நீ பேசும்
எதுவும் அழகு
நமை நாம்சேரும் அழகே அழகு

எதிர்பாராமல்
நீ பார்க்கும் நேரங்களில்
எனை நான் பார்க்கிறேன் செல்லமே

எனை நீ பார்ப்பதும்
உனை நான் பார்ப்பதும்
மணநாள் பார்க்கும் வைபோகமே

●

என்னோடு நீ வேண்டும்
உலகை உணர
துணை நீதானே பயணம் தொடர

எப்போதும் நீ வேண்டும்
இதயம் மலர
எதைக் கேட்டாலும் தருவேன் குளிர

பல நூறாண்டு
தீர்ந்தாலும் தீராமலே
உனைத் தாலாட்டுவேன் அன்பிலே

விழி மூடாமலே
விரல் நீங்காமலே
இனி வாழ்வோமே நேசத்திலே

அறியான்
கார்த்திகேயன்
இசை: விக்ரம் வர்மன்
குரல்: ஹரீஷ்ராகவேந்திரா, மகதி
2009
◻

068

அவனிடம் அவள் தன்னை இழக்கிறாள். புல்லரிக்கச் செய்துவிட்ட அவன் புன்முறுவலுக்குப் புதுப்புது அர்த்தங்களைக் கற்பிக்கிறாள். கழுகு இரையைத் தூக்கிக்கொண்டு ஓடுவதைப் போல் உன் விழிகள் என் இதயத்தைக் கவ்விக்கொண்டு போய் விட்டன என்கிறாள். மாற்றங்களை என்னுள் விதைத்துவிட்ட நீ எந்த மாற்றமும் இல்லாமல் என்னைக் கடந்து போவது எங்ஙனம் என்கிறாள். அவளுள் விடையாகிவிட்ட அவன், கேள்விகளுக்கு அப்பாற்பட்டவனாக அவளால் கேட்கப்படுகிறான்.

•
விழியை விழியை
நீ பூக்கச் செய்தாயடா
மனதை மனதை
நீ தூக்கிச் சென்றாயடா

இமைகள் உறங்காமல்
கனவோடு சண்டை இடுதே
கவிதை வேறல்ல உன் பேர் சொல்ல
தேன் பாய்கிறதே

விழியை விழியை
நீ பூக்கச் செய்தாயடா
மனதை மனதை
நீ தூக்கிச் சென்றாயடா

•
மாறினேன் மாறினேன்
முழுவதும் மாறினேன் தோழனே
இதுவரை யாருமே உனைப்போல்
பழகியதே இல்லை

பூவிலே வாசனை
வருவது காதலால்தானடா
சூடுகிறேன் நான் உன்னையே
நெஞ்சில்

அநியாய ஆசை துளிர
ஓயாது துயரங்கள் என்னிலே
உனை நான் கொல்வேன் பேரன்பிலே

●

யாரிடம் கூறுவேன்
எனதுயிர் நீ எனும் சேதியை
உதடுகள் பேசிடும் வேளையில்
தொலைந்திடுதே மொழிகள்

தேவதை போல நான்
மிதந்திட காரணம் நீயடா
தேடுகிறேன் நான் என்னையே உன்னில்

புகைபோல காதல் நுழைய
நீங்காமல் நிலை கொள்ளும் சிக்கலே
கலகம் செய்தாய் என் மூச்சிலே

அறியான்
கார்த்திகேயன்
இசை: விக்ரம்வர்மன்
குரல்: சின்மயி
2009
◻

069

சமூக அரசியலும் கட்சி அரசியலும் நம்மை எங்கே நிறுத்தி இருக்கிறது என்பதை இடதுசாரிக் கண்களால் எழுதிப்பார்த்த பாடல். பெற்ற சுதந்திரத்தைப் பெரும் பேரம்பேசி விற்றுக் கொண்டிருக்கும் அரசியல் வியாபாரிகளை விளாசித்தள்ளும் இப்பாடலுக்கு இரவில் வாங்கினோம் விடியவில்லை என்னும் அரங்கநாதனின் கவிதையே அடிநாதம். கையாண்டுகொள்ள அனுமதித்த காலத்திற்கு நன்றி.

●

தம்தகிட தம்தகிட தம்தகிட சர்வேசா
தம்தகிட தம்தகிட தம்தகிட சர்வேசா

ஆடுபுலி ஆட்டந்தான்
அரசியலாச்சி – இங்க
ஆளவெட்டும் காரியந்தான்
தினசரி காட்சி

கேடுகெட்ட கூட்டத்தால
வாடுது ஊரு – இத
கேள்வி கேட்க யாருமில்ல
பாருங்க சாரு

குள்ளநரி கும்பலோட
கொட்டம் அடங்குமா – நம்ம
புள்ளகுட்டி கண்ணீரோட
செத்து மடியுமா

●

மூணுவேள சோத்துக்காக
ஓடி ஒழைக்கிறோம் – நாம
முப்பதுநாளும் வேர்வையில
வாடிக் கெடக்கிறோம்

ஓடி ஓடி வேல செஞ்சும்
வாழ்க்க மாறல – நாம
ஊமையாட்டம் இருப்பதால
சோகம் போகல

வீதியெல்லாம் கோயில்கட்டி
என்ன புண்ணியம் – நம்ம
வேதனையும் நீங்கலயே
பூச பண்ணியும்

நல்லவங்க வாழ்ந்தபூமி
ஆனது தீட்டு – இத
நீயும் நானும் புரிஞ்சுக்கிட்டா
கெடச்சிடும் ரூட்டு

●

ஓட்டுப்போட மட்டுந்தானே
நாம இருக்கிறோம் – இந்த
ஊசலாடும் வாழ்க்கையில
எங்க சிரிக்கிறோம்

காலமெல்லாம் மாறுமின்னு
கதை அளந்தாங்க – நாம
கவலையில சாகும்போது
தலவிதின்னாங்க

காசுக்காக கூட்டணியும்
மாறுது ஜோரா – ஈனப்
பதவிக்காக ஏழ ரெத்தம்
ஓடுது ஆறா

ராத்திரியில் விடுதலைய
வாங்கியதேனோ – இன்னும்
விடியலேன்னு அழுது அழுது
தேம்பிடத்தானோ?

பவானி
ஜி.கிச்சா
இசை: தினா
குரல் : தினா
2011
□

070

நட்பைத் தங்கள் சுய லாபத்திற்காகப் பயன்படுத்திக்கொண்ட காதல் தம்பதிகளைத் தட்டிக்கேட்க எழும் பட்டாளத்தின் போர்ப் பரணி. ஆசைக்கு வாழ்வதல்ல வாழ்க்கை. அன்பை நட்பை ஆராதிக்கவே வாழ்க்கை என்பதை அழுத்தமாகச் சொல்வதற்காக அமைக்கப்பட்ட பாடல். கதையைத் தாங்கிக் கொண்டு ஓடிய இப்பாடலுக்குப் பிறகு இப்படியான பாடல்கள் படத்தை ஓட வைக்கும் எனத் தமிழ்த் திரையுலகம் கருதத் தொடங்கியது தவிர்க்க முடியாதது.

●

சம்போ சிவசம்போ சிவசிவ சம்போ
சம்போ சிவசம்போ சிவசிவ சம்போ

உறங்கும் மிருகம் எழுந்துவிடட்டும்
தொடங்கும் கலகம் துணிந்துவிடட்டும்
பதுங்கும் நரிகள் மடிந்துவிடட்டும்
தோள்கள் திமிரட்டும்

துடிக்கும் இதயம் கொழுந்துவிடட்டும்
தெறிக்கும் திசைகள் நொறுங்கிவிடட்டும்
வெடிக்கும் பகைமை மறைந்துவிடட்டும்
நட்பே ஜெயிக்கட்டும்

●

நீயென்ன? நானுமென்ன?
பேதங்கள் தேவையில்லை
எல்லோரும் உறவே என்றால்
சோகங்கள் ஏதும் இல்லை

சிரிக்கின்ற நேரம் மட்டும்
நட்பென்று தேங்கிடாதே
அழுகின்ற நேரம் கூட
நட்புண்டு நீங்கிடாதே

தோல்வியே என்றும் இல்லை
துணிந்தபின் பயமே இல்லை
வெற்றியே
●
ஏக்கங்கள் தீரும் மட்டும்
வாழ்வதா வாழ்க்கையாகும்?
ஆசைக்கு வாழும் வாழ்க்கை
ஆற்றிலே கோலமாகும்

பொய்வேடம் வாழ்வதில்லை
மண்ணோடு வீழும் வீழும்
நட்பாலே ஊரும் உலகும்
எந்நாளும் வாழும் வாழும்

சாத்திரம் நட்புக்கில்லை
ஆத்திரம் நட்புக்குண்டு
காட்டவே

நாடோடிகள்
சமுத்திரக்கனி
இசை: சுந்தர். சி. பாபு
குரல்: ஷங்கர் மகாதேவன்
2009
◻

071

கூட இருப்பவர்களின் குறைமதியால் அவர்களுக்குள் காதல் என்று கற்பிதம் செய்யப்பட்டது. ஆனால், சம்பந்தப்பட்டவனோ அவளுக்காக அவளுடைய படிப்புக்காக உதவி செய்கிறான். அன்னை இல்லாமல் வளர்ந்த அவள் அவனை முதலில் தாயாகப் பார்க்கிறாள். கால ஓட்டத்தில் அவனே தனக்குள் சகலமுமாகிவிட அச்சூழலைக் கண்ணீரோடு வெளிப்படுத்துகிறாள். தேர்வுக் கூடத்தில் தொடங்கும் இப்பாடல் வாழ்க்கைப் பாடங்களை வாசிக்கச் சொல்லித் தருகிறது.

●

உப்புக்கல்லு
தண்ணீருக்கு ஏக்கப்பட்டது – ஏங்
கண்ணு ரெண்டும்
கண்ணீருக்கு வாக்கப்பட்டது

ஒத்தச் சொல்லு
புத்திக்குள்ள மாட்டிக்கிட்டது – நீ
தப்பிச் செல்லக்
கூடாதுன்னு கேட்டுக்கிட்டது

தேதித் தாளைப் போல வீணே
நாளும் கிழியறேன் – நான்
தேர்வுத் தாள கண்ணீரால
ஏனோ எழுதுறேன்

இது
கனவா? இல்லை நிஜமா?
தற்செயலா? தாய் செயலா?

நானும் இங்கு
நானும் இல்லையே

●

மீசை வைத்த அன்னை போல
உன்னைக் காண்கிறேன் நீ
பேசுகின்ற வார்த்தை எல்லாம்
வேதமாகுதே

பாழடைந்த வீடு போல
அன்று தோன்றினேன் – உன்
பார்வை பட்ட காரணத்தால்
கோலம் மாறுதே

கட்டிலுண்டு மெத்தை உண்டு
ஆனபோதிலும் – உன்
பாசம் கண்டு தூங்கவில்லை
எனது விழிகளே

தென்றலுண்டு திங்களுண்டு
ஆனபோதிலும் – கை
நாளும் இங்கு தீண்டவில்லை
உனது நினைவிலே

ஏதும் இல்லை வண்ணம் என்று
நானும் வாடினேன் – நீ
ஏழு வண்ண வானவில்லாய்
என்ன மாத்துன

தாயும் இல்லை என்று உள்ளம்
நேற்று ஏங்கினேன் – நீ
தேடி வந்து நெய்த அன்பால்
நெஞ்சத் தாக்கின

கத்தி இன்றி ரத்தம் இன்றிக்
காயப்பட்டவள் – உன்
கண்கள் செய்த வைத்தியத்தால்
நன்மையடைகிறேன்

மிச்சம் இன்றி மீதம் இன்றி
சேதப்பட்டவள் – உன்
நிழல் கொடுத்த தைரியத்தால்
உண்மையறிகிறேன்

கருப்பசாமி குத்தகைதாரர்
ஏ.ஜி. மூர்த்தி
இசை: தினா,
குரல்: பாம்பே ஜெயஸ்ரீ
2007
◻

072

மதுரை மாவட்டம். மதுரையின் சிறப்புகளில் ஒன்றாக அந்தக் கதாநாயகனும் அறியப்படுகிறான். பத்துமாதம் சுமக்கிறவள் தாய். இவனோ, ஆயுசுக்கும் அன்பைச் சுமக்கிறவன். மிதிவண்டிகளைக் காவல் காத்து உரியவரிடம் சேர்ப்பிக்கும் குத்தகையை அவன் எடுத்திருக்கிறான். அவனை அவள் குத்தகை எடுத்துவிடுகிறாள். அவனை அவனிடமே அவள் சேர்ப்பிக்கிறாளா? இல்லையா? என்பதே கதை. அவனை அவள் சேர்ப்பிப்பதற்கு பதிலாக அவளை அவன் உரிய அன்பிடம் சேர்ப்பிக்கிறான்.

●

பெண்: நாலு கோபுர உச்சிபோல
நாயக்கரோட தூணப்போல
வத்தாத வைகை போல
வாழ வந்த சின்னப்புள்ள

ஆண்: தெரியுமாங்க சேதி?
இவ தெய்வத்துல பாதி
பேண்ட்டு சட்ட போட்ட
இவன் காதல் கருப்பசாமி

●

ஆண்: பத்து மாசம் சொமக்குறவ
அம்மாதானடா – இவன்
ஆயிசுக்கும் சொமக்கவந்தான்
அதுக்கும் மேலடா

பெண்: ஏன் முச்சுக்குள்ள
கூடு கட்டும் காதல் செலந்தியா?
உன் கூடு விட்டு
கூடுபாய நீயும் பொறந்தியா?

ஆண்: அட யாருக்குள்ள யாரு
அத சாமிகிட்ட கேளு
உன் ஏக்கமெல்லாம் தீரும்
நீ ஏத்துக்கிட்டு வாழு

பெண்: சோத்துக்குள்ள பூசணிய
பதுக்க முடியுமா?
கண்ட காட்சியத்தான் கண்ண விட்டு
கடத்த இயலுமா?

ஆண்: நெஞ்சுக்குள்ள ஊசி குத்தும்
காதல் குருவியா - வரும்காலம்
எல்லாம் காத்து நிக்கும்
காவல் பிறவியா?

பெண்: வாயடைச்சிப் போனா வந்து
ஊதணுண்டா பீப்பி
வயசு வச்ச பரீட்ச அதுல
ஈ அடிச்சாங் காப்பி

கருப்பசாமி குத்தகைதாரர்
ஏ.ஜி. மூர்த்தி
இசை: தினா
குரல்: திப்பு, சின்னப்பொண்ணு
2007

073

நம்பியவர்கள் மோசம் செய்கிறார்கள். நன்று தீதாகும் நயவஞ்சத்தை அவன் கண்ணுறுகிறான். மலைக்கு மாலை போட்டு விரதத்தில் இருந்துவரும் அவன் இந்தப் பாதகச் செயல் பார்த்துக் கோபம் கொள்கிறான். கோபத்தை அடக்கி பசியை ஜெயித்து விரதத்தை முடிக்க வேண்டிய அவன், அநீதிக்கு எதிராக ஆவேசம் கொள்கிறான். உண்மையின் பசி அவனைத் தீனி கேட்கிறது. விரதத்தை வெற்றியில் முடிக்கிறான்.

●

தீதும் நன்றும் மோதுகின்ற
நேரம் அல்லவா
நாடி நரம்பும் யாவும் இன்று
வீரம் கொள்ள வா

சாமியே சரணம் அய்யப்பா
சாமியே சரணம் அய்யப்பா

அய்யோ அலறுதுங்க ஆவி பதறுதுங்க
ஈரக்கொல நடுங்கிப் போனேனுங்க
நம்பிக் கழுத்தறுத்த பாவி பயலுகள
இன்னும் பொறுத்திருக்கக் கூடாதுங்க

●

கருப்பன் வரான் எங்க கருப்பசாமி
அவன் காட்டுத்தீயாய் எழுந்து வரான் கருப்பசாமி
கருஞ்சட்ட கட்டி வரான் கருப்பசாமி
வந்து கண்டதுண்டமாக்கப் போறான் கருப்பசாமி

அனல் பறக்க ஓடிவரான் கருப்பசாமி
அவ ஆடிக் காத்தா சொழன்று வரான் கருப்பசாமி
எதிரிகள நொறுக்க வரான் கருப்பசாமி
எட்டுத் திசைகளையும் ஜெயிக்கப் போறான்
கருப்பசாமி

●

சோதனையத் தீக்க வரான் கருப்பசாமி
அந்த சூட்சுமத்த ஒடைக்க வரான் கருப்பசாமி
வேதனைய போக்க வரான் கருப்பசாமி
அத வேறோட சாய்க்கப் போறான் கருப்பசாமி

வேட்டையாடக் கௌம்பிவரான் கருப்பசாமி
வெறி வேங்கையாட்டம் பாஞ்சி வரான் கருப்பசாமி
சேட்டைகளை ஒடுக்க வரான் கருப்பசாமி
வந்த சிக்கலெல்லாம் அவுக்கப் போறான்
கருப்பசாமி

கண்டிருந்த உங்களுக்கு
காலமெல்லாம் மங்களம்
உற்றவர்கள் வைத்திருத்த
நம்பிக்கைக்கு மங்களம்

அர்ச்சனைகள் செய்துவந்த
அன்பருக்கு மங்களம்
இலட்சியத்தை வெல்ல வைத்த
அய்யனுக்கு மங்களம்

நட்சத்திர ஜன்னலுக்கு
நல்லதொரு மங்களம்
குற்றம் அற்ற சிந்தனைக்கு
உண்மை தரும் மங்களம்

கருப்பசாமி குத்தகைதாரர்
ஏ.ஜி. மூர்த்தி
இசை: தினா
குரல்: ஷங்கர்மகாதேவன், ஜெயமூர்த்தி, கரன்
2007

□

074

புரட்டாசி மாமிசத்தை மதிக்குமா? மதிக்காதா? என்று காதலுக்குள் விவாதம் நடத்துகிறார்கள் அவனும் அவளும். ஆற்றோடு மீன் துள்ள ஆருடம் தேவையில்லை என்கிறார்கள். நெருக்கம் அவர்களுக்குள் நெருங்கி வர வர தயக்கங்கள் அத்தனையும் தவிடுபொடியாகிறது. எல்லைகளை எவ்வளவு மீறலாம் என்று கேட்டுக்கொள்ளாமல் எல்லையே இல்லையென்று இணைகிறார்கள். முத்தம் பாலாகப் பொங்கிவழிகிறது, வெட்கம் வெளியேற மனம் இல்லாத விருந்தாளியைப்போல வாசல்வரை போவதும் வருவதுமாகப் போக்கு காட்டுகிறது.

•

ஆண்: அழகான பாதகத்தி
அடங்காத எம்மனச
பறிச்சாளே ஒட்டுமொத்தமா

பெண்: படுபாவி மீசகுத்தி
கொடசாயும் வேளயில
சிரிச்சாளே உங்க ஜக்கம்மா

ஆண்: பாலாறு தோப்புக்குள்ள
பாய்போட வாடிபுள்ள

பெண்: ஆறோட மீனு துள்ள
ஆருடம் தேவயில்ல

ஆண்: இந்த
எளந்தாரி நெஞ்சுக்குள்ள
விழுந்தாளே பச்சப்புள்ள
தித்திக்க தித்திக்க
தேகம் இப்போ பத்திக்க

•

ஆண்: ஒட்டாம ஒதுங்குது ஒதுங்குது
கொட்டாம குலுங்குது குலுங்குது
கொட்டாவி விட்டாயே
கொல நடுங்க

பெண்:   கட்டோட கெறங்குது கெறங்குது
         பட்டாட படுங்குது படுங்குது
         தொட்டாயே கொத்தோட
         துணி கசங்க

ஆண்:   புரட்டாசி மாமிசத்த
         மதிக்காதுங்க

பெண்:   இருட்டோடு ஓடி
         வந்து ச்சீ இடிக்காதீங்க

         நா உருட்டாத தாயக்கட்ட
         உடுத்தாத மேலு சட்ட
         எங்கிட்ட எங்கிட்ட முத்தப் பாலா
         பொங்கிட்ட

ஆண்:   கச்சேரி தொடங்குது தொடங்குது
         அச்சாரம் கொடுங்குது கொடுங்குது
         மச்சான வெச்சாளே பொடவைக்குள்ள

பெண்:   உற்சாகம் நெருங்குது நெருங்குது
         முச்சூடும் நொறுங்குது நொறுங்குது
         எச்சூறும் சங்கீதம் கசப்பதில்ல

ஆண்:   ஜமுக்காளம் போல உன்ன
         விரிப்பேன் புள்ள

பெண்:   படுத்தாலும் மாமனுக்கு
         பொறுப்பேயில்ல

ஆண்:   நா தொலைக்காத சாவிக்கொத்து
         இடிக்காத சாமி புத்து
         எங்கிட்ட எங்கிட்ட வந்து நீயும்
         தங்கிட்ட

         கருப்பசாமி குத்தகைதாரர்
         ஏ.ஜி. மூர்த்தி
         இசை: தினா, குரல்: கார்த்திக், சங்கீதா
         2007
         ▫

075

யாரிடமிருந்து எந்தச்சொல் வரக்கூடாதோ அவளிடமிருந்து அந்தச் சொல் வந்துவிடுகிறது. வாகனப் பழுது நீக்கக் கற்ற அவனுக்குக் காதலின் பழுதை நீக்கத் தெரியாமல் பரிதவிக்கிறான். முன்னே பழக்கமில்லாததால் என் காதலுக்கு வேசம்போடத் தெரியவில்லை என்கிறான். காதலின் துயர்மிகுந்த பாலைவெளியில் ஒரு சொட்டுப் பார்வைக்காக ஏங்கும் இப்பாடலை, ஒரே மூச்சில் பாடி அசத்திய ஷங்கர் மகாதேவன் ஸ்வரங்களின் சூட்சமத்தைச் சொல்லிலும் காட்டிவிடுபவர்.

●

நீ என்பதும் எதுவரை எதுவரை
நான் என்பது எதுவரை எதுவரை
நாம் என்பதும் அதுவரை அதுவரைதான்

வாழ்வென்பது ஒருமுறை ஒருமுறை
சாவென்பதும் ஒருமுறை ஒருமுறை
காதல் வரும் ஒருமுறை ஒருமுறைதான்

●

நீயா பேசியது?
என் அன்பே நீயா பேசியது
தீயை வீசியது
என் அன்பே தீயை வீசியது

கண்களிலே உன் கண்களிலே
பொய்க்காதல் நாடகம் ஏனடி
அன்பினிலே மெய் அன்பினிலே
ஓர் ஊமைக் காதலன் நானடி

நீயா பேசியது நீயா பேசியது
நீயா பேசியது நீயா பேசியது

●

ஏதோ நான் இருந்தேன்
என்னுள்ளே காற்றாய் நீ கிடைத்தாய்
காற்றை மொழி பெயர்த்தேன்
அன்பே சொல் மூச்சை ஏன் பறித்தாய்?

இரவிங்கே பகலிங்கே
தொடுவானம் போனதெங்கே
உடலிங்கே உயிரிங்கே
தடுமாறும் ஆவி எங்கே

உருகினேன் – நான்
உருகினேன் இன்று
உயிரில் பாதி கருகினேன்

நீயா பேசியது?
என் அன்பே நீயா பேசியது

●

வேரில் நான் அழுதேன்
என் பூவோ சோகம் உணரவில்லை
வேசம் தரிக்கவில்லை
முன் நாளில் காதல் பழக்கமில்லை

உனக்கென்றே உயிர் கொண்டேன்
அதில் ஏதும் மாற்றம் இல்லை
பிரிவென்றால் உறவுண்டு
அதனாலே வாட்டம் இல்லை

மறைப்பதால் – நீ
மறைப்பதால் என்
காதல் மாய்ந்து போகுமா?

நீயா பேசியது?
என் அன்பே நீயா பேசியது

திருமலை
ரமணா
இசை: வித்யாசாகர்
குரல்: ஷங்கர்மகாதேவன்
2003
❑

076

என் அழைப்பை ஏற்று என்னோடு வர சம்மதித்த நீ எனக்கே ஆனவள் என்கிறான் அவன். முன் ஜென்மத்திலேயே செய்யப்பட்ட முடிவு என்கிறாள் அவள். இசையைக் குழைத்து குழைத்து இரண்டு இதயங்களும் பூசிக்கொள்கின்றன. உரையாடிக்கொள்ளவும் வார்த்தையில்லை என்று சொல்லிக்கொண்டு உறவாடிக்கொள்ளும் இவர்களுக்குள் ஊறித் திளைக்கிறது உண்மையான அன்பு.

●

ஆண்: என்ன சொல்ல? ஏது சொல்ல?
நின்னு போச்சி பூமி இங்கே

என்ன சொல்ல? ஏது சொல்ல?
தத்தித் தாவ தோனுதிங்கே

ஒத்த சொல்லில் யாவுமே
அழகாகவே உரு மாறுதே

பொத்துக்கிட்டு வானமே
புதிதாகவே மழ தூவுதே

●

பெண்: இப்படியே இக்கணமே
செத்திடவும் சம்மதமே

ஆண்: வந்தாயே என்னோடு
எதனாலே சொல்?

பெண்: முன் ஜென்மமே செய்த
முடிவே பதில்

ஆண்: சொல்லும் முன்பு
தரிசா கெடந்தேனே
சொன்ன பின்பு வெளஞ்சேனே

பெண்: கம்பஞ்சக்க
கரும்பா இனிச்சேனே
கப்பிக் கல்லு மலர்ந்தேனே

ஆண்: என்னை போனாலும்
போகாம சுத்தி சுத்தி
உன்னை நாய் போல
சுத்துது ஏம் புத்தி

●

ஆண்: இச்ச இச்சு கன்னத்தில
கிச்சு கிச்சு எண்ணத்தில

பெண்: ஏதேதோ ஏக்கங்கள்
எனைக் கொல்லுதே

ஆண்: தூங்குன்னு சொன்னாலும்
அடம் பண்ணுதே

பெண்: உன்னைப் பத்தி எனக்கு
தெரியாதா?
சொக்க வச்சு எனை ஏய்ப்ப

ஆண்: தண்ணிக்குள்ள மெதக்கும்
படகானேன்
எப்ப புள்ள கரை சேர்ப்ப?

பெண்: உனைக் கண்ணாலம்
செய்யும் போதே கட்டிக்கிட்டு
புள்ள பெப்பேனே
போகாத விட்டு

மனம் கொத்திப் பறவை
எஸ்.எழில்
இசை: டி. இமான்
குரல் : விஜய் பிரகாஷ், சின்மயி
2012
◻

077

யாரையோ திருமணம் செய்துகொள்ளப் போகிறாள் என்ற தகவலை அறிந்ததும் அவனால் அத்தகவலைத் தாங்கிக்கொள்ள முடியவில்லை. தன்னைக் காதலிப்பதாக எண்ணிக்கொண்டிருந்த அவள், இன்னொருவனின் தாலியை ஏற்கத் தயாராவதைக் கண்டு அவளைச் செல்லமாகச் சபிக்கிறான். என்னைவிட உனக்கு யாருமே பொருத்தமில்லை எனச் சொல்லும் அவனுடைய புலம்பலுக்கு பால்ய கால நினைவுகள் பட்டுக் கம்பளம் விரிக்கின்றன.

●

போ போ போ
நீ எங்க வேணா போ
போ போ போ
நீ ஒன்னும் வேணா போ

எனக்கு ஒன்னும் கவல இல்ல
போடி தங்கம் போ
நீ யார வேணா ஜோடி சேரு
சோகம் இல்ல போ

நூறு ஜென்மம் ராணிபோல
வாழப் போற பூ மானே
என்னைப் போல எவனுமில்ல
சொல்லப் போற நீ தானே

பச்சக்கிளி நீயே
விட்டுப் பறந்தாயே
சொல்லாம கொள்ளாம
என்னோடு இல்லாம
தள்ளாட விட்டுட்டியே

●

தங்கமே என்னிடம்
என்ன கொற கூறு?
வத்தியே விட்டதே
கண்ணுக்குள்ள நீரு

ஓய்ந்திடாமலே
சிறு வயதில் ஊஞ்சலாடினோம்
மாறிடாமலே
நடு வயதில் ஊரைக் கோளினோம்

ஒரு நாள் கூட
நீங்காமலே கேலி பேசினோம்
நம்மை வேறாக
பார்த்தோரை ஏனோ ஏசினோம்
செல்வமே

போ போ போ
நீ ஊரவிட்டுப் போ
போ போ போ
நீ கூறும் கெட்டுப்போ

●

கல்லடி பட்டு நான்
கண்டதில்லை காயம்
சொல்லடி பட்டு நான்
நிற்பதென்ன ஞாயம்?

காதலோடு நீ
இருந்திடவே காவலாகினேன்
கானலாகி நீ
பறந்திடவே சாகப் போகிறேன்

உனைச் சேராமல் வாழ்ந்தாலே
ஏது நிம்மதி ?
எனை ஏற்காமல் போனாளே
போடி உன் விதி

மனம் கொத்திப் பறவை
எஸ்.எழில்
இசை: டி. இமான்
குரல்: சாவேத் அலி
2012
◻

078

கூடவே இருந்துகொண்டு கொஞ்சமும் தன்னைப் பார்க்காத அவளை வெகுளித்தனத்தோடு விமர்சிக்கிறான். ஏற்கனவே காதலோடு பார்த்துவிட்டு, இப்போது கண்களை மூடிக்கொள்வது முறையா? என்கிறான். சின்னச் சின்ன வாக்கியங்களில் சின்னச்சின்ன நடவடிக்கைகளில் உன்னையே எண்ணிக்கொண்டிருக்கும் என் காதலுக்கு, எப்போது பதில் சொல்வாய் என்பதுதான் அவன் கேள்வி.

●

ஊரான ஊருக்குள்ள
உன்னப் போல யாருமில்ல
ஆனா நீ என்ன மட்டும்
சேரவே இல்ல – கொஞ்ச
நேரம்கூட ஒத்தாசையா
வாழவே இல்ல

ஊரான ஊருக்குள்ள
உன்னப்போல யாருமில்ல
ஆனா நீ என்ன மட்டும்
தீண்டவே இல்ல – உன்ன
உத்துப் பார்த்த கண்ணுரெண்டும்
தூங்கவே இல்ல

●

காணாம காண வெச்ச
கண்ணுக்குள்ள தீய வெச்ச
ஆனா நீ என்ன மட்டும்
பார்க்கவே இல்ல – கொஞ்சி
நாலு வார்த்த நல்லா பேசி
கேட்கவே இல்ல

பேசாம பேச வெச்ச
பிரியத்தோட கண்ணடிச்ச
ஆனா நீ என்னை மட்டும்
பேசவே இல்ல – மஞ்சத்

தாலி வாங்கி கூட சேரும்
ஆசையே இல்ல

●

கூவாம கூவ வெச்ச
கொண்டையிலே பூவ வெச்ச
ஆனா நீ என்ன மட்டும்
சூடவே இல்ல – அய்யோ
தொலஞ்சி போன ஆளை நீயும்
தேடவே இல்ல

மூடாம மூடி வெச்ச
முந்தானையில் சேதி வெச்ச
ஆனா நீ என்ன மட்டும்
மூடவே இல்ல – கள்ளி
காதலோடு நானிருக்கேன்
மாறவே இல்ல

மனம் கொத்திப் பறவை
எஸ்.எழில்
இசை : டி. இமான்
குரல்: சந்தோஷ் ஹரிஹரன்
2012
□

079

ஊரே கலவரப்பட்டுக்கிடக்கிறது. திரும்பும் இடத்திலெல்லாம் அழுகுரல். ஓலம். அந்தக் கலவரத்திலிருந்து அவளை மீட்கும் வாய்ப்பு. எதிர்வீட்டிலிருக்கும் அவளுக்கு எந்தச் சேதமும் இல்லாமல் அவனால் காப்பாற்றப்படுகிறாள். ஆனால், காயமோ அவனுக்குள். அவள் கொலுசின் ஓசையில் ஊரின் அழுகுரல் இசையாகக் கேட்கிறது. நீ நடந்து போகக் கண்டால் பூமிப் பந்தே நூறு துண்டாகப் போகிறது என்கிறான். கண்ணடி பட்ட இவனைக் காதல்தான் காப்பாற்ற வேண்டும்.

●

ஜல்.. ஜல்.. ஜல்.. ஓச
நெஞ்சு நெஞ்சு நெஞ்சுக்குள்ள

நில்.. நில்.. நில்.. பேச
கொஞ்சம் கொஞ்சம் கொஞ்சம் புள்ள

இருவிழி தந்தியடிக்குது
என்ன நடக்குது தெரியல
இருதயம் கும்மியடிக்குது
சொல்லி முடிக்கவும் முடியல

ராவாகிப் போனாலே
கண்ணுமுழி தூங்கல
பேசாம நீ போனா
நெஞ்சுக்குழி தாங்கல

உன்னால தன்னால
சொக்குறேன் சொக்குறேன்
நான்

●

வானவில்லே தேவயில்ல
நீயிருந்தா போதும் புள்ள
சந்திரனும் நீயே
சூரியனும் நீயே

நந்தவனம்
பூவெல்லாம் நீயே நீயே

நட்சத்திர
மீனெல்லாம் நீயே நீயே

எப்போதும் தீராத
செல்வம் நீயே
எங்கேயும் காணாத
தெய்வம் நீயே

முன்னாடி பின்னாடி
சொக்குறேன் சொக்குறேன்
நான்

●

நீ நடந்து போகக் கண்டா
பூமிப் பந்தே நூறு துண்டா
சுத்திடுமே ஒன்ன
வெச்சிடுமே கண்ண

வந்த வழி
மாறாம நீயும் போனா
நிக்கிறனே
ஆடாம கோயில் தூணா

எங்கே நீ நின்னாலும்
எல்லக்கோடு
உன்னால பூப் பூக்கும்
பொட்டல் காடு

ஒட்டாரம் பண்ணாதே
சொக்குறேன் சொக்குறேன்
நான்

மனம் கொத்திப் பறவை
எஸ். எழில்
இசை: டி. இமான்
குரல்: ஆலாப் ராஜூ, சுர்முகி
2012
□

080

வானமே கூரையாக பூமியே வீடாக வாழும் இரண்டு இளைஞர்கள். தண்ணீரைப்போல எல்லா திசையையும் சுற்றி வருகிறார்கள். கட்டுப்பாடுகளோ எல்லைக்கோடுகளோ அவர்களுக்கு இல்லை. கால் நடையில் இந்தப் பூமிப்பந்தையே ஒருமுறையாவது சுற்றிவர வேண்டும் என்பதே அவர்கள் இலட்சியம். அந்த இலட்சியத்தை நோக்கி எட்டுவைக்கிறார்கள். மின்னல் கொடியைக் கயிறாகத் திரிக்கும் அவர்களின் கனாக் கண்களுக்கு கவிதை ஒளியோடு காட்சி ஒளியையும் ஏந்தி வரவேற்கிறது எதிர்காலம்.

●

பறவையா பறக்குறோம்
காத்துல மெதக்குறோம்

போற வழியில
பூவா சிரிக்கிறோம்
இந்த ஊர ஒலக
ஒறவா நெனைக்கிறோம்

ஏ.. வீடு வாசல் வீதி
ஒன்னும் வேணாம்
ஏ..காடு மேடு கடலத்
தாண்டிப் போவோம்

சூரியன் போல
நாங்க சுழலுவோம்
சோகம் வந்தா
குப்பையில வீசுவோம்

●

பூமிப் பந்து மேல
ஒத்தயடிப் பாத போடுவோம்

அந்த வானவில்லு
எங்களுக்கு சோடி – நெதம்
வட்ட நிலாக் கூட சில்லு ஆடி

மேகம் ஏறி
வெரசா நடப்போமே – அந்த
மின்னல் கொடிய கயிறா
திரிப்போமே

●

ஏ..ஆடு மாடு கோழி
எங்கக் கூட்டு
அதப் போல வாழ
தேவையில்ல நோட்டு

கண்டத வாங்கிச்
சேக்க நெனைக்கல
ஒரு தந்திரம் போட்டு
ஊரக் கெடுக்கல

நாள என்ன ஆகும்
எண்ணி வாழ மாட்டோம் – இந்த
சின்னஞ்சிறு பிஞ்சுகளப்போல – நாங்க
உள்ளவர துள்ளி விளையாட

காலம்பூரா கவல கிடையாதே –நாங்க
போற பாத எதுவும் முடியாதே

கயல்
பிரபுசாலமன்
இசை: டி.இமான்
குரல்: ஹரிசரண்
2014
◻

081

பொங்கிப் பிரவகிக்கும் கடல், கரையை எட்டிப்பார்த்தும் தொட்டுப் பார்த்தும் சொல்ல நினைத்ததைத் தயக்கமில்லாமல் சொல்லிவிடுகிறது. பூவும் காற்றிடம் தோணுவதை எல்லாம் தணிக்கையில்லாமல் பேசிவிடுகிறது. மனித மனமோ எதைச் செய்யவும் எதைச் சொல்லவும் நேரம் பார்க்கிறது. நெருங்கி வருமா? காலம் என்று நீண்ட பெருமூச்சோடு காத்திருக்கிறது. இப்பவே சொல்ல வேண்டும் என்று இதயம் துடித்தாலும் இயற்கை உதவி செய்வதில்லை. அவனைத் தேடி அவளும் அவளைத் தேடி அவனும் எதிரெதிர் திசையை நோக்கிப் பயணப்படுகிறார்கள்.

•

ஆண்: ஒன்ன இப்ப பார்க்கணும்
ஒன்னு பேசணும்
என்னக் கொட்டித் தீர்க்கணும்
அன்பக் காட்டணும்

பெண்: உறவே மனம் தேம்புதே
உசுரே தர ஏங்குதே

ஆண்: நீ எங்கேயும் போகாத
நான் வாரேன் வாடாத

•

பெண்: இங்கே கடல் அங்கே நதி
இணைந்திட நடை போடுதே
அங்கே வெயில் இங்கே நிழல்
விழுந்திட இடம் தேடுதே

தண்ணீரிலே காவியம்
கண்ணீரிலே ஓவியம்

வரையும் விதி
என்னென்ன செய்திடுமோ?

முடிவில் உயிர்
வண்ணங்கள் மாறிடுமோ ?

●

ஆண்: இங்கே உடல் அங்கே உயிர்
இதயத்தின் வலி கூடுதே
எங்கே நிலா என்றே விழி
பகலிலும் அலைந்தோடுதே

காயும் இருள் நானடி
பாயும் ஒளி நீயடி

கதிரே வந்து
கண்ணோடு கலந்துவிடு
கலந்தே இவன்
நெஞ்சோடு இருந்துவிடு

கயல்
பிரபுசாலமன்
இசை: டி.இமான்
குரல்: ஹரிச்சரண், வந்தனா ஸ்ரீநிவாஸ்
2014
□

082

பேரலையின் பெரும் பாதிப்பில் சிக்குண்டு தன் காதலியைத் தேடி அலையும் ஒருவனின் ஓங்கிய ஒப்பாரி. யாவும் அவள் என்று நினைத்தலைந்த அவன் நீரின் சப்தத்துக்குள் நிம்மதியிழந்து தேடுகிறாள். மரணம் அவளைக் கொண்டு போயிருக்காது என்னும் நம்பிக்கை ஒருபுறம் இருந்தாலும் கிடத்தப்பட்டிருக்கும் சவக் குவியலுக்குள் காதல் இருந்துவிடக்கூடாதே என அலறி தடுமாறுகிறான். அவளை எண்ணித் துயருறுவதைக் காட்டிலும் உயிரை உதிர்த்துவிடுவது எளிதென்று எண்ணுகிறான்.

●

எங்க புள்ள இருக்க?
நீ சொல்லடி
கண்ணு முன்ன வந்து நீ
கொஞ்சம் நில்லடி

ஒத்தையா வேகுறேன்
மொத்தமா நோகுறேன்
இது ஏனோ தானோ
இல்ல இல்ல
உசுரே

●

அரிதான பொருளாக
தெரிந்தாயடி
அடைகாக்க முடியாமல்
தொலைத்தேனடி

எனக்குள்ளே புது
மூச்சைக் கொடுத்தாயடி
சுழல் போல
அதை நீயே இழுத்தாயடி

பொத்தி வச்ச ஓந்நெனைப்பு
பொத்துக்கிட்டு கொட்டுதடி

சுத்தி விட்ட ராட்டினமா
ஏம் மனசும் சுத்துதடி

இது ஏனோ தானோ
இல்ல இல்ல
உசுரே

●

எனக்கான வரம் போல
பிறந்தாயடி
தவமேதும் புரியாமல்
கிடைத்தாயடி

இனிமேலும் இவன்
வாழ முடியாதடி
இறந்தாலும் உனைத்
தேடி அலைவேனடி

ஒன்ன இவன் கண்ணுமுழி
பெத்தவளா காணுதடி
ஒன்ன எண்ணி அப்படியே
செத்திடவும் தோணுதடி

இது ஏனோ தானோ
இல்ல இல்ல
உசுரே

கயல்
பிரபுசாலமன்
இசை: டி. இமான்
குரல்: பல்ராம்
2014
☐

083

நிழல்போல யாரோ தொடர்வது போலிருக்கிறது. நெருங்கிப் பார்த்தால் ஒன்றுமில்லை. எண்சாண் உடம்புக்குள் ஏதோ ஓர் இடத்தில் அவள் இருந்துகொண்டிருக்கிறாள். எங்கென்று ஆராய் வதற்குள் ஆவியாகிவிடுகிறாள். நினைவுகளைத் துரத்துகிறான் அவன்.

●

கூடவே வர மாதிரி
தெரியுதே - நீ என்ன
சொல்லப் போறியோ?

ஈரக்கொல நடுங்குதே
மூச்சும் பேச்சும் ஒடுங்குதே
காரமுள்ளா காத்தடிக்க
கண்ணுமுழி பிதுங்குதே
கலங்குதே கலங்குதே

கயல்
பிரபுசாலமன்
இசை: டி.இமான்
குரல்: அல்போன்ஸ் ஜோசப்
2014
□

084

புயல்போல் வந்து புகைபோல் தன்னை ஆக்கரமித்துக்கொண்டவனை எண்ணி மருகும் சூழல். வீட்டு வேலைக்காரியாக இருக்கும் அவள் செய்யும் வேலையிலெல்லாம் அவனையே பார்க்கிறாள். இடுப்பில் ஏறிக்கொண்ட குழந்தையைப்போல் இதயத்தை விட்டு அவன் இறங்க மறுக்கிறான். தலைமுடியைச் சீவயில் வகிடுக்குள் நுழைந்துகொள்ளும் அவன், அம்மியில் வைத்து அரைக்கும் தேங்காய்ச் சில்லைப் போல தன்னையும் தன் நினைவுகளையும் நசுக்குகிறான் என்கிறாள் அவள். வந்தாய் என் மனம் புகுந்தாய் என்னும் பாசுர வரிகளைப் பாமரத் தமிழோடு கலந்திருக்கிறேன்.

●

எங்கிருந்து வந்தாயோ?
எதற்காக வந்தாயோ?

என்னமோ சொன்னாயே
கதை பேசிப் போனாயே

அதை நானும் அறியும் முன்னே
அட.. நீயும் மறைந்தாயே – மெல்ல
காற்றில் கரைந்தாயே

●

வாசத் தண்ணி தெளிக்கையில
வந்து நீயும் நனைக்கிறியே
துணிமணிய தொவைக்கையில
என்ன நீயும் புழியிறியே

ஆஞ்சி வச்ச கீர போல
நெனைப்புல நீ கடையிறியே
அம்மி வச்ச தேங்கா சில்லா
அடி மனச நசுக்கிறியே

அட
நீயும் மறைந்தாயே – மெல்ல
காற்றில் கரைந்தாயே

•

நடக்கையில தொடர்ந்து வர
நடு நடுவே மறைஞ்சிடுற
தல முடிய ஒதுக்கையிலும்
வகிடுக்குள்ள ஒளிஞ்சிடுற

கண்ணுக்குள்ள இருக்கும் ஒன்ன
கழுவி விட மனமில்லையே
உள்ளுக்குள்ள அறுக்கும் ஒன்ன
ஒதற ஒரு வழியில்லையே

அட
நீயும் மறைந்தாயே – மெல்ல
காற்றில் கரைந்தாயே
உயிரோடு உறைந்தாயே

கயல்
பிரபுசாலமன்
இசை: டி.இமான்
குரல்: ஸ்ரேயா கோஷல்
2014
◻

085

விட்டேத்தியாய்த் திரிந்த நண்பன் காதலுக்குள் விழுந்து புரண்டு விசும்ப, நண்பன் கூறும் ஆறுதல் வார்த்தைகள் இவை. நட்பே உயர்வு, காதலை விட்டுவிடு எனச் சொல்லாமல் காதலுக்காகக் காத்திரு என்றான். உண்மையில் காதல் காதலிப்பவர்களால் வாழவில்லை. அவர்களின் உடன் இருப்பவர்களால்தான் உயிரோடிருக்கிறது. கிறிஸ்துமஸ் கொண்டாட்டத்திற்கு நடுவே காதலிடம் மன்றாடும் நண்பனின் அன்பு, தனிக் காவியம். கரை யேறி வந்த மீன் கருவாடான கதையை நண்பன் சொல்ல.. மனசோட உள்ள சோகம் மறைஞ்சே போகும் என்கிறான் இவன்.

●

டிய்யாலோ டிய்யாலோ டிய்யாலோ
டிய்யாலோ டிய்யாலோ டிய்யாலோ

அவ மேல ஆச வச்சான்
அநியாய காதல் வச்சான்
அழுமூஞ்சா போனான் மச்சான்

வருவான்னு பூச வச்சான்
வழிமேல கண்ண வச்சான்
மனசால தீ மிதிச்சான்

ஒரு கண்ணாடிக் கண்ணால ஒடஞ்சான்
அவ நெஞ்சோட நெஞ்ச வச்சுக் கடஞ்சான்
வெத வைக்காம உள்ளூர வெளஞ்சான்
அத வெள்ளாம பண்ண நித்தம் அலஞ்சான்

●

கரையேறி வந்த மீனு
கருவாடாப் போகுமுன்னு
புரியாமப் போச்சே நண்பா

அறியாம சொன்ன சொல்லு
பழிவாங்கிக் கொல்லுமுன்னு
தெரியாமப் போச்சே நண்பா

தெச இல்லாம
அப்போ நான் திரிஞ்சேன்
வழி இல்லாம
இப்போ இங்க ஒறஞ்சேன்

விதி பந்தாட
காத்தோட மறஞ்சேன்
சதி பண்ணாம
சொட்டு சொட்டா கரஞ்சேன்

●

வருவாடா அந்தப் பொண்ணு
வருந்தாம பிரேயர் பண்ணு
வருங்காலம் வானவில்லு

மனசோட சோகமெல்லாம்
மறஞ்சேதான் போகுமுன்னு
முழுசா நீ நம்பி நில்லு

அவ வரும் போது ஆனந்த சாரல்
வழி எங்கேயும் வண்ண வண்ணத் தூறல்
இது உசுரோட ஓயாத தேடல்
அட ஒரு போதும் கெட்டதில்ல காதல்

கயல்
பிரபு சாலமன்
இசை: டி. இமான்
குரல்: ஒரத்தநாடு கோபு
2014

□

086

காதலை நோய் என்று சொல்லுகிறது இலக்கியம். காதலால் பெண் தேகம் இளைத்தால் அதனைப் பசலை என்கிறது. ஆணுக்கு அப்படிச் சொல்வது மரபு இல்லை. ஆனாலும், இப்படத்தின் கதாநாயகன் சட்டென்று மெலிந்து காணப்பட அதைப் பாட்டுக்குள் கொண்டு வாருங்கள் என்றார் இயக்குநர். நான் மறுத்தும்கூட அவர் பிடிவாதத்தோடு இருந்ததால் அவ்விதம் எழுத நேர்ந்தது. தெரிந்தே மரபை மீறுவது வணிக சினிமாவின் வாடிக்கை என நான் சொல்ல வேண்டியதில்லை. தாவணி வீதியில் காமனின் வேதியியல்.

ஆண்: ஒரு கிளி காதலில்
ஒரு கிளி ஆசையில்
சேரும் நேரம் இது
மெய்க் காதல் தீராதது

பெண்: யார் மீது ஆசை
கூடிப் போக
தேகம் இளைத்தாயோ?

ஆண்: நான் காதலோடு
தோழனான
சேதி அறிவாயோ?

பெண்: குறையுது குறையுது
இடைவெளி குறையுது
நிறையுது நிறையுது
சுகம்

ஆண்: இணையுது இணையுது
இரு உடல் இணையுது
கவிதைகள் எழுதுது
நகம்

பெண்: நீ விடும் மூச்சிலே
காதலின் கூச்சலே

ஆண்: உன் சேலை கூறும்
காதல் பாடம்
நான் பயில வேண்டும்

பெண்: என் ஆயுள் ரேகை
நீயும் ஆகி
கூட வர வேண்டும்

ஆண்: கொடியது கொடியது
தனிமைகள் கொடியது
இனியது இனியது
துணை

பெண்: மிரளுது மிரளுது
அழகுகள் மிரளுது
இமைகளில் முடிந்திடு
எனை

ஆண்: தாவணி வீதியில்
காமனின் வேதியியல்

பரமசிவன்
பி. வாசு
இசை : வித்யாசாகர்
குரல்: சுஜாதா, மது பாலகிருஷ்ணன்
2006

087

தொடர்ந்து வருவாள் என்றிருந்த காதலி தொலைந்துவிடுகிறாள். அவனோ பத்திரிகையாளன். தனக்கு வேண்டாதவர்கள் அவளைச் சிறை பிடித்திருப்பார்களோ? எனக் கலக்கமுறுகிறான். காதல் நம்மை சேதம் செய்தால் யாரை நோவது, காலம் நம்மை நோகச் செய்தால் போதும் வாழ்வது. பாடல் முழுக்க காதலியின் நினைவுகள் விரவிவர கண்ணீரைச் சிந்திச் சிந்தி மண்ணைக் கடலாக்குகிறான்.

எங்கே? எங்கே? எங்கே?
என் வெண்ணிலவு
இங்கே இங்கே இங்கே
ஏன் தொந்தரவு?

வீசும் தென்றல் உண்டு
என்னைத் தீண்டவில்லை
வானவில்லும் உண்டு
ஏனோ வண்ணம் இல்லை

எண்ணம் இங்கு உண்டு
சொல்ல வார்த்தை இல்லை
ஏன் இந்தத் துன்பம்?
உன்னைக் காணவில்லை

●

நீயா இன்பம்? நீயே இன்பம்
நீயில்லாமல் எதுவும் துன்பம்
காதல் நம்மை சேதம் செய்தால்
யாரை நோவது?

நீயா உண்மை? நீயே உண்மை
நீயில்லாத உலகம் பொம்மை
காலம் நம்மை நோகச் செய்தால்
போதும் வாழ்வது

உதிராத ஞாபகம்
ஒரு கோடி நீ தர
வரவான வேதனை
செலவாகும் நீ வர

நான்
மெல்ல நினைத்தேன்
சொல்ல அழைத்தேன்
எங்கு தொலைத்தேன்

●

காலை தந்தாய் மாலை தந்தாய்
காதல் பேசும் பொழுதும் தந்தாய்
வானம் தந்தாய் நீலம் தந்தாய்
யாவும் நீயடி

தூறல் தந்தாய் தூக்கம் தந்தாய்
தூர்ந்திடாத ஏக்கம் தந்தாய்
வாசம் தந்தாய் வாழ்வும் தந்தாய்
சுவாசம் நீயடி

அழகான பூமுகம்
அகலாது காதலி
அணையாது கார்த்திகை
துணையாகும் மார்கழி

நான்
மெல்ல நினைத்தேன்
சொல்ல அழைத்தேன்
எங்கு தொலைத்தேன்

சதுரங்கம்
கரு.பழனியப்பன்
இசை: வித்யாசாகர்
குரல்: கார்த்திக், டிம்மி
2011
□

088

பத்திரிகையாளனாகப் பணியாற்றிவரும் அவன் கன்னித்தீவு இளவரசியாக அவளைப் பார்க்கிறான். அவளோ, அம்புலி மாமாவாக அவனைப் பார்க்கிறாள். காலமும் நேரமும் கூடிவந்து விட்டன என்பதைவிட அவர்களுக்குக் காதல் கைகூடிவிட்டது. ஒருவரையொருவர் அணைத்துக்கொள்கிறார்கள். அணைப்பின் பரிபாஷையில் அவர்கள் நாணங்கள் அர்த்தமிழக்கின்றன. ஓசையின் நயத்தில் உறவாடுகிறார்கள். குதிகாலில் உயிர்ப்பூவைப் பறிக்கவும் அதிகாலை வரை பாடங்கள் படிக்கவும் ஆரத் தழுவுகிறார்கள். கனவு லோகத்தில் அவன் அம்புலிமாமா. அவள் கன்னித்தீவு. என்றுமே முடியாத தொடர்கதையாக அவர்கள் காதல் நீள்கிறது.

●

பெண்: அம்புலிமாமா அம்புலிமாமா
ஆசைதீர முத்தமிடு

ஆண்: கன்னித்தீவே கன்னித்தீவே
கவிதைபோலே முத்தமிடு

பெண்: இதழோடு இதழைச்சேர்த்து
இசைபாட நினைப்பதென்ன?

ஆண்: விரலோடு விரலைக்கோர்த்து
விளையாட அணைப்பதென்ன?

பெண்: முத்தங்கள் தா தா தா

●

ஆண்: கன்னக்கதுப்பிலே
பின்னங்கழுத்திலே
தாயமாடிடுவோமா?

பெண்: உச்சந்தலையிலே
பச்சை நரம்பிலே
கோலமாகிடுவோமா?

ஆண்: பிஞ்சு உதட்டிலே
கொஞ்சும் இடுப்பிலே
மீசை கீறலாமா?

பெண்: முந்திச்சரிவிலே
உந்திச்சுழியிலே
காயமாகலாமா?

ஆண்: கைரேகை இடம்மாற
இணைந்தாலென்ன?
கண்பார்வை தடம்மாற
கரைந்தாலென்ன?

பெண்: இரவெல்லாம் என்னோடு
விடிந்தாலென்ன?
உயிரெல்லாம் உன்னோடு
உறைந்தாலென்ன?

ஆண்: தத்தளிக்க

பெண்: தத்தெடுக்க

ஆண்: முத்தங்கள் தா தா தா

●

ஆண்: எங்கு தொடங்கலாம்?
எங்கு மயங்கலாம்?
பாதமானது வானம்

பெண்: எங்கு நெருங்கலாம்?
எங்கு நொறுங்கலாம்?
சேதமானது நாணம்

ஆண்: எங்கு தளும்பலாம்?
எங்கு தயங்கலாம்?
பேசி பேசி அறிவோமா?

பெண்: எங்கு நிறையலாம்?
எங்கு குறையலாம்?
நீயும் நானும் இணைவோமா?

ஆண்: அடையாளம் நரம்போடு
அணைந்தாலென்ன?
இடைவேளை முடியாமல்
பிணைந்தாலென்ன?

பெண்: குதிகாலில் உயிர்ப்பூவைப்
பறித்தாலென்ன?
அதிகாலை வரை பாடம்
படித்தாலென்ன?

ஆண்: கிட்டக் கிட்ட
கெட்டக் கெட்ட
முத்தங்கள் தா தா தா

சதுரங்கம்
கரு.பழனியப்பன்
இசை: வித்யாசாகர்
குரல்: கே.கே. சுஜாதா
2011
□

089

தெளிவாகச் சொன்னால் தொலைந்தேனே உன்னால் என்று திட்டவட்டமாக அவள் சொல்கிறாள். காவல் துறையில் உயரதிகாரியாகப் பணிபுரியும் அவனைத் தன்னுடைய வீட்டுக் காவலில் வைத்திருக்க அவள் விரும்புகிறாள். ஊடு பாவாய்த் (நூலாய்த்) தன்னுள் காதல் ஓடுவதை உணர்ந்த அவள் கல்யாண நெசவுக்குக் காத்திருக்கிறாள். உப்பரிகையில் நிற்பதற்கும் உப்பளத்தில் நிற்பதற்கும் உள்ள வித்தியாசத்தை அறியாதவள் அல்ல அவள்.

●

பெண்: என் அன்பே
நாளும் நீ இன்றி நான் இல்லை
என் அன்பே
யாவும் நீ இன்றி வேறில்லை

நான்
உன்னில் உன்னில் என்பதால்
என் தேடல் நீங்கிப் போனதே
என்னில் நீயே என்பதால்
என் காதல் மேலும் கூடுதே

காண வேண்டும் யாதும் நீயாகவே
மாறவேண்டும் நானும் தாயாகவே

குழு: ஆத்தாடி ஆச அலைபாய
சேத்துக்கோ மீச கொட சாய
கூத்தடி கோட மழ பெய்ய
ஏத்துகோ ஆட ஒல காய

●

பெண்: தலை தொடும் மழையே
செவி தொடும் இசையே
இதழ் தொடும் சுவையே இனிப்பாயே

விழி தொடும் திசையே
விரல் தொடும் கணையே
உடல் தொடும் உடையே
இணைவாயே

யாவும் நீயாய் மாறிப் போக
நானும் நான் இல்லையே
மேலும் மேலும் கூடும் காதல்
நீங்கினால் தொல்லையே

தெளிவாகச் சொன்னால்
தொலைந்தேனே உன்னால்

குழு: ஆத்தாடி அசந்தே போனாயா
ஆசையில் மெலிந்தே போனாயா
நாக்கடி நலிந்தே போனாயா
காதலில் கரைந்தே போனாயா

பெண்: கருநிறச் சிலையே
அறுபது கலையே
பரவச நிலையே பகல் நீயே

இளகிய பனியே
எழுதிய கவியே
சுவை மிகு கனியே சுகம் நீயே

ஊடு பாவாய் தேகத்தோடு
காதல் தினம் ஓடுதே
கூடு பாயும் தாகத்தோடு
ஆசை நதி மோதுதே

தொடுவாயா என்னை?
தொடர்வேனே உன்னை

சத்யம்
ராஜசேகர்
இசை: ஹாரிஸ் ஜெயராஜ்
குரல்: பென்னி, சாதனா சர்கம்
2008

090

கரைதலையும் நிறைதலையும் அவர்கள் காதலாகப் பார்க்கிறார்கள். சட்டென்று மின்னிமறையும் உணர்வுத் தடாகத்தில் குளித்துக் கரையேறும் இன்பம், அவர்களின் எதிர்பார்ப்பாக இருக்கிறது. ஐம்புலனிலும் அவனை அவள் ஆகர்சிக்க, ஆறாம் திணையாகக் காதலை அவன் கண்டடைகிறான். தலைமுடி கலைவதும் செவிமடல் மலர்வதும் அடர்ந்த இரவுகளின் அர்த்த வெளிச்சங்களை அவர்களுக்குக் காட்டுகின்றன. போதும். ஆனாலும், போதாத சந்தோசம் அவர்களைப் பூட்டிக்கொள்கிறது.

●

பெண்: செல்லமே செல்லமே
கொஞ்சச் சொல்வேனே – என்
வெல்லமே வெல்லமே
கெஞ்சு என்பேனே

மின்னலே மின்னலே
உன்னைக் கண்டேனே – மெய்
அன்பிலே அன்பிலே
இன்பம் கொண்டேனே

ஓராயிரம் மெல்
சுகங்களில் கரைந்திடுவேனே
நூறாயிரம் நள்
இரவினில் நிறைந்திடுவேனே

●

பெண்: குரலில் உன் குரலில்
மெல் இசை சுகம் அறிவது போலே
விரலில் உன் விரலில்
முன் பனி சுகம் உணர்வது போலே

விழியில் உன் விழியில்
மென் அலை சுகம் தொடுவது போலே
இதழில் உன் இதழில்
முக்கனி சுகம் புரிவது போலே

கூந்தல் இலைமீது
தினந்தோறும் பரிமாறு
நீ நீச்சல் குளம் போலே
நெடுநேரம் இளைப்பாறு

●

ஆண்: நிலவில் வெண்ணிலவில்
உன் தலைமுடி கலைவது போதும்
பகலில் நண்பகலில்
உன் செவிமடல் மலர்வதும் போதும்

பெண்: ஒளியில் மின் ஒளியில்
என் வளையல் நெளிவது போதும்
மனதில் என் மனதில்
உன் பரவசம் நிறைவதும் போதும்

ஆண்: போதும் ஆனாலும்
போதாதது சந்தோஷம்

பெண்: கண் தூங்கப் போனாலும்
தூங்காது ஆண் வாசம்

ஆண்: சகாயமே உன்
அருகினில் நிலைபெறுவேனே
தடாகமே உன்
முறுவலில் நனைந்திடுவேனே

சத்யம்
ராஜசேகர்
இசை: ஹாரீஸ்ஜெயராஜ்
குரல்: பல்ராம், பாம்பே ஜெயஸ்ரீ
2008
□

091

திரைத்துறையில் நான் கைபதிக்கக் காரணமாயிருந்த முதல் பாட்டு. அறிமுகம் யுகபாரதி எனத் திரையில் தோன்றிய அந்த கணத்தை இப்போது நினைத்தாலும் இனிக்கிறது. சந்தத்திற்கு வார்த்தைகளை இட்டு நிரப்புவதுதான் பாடல் என்றிருந்த என்னைச் சொந்தமாக எழுதித் தாருங்கள் என்ற இயக்குநருக்கும் இசையமைப்பாளருக்கும் நான் என் வாழ்நாள் வணக்கத்தை வைக்கக் கடமைப்பட்டிருக்கிறேன். காதலன் தந்தவிட்டுப் போகிற ஒரு ரூபாயை வைத்துக்கொண்டு காத்திருக்கும் காதலிக்கு அகிலத்தில் உள்ள அத்தனை வட்டங்களும் அந்த ரூபாயாக, அவனாகத் தெரிகின்றன. காசிலா காதலிருக்கிறது என்பவர்களுக்கு காசிலும் காதலிருக்கிறது எனச் சொல்லிய பாட்டு. கடவுள் வந்து கேட்டாலும் காணிக்கை இட விரும்பாத அவள் காதல், நாணயமானது. விலை கொடுத்து வாங்க முடியாதது.

●

பெண்: பல்லாங்குழியில் வட்டம் பார்த்தேன்
ஒற்றை நாணயம்
புல்லாங்குழலின் துளைகள் பார்த்தேன்
ஒற்றை நாணயம்

துடிக்கும் கண்களில்
கண்மணி பார்த்தேன்
கடிகாரத்தில் நேரம் பார்த்தேன்

செவந்திப் பூவில்
நடுவில் பார்த்தேன்
தேசியக் கொடியில் சக்கரம் பார்த்தேன்

இரவில் ஒருநாள்
பௌர்ணமி பார்த்தேன்
ஒற்றை நாணயம்

ஆண்: அடி, காலம் முழுவதும் காத்திருப்பேன்
நீ காணும் இடத்தினில் பூத்திருப்பேன்

அடி, ஒற்றை ரூபாய்
பக்கம் இரண்டும்
எந்தன் அன்பு சேர்ந்திருக்கும்
நெஞ்சில் வைத்துக் காத்திரு

பெண்: தங்க ஆபரணம்
ஒன்றும் தேவையில்லை
இந்த நாணயம் போதாதா?

தழுவும் மனதைக் குங்குமச் சிமிழில்
பதுக்க முடியாதா?

ஆண்: செல்வச் சீதனமே நீ சிரிக்கையிலே
பல சில்லறை சிதறிவிழும்
செலவு செய்திட நினைத்தால்கூட
இதயம் பதறிவிடும்

பெண்: அட, நேற்று நடந்தது நாடகமா?
நீ காசு கொடுத்தது சூசகமா?

அட, ஒற்றை ரூபாய்
பக்கம் இரண்டு
என்ன சொல்ல காசு தந்தாய்
எண்ணி எண்ணிப் பார்க்கிறேன்

ஆண்: அடி, பேரழகே
உனைச் சேர்ந்திடவே
இந்த நாணயம் ஓர் சாட்சி

இருக்கும் உயிரும் உனக்கே உபயம்
எதற்கு ஆராய்ச்சி?

பெண்: இந்த நாணயத்தில் உனைப் பார்த்திருப்பேன்
பிறர் பார்க்கவும் விட மாட்டேன்
கடவுள் வந்தே கேட்டால் கூட
காணிக்கை இட மாட்டேன்

ஆனந்தம்
என்.லிங்குசாமி
இசை: எஸ்.ஏ.ராஜ்குமார்
குரல்: உன்னி கிருஷ்ணன், ஹரிணி
2000
□

092

பெண்ணென்னும் மாயப்பிசாசு பிடித்தாட்கொண்டாள் என்னும் சித்தர் பாடல் வரியை சுவீகரித்து எழுதப்பட்ட பாடல். காதலை, காதலியைப் புதுவிதமாகச் சொல்லும் வியாதி அப்போது திரைத்துறையைப் பீடித்திருந்தது. எதிலும் புதுமை எல்லாவற்றிலும் புதுமை என்ற கோஷத்திற்குள் புதிய கவிஞர்களைச் சிக்க வைத்து தமிழ்த் திரையிசை தனக்கான தீனியைத் தேடிக்கொண்டிருந்த காலம் அது. இந்திப் பாடகர்களின் வருகை. வேகமான இசை வடிவம். இவற்றுக்குள்ளிருந்து கரையேறித் தப்பிப்பதற்குள் போதும் போதும் என்றாகிவிட்டது. வெட்கக் கவிதை, தாயோடும் பேசாத மௌனம் போன்ற சொல்லாட்சிகள் பாரதியும் கம்பனும் பரிசளித்தவை.

●

ஆண்: காதல் பிசாசே, காதல் பிசாசே
ஏதோ சௌக்கியம்
பரவாயில்லை

காதல் பிசாசே, காதல் பிசாசே
நானும் அவஸ்தையும்
பரவாயில்லை

தனிமைகள் பரவாயில்லை
தவிப்புகள் பரவாயில்லை
கனவென்னைக் கொத்தித்தின்றால்
பரவாயில்லை

இரவுகள் பரவாயில்லை
இம்சைகள் பரவாயில்லை
இப்படியே செத்துப் போனால்
பரவாயில்லை

●

ஆண்: கொஞ்சம் உளறல்
கொஞ்சம் பதறல்
ரெண்டும் கொடுத்தாய் நீ நீ நீ

பெண்: கொஞ்சம் சிணுங்கல்
கொஞ்சம் பதுங்கல்
கற்றுக் கொடுத்தாய் நீ நீ நீ

ஆண்: அய்யோ அய்யய்யோ
என் மீசைக்கும் பூவாசம்
நீ தந்து போனாயடி

பெண்: பையா ஏ பையா
என் சுவாசத்தில் ஆண் வாசம்
நீயென்று ஆனாயடா

ஆண்: அடிபோடி குறும்புக்காரி
அழகான கொடுமைக்காரி
மூச்சு முட்ட முத்தம் தந்தால்
பரவாயில்லை

ஆண்: கொஞ்சம் சிரித்தாய்
கொஞ்சம் மறைத்தாய்
வெட்கக் கவிதை நீ நீ நீ

பெண்: கொஞ்சம் துடித்தாய்
கொஞ்சம் நடித்தாய்
ரெட்டைப் பிறவி நீ நீ நீ

ஆண்: அம்மா அம்மம்மா
என் தாயோடும் பேசாத
மௌனத்தை நீயே சொன்னாய்

பெண்: அப்பா அப்பப்பா
நான் யாரோடும் பேசாத
முத்தத்தை நீயே தந்தாய்

ஆண்: அஞ்சு வயதுப் பிள்ளைபோலே
அச்சச்சோ கூச்சத்தாலே
கொஞ்சிக் கொஞ்சி என்னைக் கொன்றால்
பரவாயில்லை

ரன்
என்.லிங்குசாமி
இசை: வித்யாசாகர்
குரல்: உதித் நாராயணன், சுஜாதா
2002

093

வாழ்வே ஒரு பயணம். நிற்காமல் தொடர்ந்து செல்வதே அப்பயணத்தின் அழகிய அம்சம். வழித்துணையாக அதுவரை வந்த உறவுகளை நினைவுகளை அசைபோடுகிறான் அவன். கல்லூரித் தோழியும் கண்சிமிட்டுகிறாள். அறிவு வெளியுலகில் அடையும் அவஸ்தைகளை, பொழியும் நிலவொளியில் ரசித்திடு என்கிறான். உபதேசிக்கும் இடத்தில் அவன் இல்லை என்றாலும், அப்படி இருக்க வேண்டும் என எண்ணுகிறான். இயற்கையை, காதலை, நட்பை, நடைமுறையைத் திரும்பிப்பார்க்கிறான். ஊர் திரும்பல், உணர்வுகளைத் திருப்புகிறது.

●

சிறு புன்னகை
ஒருவரின் முகவரி
அதில் கரைந்திடும்
பிறர் மனம் அபகரி

உறவு தொடங்குவதும்
உயிர்கள் பழகுவதும்
இனிய கவிதை என நினைக்கிறேன்

அவளின் அணுகுமுறை
பழகும் இயல்பு நிலை
கலந்த நிமிடங்களை இரசிக்கிறேன்

சில நாட்கள்
தீண்டும் நினைவிலே
பள்ளி வாழ்க்கை
மீண்டும் மனதிலே

அவள் பேசும் பேச்சைக்
கேட்க கேட்க புதுமையே
அந்த நேரம் மீண்டும்
வாய்த்திடாத இனிமையே

வரவு செலவுகளில்
குறையும் பொழுதுகளை
புதிய உறவுகளில் நிறைத்திடு

அறிவு வெளியுலகில்
அடையும் அவஸ்தைகளை
பொழியும் நிலவொளியில் பொசுக்கிடு

இன்பம் யாவும்
காட்டும் மனத்திரை
நம்மை மாற்றும்
காலம் வகுப்பறை

இதில் பாடம் கேட்கும்
நீயும் நானும் ஒருவனே
நம்மைப் பேச வைக்கும்
தோழன் யாரு இறைவனே

பொக்கிஷம்
சேரன்
இசை: சபேஷ் முரளி
குரல்: வி.வி.பிரசன்னா ராவ்
2009

094

கடிதங்கள் வழக்கொழிந்த இக்காலத்தில் அஞ்சல் பெட்டிகளின் அவசியம் எத்தனை பேருக்கு இன்றைக்குத் தெரியும்? நலம். நலமறிய ஆவல் என்று தொடங்கும் கடிதத்திற்கு ஈடாகுமா? நவீனக் கைப்பேசிகளும் மின்னஞ்சல் தகவல்களும். காத்திருந்து வாங்கிய கடிதம். கைசேர்ந்த முத்தம். உச்சந்தலையை வானவில் துவட்டும் ஓர் அரிய நொடியை அவள் கடிதம் அல்லவா தரும் என்றெண்ணி அஞ்சல்பெட்டியை முத்தமிடுகிறான். அவளுடைய உள்ளத் துணியை அவளுடைய சுவாசக் காற்று சலவை செய்கிறது.

●

அஞ்சல் பெட்டியைக் கண்டதுமே
கண்கள் சிரிப்பதேன்? – என்
நெஞ்சுக்குள்ளே பட்டாம்பூச்சி
றெக்கை விரிப்பதேன்?

துள்ளித்திரிந்த எந்தன் நாட்கள்
தயங்கி நடப்பதேன்? – என்
தோளுக்குமேலே தூரிகை தீண்டும்
உணர்வு முளைப்பதேன்?

இராட்டினங்கள் மூளைக்குள்ளே
சுற்றிச்சுழல்வதேன்? – என்
நாடித்துடிப்பு நூறு மடங்காய்
நொடியும் உயர்வதேன்?

பம்பரங்கள் காலில் சுழலும்
பரபரப்பு ஏன்? – என்
அங்கம் எங்கும் புதுப்புது மின்னல்
உருவெடுப்பதேன்?

●

ஊஞ்சலாடும் மனமே உனக்கு
என்ன நடந்தது? – நான்
ஓய்வில்லாமல் தத்தித்தாவ
உலகம் மறந்தது

உச்சந்தலையை வானவில்லும்
துவட்டுகின்றது – என்
உள்ளங்கையில் ரேகை பூவாய்
மலருகின்றது

உள்ளத்துணியை சுவாசக்காற்று
சலவைசெய்தது – நான்
ஒவ்வொரு நொடியும் பிறப்பது போல
கவிதை சொன்னது

கனவில் மிதந்து நடனம் ஆட
கால் நினைத்தது – நான்
கரையக் கரைய மேலே போக
வால் முளைத்தது

என்னை நானே ரசித்துக்கொள்ளும்
நிலைமையானது
இது நித்தம் நிகழும் ஆனால்கூட
புதுமையானது

பொக்கிஷம்
சேரன்
இசை: சபேஷ் முரளி
குரல்: கார்த்திக்
2009
◻

095

அவள் உனக்கு இல்லை என்று அசரீரி சொல்கிறது. காரணம் இதுவென்று தெரியாத அவன் தனக்குத்தானே தருவித்துக் கொள்கிற தைரியமே பாடலுக்கான சூழல். நம்பிக்கை வேர்விட எதிர்க்காற்றில் ஏகுகிறான். மீட்சிக்காகப் போராடும் மனிதத்திற்கு மேலும் மேலும் பலம் சேர்க்கும் விதமாக இப்பாடல் எழுதப்பட்டது. மனக்குகையில் புதிய ஒளி பரவ, புறப்படுகிறான். மாற்றமே அவன் விருப்பம். மற்றவை காலத்தின் கையில்.

●

கனவு சில சமயம்
கலையும் நிலையும் உண்டு
முடிவு தெரியும் வரை
பொறுத்திரு

அதுவும் சில சமயம்
ஜெயிக்க வழிகள் உண்டு
விடியும் பொழுது வரை
விழித்திரு

இது யூகிக்க முடியாக்
கணிதமே
ஒரு போருக்குப் போகும்
பயணமே

இன்பம் தேடும் காதல்
ஏற்றிடாத உலகடா
துன்பம் நீங்கிப் போகும்
தோல்விகூட அழகடா

ஒரு மெல்லிய
கவலையின் மடியிலே
இரு நெஞ்சமும்
புறப்படும் பயணமே

தவிப்பு ஒரு புறமும்
துடிப்பு மறு புறமும்
தொடங்கும் இதுவும் ஒரு
யாத்திரை

இரவு துயிலிருக்க
இதயம் விழித்திருக்க
அலையில் புரள்கிறது
ஆண்கரை

இந்த வாழ்வில்
ஏதும் நேரலாம்
அந்த ஈசன்
தீர்ப்பைக் கூறலாம்

இன்று போல நாளை
இல்லை என்றும் ஆகலாம்
நல்ல நாளும் நேற்று
போனதென்று ஏங்கலாம்

ஒரு மெல்லிய
கவலையின் மடியிலே
இரு நெஞ்சமும்
புறப்படும் பயணமே

பொக்கிஷம்
சேரன்
இசை: சபேஷ் முரளி
குரல்: வி.வி.பிரசன்னாராவ்
2009

096

வழக்கமான பாடல் கட்டுமானத்திலிருந்து வெளியே வந்து ஒரு பாடலை எழுதிப் பார்ப்போமே என்றார் இயக்குநர். ஆலப் புழை படகு வீட்டில் மெட்டுப் பணி. இசை சகோதரர்கள் படகின் அசைவிற்கு ஏற்ப கீ போர்டை இசைக்க, தனித் தனிச் சொல்லாகச் சொல்லத் தொடங்கினேன். இது வித்தியாசமாக இருக்கிறதே என படக்குழுவினரும் சேர்ந்துகொள்ள கூட்டாஞ் சோறுபோல் உருவானது இந்தப் பாட்டாஞ்சோறு. ஆளாளுக்கு வார்த்தை சொல்லி எதுவும் இசையில் அடங்காது போக உணவு இடைவேளைக்குள் எழுதி முடித்த பாடல் இது. தமிழ் படிக்கும் மாணவி என்பதால் அன்புள்ள என்று சொல்லி அடுத்த அடுத்த நூல்களுக்குச் செல்கிறாள். எல்லாம் சொல்லிவிட்டு அன்புள்ள அன்பே என்று முடிக்கிறாள். அன்பைவிட உயர்வானது அன்பே என்பது அவள் தெளிவு.

●

ஆண்: நிலா
நீ வானம் காற்று மழை
என் கவிதை மூச்சு

இசை துளி தேனா மலரா
திசை ஒலி பகல்

தேவதை அன்னம் பட்டாம்பூச்சி
கொஞ்சும் தமிழ் குழந்தை
சிணுங்கல் சிரிப்பு முத்தம்
மௌனம் கனவு ஏக்கம்

மேகம் மின்னல் ஓவியம்
செல்லம் பிரியம் இம்சை

இதில் யாவுமே
நீதான் எனினும்
உயிர் என்றே
உனை சொல்வேனே

நான் உன்னிடம்
உயிர் நீ என்னிடம்
நாம் என்பதே இனிமேல்
மெய் சுகம்

பெண்: அன்புள்ள மன்னா
அன்புள்ள கணவா
அன்புள்ள கள்வனே
அன்புள்ள கண்ணாளனே

அன்புள்ள ஒளியே
அன்புள்ள தமிழே
அன்புள்ள செய்யுளே
அன்புள்ள இலக்கணமே

அன்புள்ள திருக்குறளே
அன்புள்ள நற்றிணையே
அன்புள்ள படவா
அன்புள்ள திருடா

அன்புள்ள ரசிகா
அன்புள்ள கிறுக்கா
அன்புள்ள திமிரே
அன்புள்ள தவறே

அன்புள்ள உயிரே
அன்புள்ள அன்பே

இதில் யாவுமே
இங்கு நீதான் என்றால்
என்ன நான் சொல்ல
சொல் நீயே

பேர் அன்பிலே
ஒன்று நாம் சேர்ந்திட
வீண் வார்த்தைகள்
இனி ஏன் தேடிட?

பொக்கிஷம்
சேரன்
இசை: சபேஷ் முரளி
குரல்: விஜய் யேசுதாஸ், சின்மயி
2009

097

அந்தக்காலத்தில் அவனுக்குள் பசுமையைப் பதியமிட்டவளை நினைவில் மீட்டுகிறான். சின்னவயதில் சிநேகித்த தோழி. சிலபல வருடங்களைக் கடந்து அவளைப் பார்க்கக் கிளம்புகிறான். சொல்ல இயலாத சுகங்கள் முகத்திலும் மூச்சிலும் முளைகட்டிக் கொள்கின்றன. பலகோடி வீணை சேர்ந்து இசைப்பது போன்ற மகிழ்வு. மீற வழிகளே இல்லாத காதலின் அழகிய தொல்லைக்குள் அவன்.

●

ஆண்: உலகம் நினைவில் இல்லை
உறங்க மனமும் இல்லை
முழுதும் அவள் நினைவில்
மிதக்கிறேன்

மதிய வெயில் அடித்தும்
மனதில் மழை பொழிந்த
இனிய மணித்துளியில்
குளிக்கிறேன்

கண்ணை மோதும் காற்றில்
அவள் முகம்
நெஞ்சை மேயும் பாட்டில்
அவள் முகம்

பல கோடி பூக்கள்
சேர்ந்து பூக்கும் பரவசம்
பல கோடி வீணை
சேர்ந்து மீட்டும் அனுபவம்

பெண்: இது காதலின் அழகிய
தொல்லையா?
இதை மீறிட வழிகளும்
இல்லையா?

பெண்: எனது மனக்குகையில்
புதிய ஒளி பரவ
புவியில் மறுபடியும்
பிறக்கிறேன்

இமையில் படபடப்பு
இதழில் குறுஞ்சிரிப்பு
வளர்ந்த குழந்தையென
தவழ்கிறேன்

இங்கு எனை நானே ஏனோ
இழக்கிறேன்
இந்த ஊனை உயிரை
துறக்கிறேன்

இந்தக் காதல் பேயை
ஆசையோடு அணைக்கிறேன்

ஆண்: இந்தக் காதல் பேயை
ஆசையோடு அணைக்கிறேன்

பொக்கிஷம்
சேரன்
இசை: சபேஷ் முரளி
குரல் : வி.வி.பிரன்னா ராவ், மகதி
2009
□

098

சந்திக்க விரும்பிய தோழி பழைய இடத்தில் இல்லை. எங்கே போனாள் என்றும் தெரியவில்லை. தேடித்தேடி திசையெங்கும் அலைகிறான். இனி, போவதற்கே வழியில்லை என்னும் நிலை. பூமியே புளிக்கிறது. வானமே தலையில் வந்து விழுவது போலிருக்கிறது. கண்ணாடியைப் போல் சுக்கு நூறாக உடைகிறான். உடைந்த சில்லுகளெங்கும் அவளுடைய ஒளிமுகம்.

●

மொழி இல்லாமலே
எதைச் சொல்வான் இனி?
வழி இல்லாமலே
எதைக் காண்பான் இனி?

வாசமே போனபின்
பூக்களே பூப்பதேன்?
சுவாசமே ஓய்ந்தபின்
மூச்சிலே காற்று ஏன்?

ஒரு கண்ணாடிபோல்
நான் உடைந்தாலென்ன?

●

வழி இல்லாமலே
எங்கு செல்வான் இனி?
உயிர் இல்லாமலே
என்ன செய்வான் இனி?

ஓடையே காய்ந்தபின்
மீன்களே நீச்சலேன்?
வானமே வீழ்ந்தபின்
கூரையே வாழ்வதேன்?

அட பூலோகமே
இனி அழிந்தாலென்ன?

பொக்கிஷம்
சேரன்
இசை: சபேஷ் முரளி
குரல்: மதுபாலகிருஷ்ணன்
2009
◻

099

அவளைப் பார்த்தே ஆகவேண்டும் எனப் பயணப்படுகிறான். அவளுக்காக எத்தனை நூற்றாண்டுகளும் காத்திருக்கத் துணிந்திருந்த அவனுக்கு அந்த மூன்றுநாள் பயணம் நெடும்பயணம் போல் நெஞ்சை நிமிண்டுகிறது. உடனே பார்க்கும் ஆவலைப் பயணம் தள்ளி வைக்கிறதே எனப் பதைக்கிறான்.

●

மூன்றுநாள் ஆகுமே
பேசவே உன்னிடம்
அதுவரை ஆவலை
தாங்குமா என்மனம்?

என் நினைவோடுநீ
துணை இருப்பாயடி
உன் அருகாமையில்
வலி தொடராதடி

குரல் கேட்கும்வரை
புவி சுழலாதடி

●

காலை நீ மாலை நீ
காண்கிற காட்சி நீ
வேலை நீ வெற்றி நீ
வீட்டிலே யாவும் நீ

நீ பேசாமல்
மொழி பகையானதே
மொழி இல்லாமலே
மனம் இசைபாடுதே

ஒரு யுகமாயினும்
இது ரசிப்பேனடி

பொக்கிஷம்
சேரன்
இசை: சபேஷ் முரளி, குரல்: கார்த்திக்
2009
◻

100

உன் வருகைக்காகவே நான் காத்திருக்கிறேன் என அவள் சொல்வதுபோல் அவன் நினைத்துக்கொள்கிறான். அவன் வரவை எதிர்பார்த்தே அவள் காத்திருப்பதுபோலவும் வாசல் கோலம் இட்டுவைத்திருப்பதைப் போலவும் கற்பனை செய்கிறான். அவள் நிலச்சூட்டில் தன் மனம் காணலாம் என்கிறாள்.

●

வரும் வழியெல்லாமே
என் முகம் தோன்றலாம்
இந்த நிலச்சூட்டிலே
என் மனம் காணலாம்

நீ வரும் சாலையில்
சாரலாய் வீசவா
ஆசையைத் தாங்கியே
தோழனே நேரில் வா

உன்னை வரவேற்கவே
காற்றில் வரமாகவா
உந்தன் தலைகோதவே
தூக்கம் நிலையாகும் வா

●

என் கண்பேசினால்
உன் துயர் தீருமே
உன் முகம் பார்ப்பதால்
அது உயிர் வாழுமே

சேர்ந்திடும் நினைப்பிலே
அமைதிகொள் தோழனே
சாய்ந்துகொள் அணைப்பிலே
தோள்களும் ஏங்குமே

நீ வரும் சேதியை
கடல் அலை கூறவே
உன்னை நிழல்போலவே
மனம் கொண்டாடவே

பொக்கிஷம்
சேரன்
இசை: சபேஷ் முரளி,
குரல்: ரஞ்சனி
2009

□

101

அவள் நினைவுகள் மின்னுவதால் பூமியிலுள்ள ஒளிப்பஞ்சம் தீரும் என்கிறான். வெண்ணிலாப் பார்வைகளின் கூச்சத்தில் அவன் குழந்தை இதயம் கூசுகிறது. பெருங்கடலே தீர்ந்துவிடும் தாகம் அவனுக்குள் பீறிடுகிறது. சந்தோசங்கள் பெற்றெடுத்த பிள்ளை யாகத் தன்னை அறிவித்துக்கொள்கிறான்.

●

ஓஹோ ஹோ
தீர்ந்ததே பெருங்கடல் தாகமே
ஓஹோ ஹோ
சேர்ந்ததே மழைத்துளி மேகமே

அட மின்னல் இனி
தன்னைவிட்டுப் போகுமே
இந்த மண்ணில் இனி
ஒளிப்பஞ்சம் தீருமே

மின்மினிப் பூச்சிகள்
பூக்களாய்
வெண்ணிலாப் பார்வைகள்
கூச்சமாய்

●

நான்
சந்தோசங்கள் பெற்றெடுத்த
பிள்ளையே – இந்த
நட்புக்குள்ளே தப்பு ஒன்றும்
இல்லையே

என்னிடம் சிறகில்லை
பறக்கிறேன்
நெல்மணி போல நான்
முளைக்கிறேன்

பொக்கிஷம்
சேரன்
இசை: சபேஷ் முரளி
குரல்: விஜய்யேசுதாஸ்
2009
□

102

வாழ்க்கை ஒரு பயணம். இதை எத்தனை முறை வேண்டுமானாலும் சொல்லலாம். சொல்லுக்கு சொல் வேறுபடும் பயணம் இது. வந்து போவது. போவதற்காகவே வருவது. பார்த்துப் பழகுவது. பழகிப் பார்ப்பது என மனிதனுக்கு மனிதன் வித்தியாசப்படும் கைரேகைகளே வாழ்க்கையின் தனித்துவம். வாழ்க்கை ஒன்றுமில்லை. அதுவொரு வெற்றுக்கோப்பை என்பார் ஓஷோ. ஆனால், அது ஒவ்வொருவருக்கும் ஒவ்வொருமாதிரியான வெற்றுக்கோப்பை. என்னில் தண்ணீர். உங்களில் அமுதையோ மதுவையோ காலம் ஊற்றும். வாழ்வதும் போவதும்தான் நம்முடைய பயணத்தின் நோக்கம்

●

அழகு முகம் மறந்து
தாயின் மடி கடந்து
உலகை ரசித்திருக்கும் குழந்தையே

எதிலும் மனமுடைந்து
வெறுமை என உணர்ந்து
தனிமை ருசித்திருக்கும் புதுமையே

சிலர் வாழ்க்கை இன்று
தொடங்குமே
வரும் நாளை எண்ணி
இயங்குமே

நாம் வாழும் வாழ்க்கை
நீண்ட தூரப் பயணமே
அதை வாழ்ந்து பார்க்க
தூண்டும் நம்மை உலகமே

தினம் ஒவ்வொரு நொடியிலும்
பயணமே
வரும் ஒவ்வொரு விடியலும்
பயணமே

புதிய தோற்றங்களும்
புதிய மாற்றங்களும்
கனவைத் தருகிறது வாழ்க்கையில்

புதிய கேள்விகளும்
புதிய தேடல்களும்
முழுமை அடைகிறது பூமியில்

இங்கு நீயும் நானும்
பயணியே
வரும் வாழ்வும் தாழ்வும்
பயணமே

இது காலந்தோறும் மாறிடாமல்
தொடருமே
இதைக் காதலோடு ஏற்கவேண்டும்
எவருமே

பொக்கிஷம்
சேரன்
இசை: சபேஷ் முரளி
குரல்: வி.வி.பிரன்னா ராவ்
2009

103

கதாநாயகனுக்குக் காதல் வருவது இயல்பு. இப்படத்திலோ வில்லனுக்குக் கதாநாயகிமேல் காதல் வந்துவிடும். அவன் காதல் இம்சையில் தப்பிக்க வழியில்லாத அவள், காதலனால் காப்பாற்றப்படுகிறாள். தன்னைக் காப்பாற்ற யாருமே இல்லை என அவள் விழிபிதுங்கி நிற்கும் வேளையில் நானிருக்கிறேன், நலமே இனி என்கிறான் அவன். துள்ளலிசைப் பாடலையும்கூட சுகம் குறையாத விதத்தில் அமைக்கும் வித்யாசாகர் தன் ஒலிப்பதிவுக் கூட மேசையைத் தட்டித் தட்டி இப்பாடலை உருவாக்கினார் என்றால் உங்களால் நம்ப முடிகிறதா? சார்ந்தவன் சாட்சி சொல்கிறேன். சத்தியத்தை நம்புங்கள்.

•

ஆண்: கொக்கர கொக்கரக்கோ
ஏ விடிய கொக்கரக்கோ
இருந்த இருட்டெல்லாம்
இனி மேலே கொக்கரக்கோ

கொக்கர கொக்கரக்கோ
சேவல் கொக்கரக்கோ
சேவல் கூவக்குள்ளே
வெடக் கோழி கொக்கரக்கோ

சங்கு சக்கரம் போல
மனசு சுத்துற வேள
ஸூராங்கனிக்கா மாலு
கண்ணா வா

அதோ பாரு வானம்
துணி துவைக்குது மேகம்
வெலகிப் போகுது சோகம்
நீ வா

•

ஆண்: வெள்ளிமணி கொலுசுக்குள்ளே
துள்ளுகிற மனசுக்குள்ளே

        சந்தோசம் நிலைச்சிருக்க
        சாமிகிட்ட கேட்டிருக்கேன்

பெண்: எல்லோரும் அருகிருக்க
        பொல்லாப்பு விலகியிருக்க
        அன்பான உங்ககிட்ட
        ஆண்டவனைப் பாத்திருக்கேன்

ஆண்: எண்ணம் இருந்தா
        எதுவும் நடக்கும் தன்னாலே – நீ
        வெல்லத் துணிஞ்சா
        உலகம் உனக்குப் பின்னாலே

பெண்: குத்து விளக்கா சிரிச்சா
        சிரிச்சா தப்பேது?
        கொள்ளையடிச்சான் மனச
        மனச இப்போது

ஆண்: நம்ம பக்கம் காத்து
        வீசுறத பாத்து
        நல்லவங்கள சேர்த்து
        நீ போடு தினம் கூத்து

•

பெண்: கந்தனுக்கு வள்ளியப் போல
        கண்ணனுக்கு ராதையப் போல
        ஆசைகொண்ட உயிருக்கெல்லாம்
        துணையிருக்கு பூமியில

ஆண்: கண்ணுக்குள்ள கனவிருக்க
        நெஞ்சுக்குள்ள நெனப்பிருக்க
        யாருக்குள்ள யாரு இருக்கா
        தெரிஞ்சவங்க யாருமில்ல

பெண்: றெக்க கட்டி பறக்கும்
        பறக்கும் வெள்ளாடு

வெக்கப் பட்டு மறைக்கும்
மறைக்கும் நெஞ்சோடு

ஆண்: சிட்டுக்குருவி சிரிக்கும்
சிரிக்கும் கண்ணோடு
கொட்டும் அருவி குதிக்கும்
குதிக்கும் என்னோடு

சிட்டான் சிட்டாஞ் சிணுக்கு
இப்ப உள்ளதெல்லாம் நமக்கு
கெட்டத தான் ஒதுக்கு
இனி நம்ம கிட்ட கெழக்கு

கில்லி
தரணி
இசை: வித்யாசாகர்
குரல்: உதித் நாராயணன், சுஜாதா
2004
☐

104

பார்த்தேன் சிரித்தேன் பாடலின் பாதிப்பா? என்றுதானே கேட்கிறீர்கள். ஆம் அப்படியும் வைத்துக்கொள்ளலாம். ஒரே சூழலுக்கு மூன்று பாடல்களைச் செய்தோம். அப்போதும் திருப்தி வரவில்லை. இசையில் விளையாடி தமிழில் உறவாடி தேனை‌க் கொண்டுவந்தோம். தேசத்திற்கே பிடித்தது. நீ நடமாடும் திராட்சைத் தோட்டம் என்று சொன்னதும் இசையமைப்பாளர் மெல்லச் சிரித்தார். அந்தச் சிரிப்பிற்கான அர்த்தத்தை அவரிடம்தான் கேட்க வேண்டும். தேன் மட்டுந்தான் என் கணக்கு. காட்சியும் சூழலும் இயக்குநர் பொறுப்பு.

●

பெண்: தேன் தேன் தேன்
உனைத் தேடி அலைந்தேன்
உயிர்த் தீயை அளந்தேன்
சிவந்தேன்

ஆண்: தேன் தேன் தேன்
எனை நானும் மறந்தேன்
உனைக் காண பயந்தேன்
கரைந்தேன்

பெண்: என்னவோ சொல்ல நினைந்தேன்
ஏதேதோ செய்யத் துணிந்தேன்

உன்னோட சேரத்தானே
நானும் மலர்ந்தேன்

●

பெண்: அள்ளவரும் கையை ரசித்தேன்
ஆளவரும் கண்ணை ரசித்தேன்
அடங்காமல் தாவும் உந்தன்
அன்பை ரசித்தேன்

ஆண்: முட்டவரும் பொய்யை ரசித்தேன்
மோதவரும் மெய்யை ரசித்தேன்
உறங்காமல் இன்னும் உந்தன்
உள்ளம் ரசித்தேன்

பெண்: நீ சொல்லும் சொல்லை ரசித்தேன்
இதழ் சொல்லாததையும் ரசித்தேன்

ஆண்: நீ செய்யும் யாவும் ரசித்தேன்
நிதம் செய்யாததையும் ரசித்தேன்

பெண்: உன்னாலே தானே நானும்
என்னை ரசித்தேன்

ஆண்: சேலையில் நிலவை அறிந்தேன்
காலிலே சிறகை அறிந்தேன்
கனவிலே காதல் என்று நேரில்
அறிந்தேன்

பெண்: திருடனாய் உன்னை அறிந்தேன்
திருடினாய் என்னை அறிந்தேன்
இன்னும் நீ திருடத்தானே
ஆசை அறிந்தேன்

ஆண்: என் பக்கம் உன்னை அறிந்தேன்
பல சிக்கல் உன்னால் அறிந்தேன்

பெண்: ஆண் தென்றல் உன்னால் அறிந்தேன்
அதில் கூசும் பெண்மை அறிந்தேன்

ஆண்: நீ நடமாடும்
திராட்சைத் தோட்டம்
எதிரில் அறிந்தேன்

குருவி
தரணி
இசை: வித்யாசாகர்
குரல்: உதித் நாராயணன், ஷ்ரேயாகோஷல்
2008
□

105

அவன் காவல்துறையில் பணிபுரிபவன். அவன் பணிபுரியும் சரகத்திற்குள் யாருமே தவறு செய்ய முடியாது. ஏனெனில், எல்லா தவறுகளையும் அவனே செய்யக் கற்றவன். காவல் நிலையத்தை ஒரு கட்டத்தில் காதல் நிலையமாக மாற்றிவிடுகிறான். உடன் பணிபுரியும் காவலர்கள் அனைவரும் அவன் காதலுக்குக் காவடி தூக்குகிறார்கள். குறும்பு, சேட்டை, கொலை பாதகம் வரை எளிதாக சமாளிக்கும் அவனுக்குக் காதலை சமாளிக்க முடிய வில்லை. நெடுவாலி என்றால் உடும்பு என்பதாக அர்த்தமாம். கதாநாயகியின் பெயர் என்பதால் அப்படியே பயன்படுத்திக் கொள்ளப் பணிக்கப்பட்டேன்.

ஆண்: நெடுவாலி..
அடியே நெடுவாலி..
உடும்பா உடும்பா
அம்மாடி நெஞ்ச நீயும்
கவ்விப் போறியே

நெடுவாலி..
அடியே நெடுவாலி..
அரும்பா அரும்பா
அய்யய்யோ என்னை நீயும்
கிள்ளிப் போறியே

குழு: டுமீலுதான் அட டுமீலுதான்
அவன் கன்னுல சுட்டா டுமீலுதான்
டமாலுதான் அட டமமாலுதான்
அவ கண்ணுல சுட்டா டமாலுதான்

ஆண்: வரி வரியா
தலைமுடியே
இவ அழகுல நாங்க
வாங்குறோமே அடியே

பெண்: மணி மணியா
இரு விழியே

இவ நடையில நீங்க
மாறுவீங்க வழியே

ஆண்: ஏய் ஏய்
கூடுது ஆச தோணுது பேச
மாறிடுதே புத்தி
தாவணியில் எரியிறோமே
பத்தி

பெண்: இந்த
பய புள்ள அழகநீ
மனசுல மனசுல எடுக்கணும்
ஆரத்தி

●

ஆண்: ஓங்க கண்ட்ரோலில்
ஊர வப்பீங்களே
இப்ப கண்ட்ரோலு
இல்லாம போறீங்களே

குறி தப்பாம நேத்து சுட்டேனடா
இப்ப கண்ணால சூடு பட்டேனடா

பெண்: செம தில்லான ஆளு
சும்மா இல்ல..
உடம்பெங்கேயும் மூள
பொய்யே இல்ல..

இது பொல்லாத கேஸு
ஆனா வெல்வ

ஆண்: ஏய் ஏய் காவலு காக்க
வேண்டிய ஆள காணல
பாரப்பா..

எஃப்.ஐ.ஆர ஒடனே
போடப்பா..

பெண்: அட ஒருசில நொடியில
       திருடன புடிக்கிற மனசநீ
       தேடப்பா

ஆண்:   இந்தப் பெண்ணால
       தூக்கம் கெட்டாருங்க
       ஏதும் உண்ணாம
       ஏக்கம் கொண்டாருங்க

       நடு சாமத்தில்
       ரோந்து போவீங்களே
       இப்ப ரூமுக்குள்
       ரோந்து போறீங்களே

பெண்: கொல செய்வோர கூட்டு சேத்தாருங்க
       ஒழுங்கு இல்லாம ஆட்டம் போட்டாருங்க

       இப்ப உல்டாவா
       மாறிப் போனாருங்க..

ஆண்:   ஏய் ஏய் ஆழம் தெரிஞ்சி
       காலையும் வச்சா
       த்ரில்லே இருக்காது

       தேடி வந்த முத்தும்
       கெடைக்காது

பெண்: குதி.. துணிச்சலு மனசுல
       இருக்கிற வரையிலும்
       தப்பு ஒண்ணும் நடக்காது

ஒஸ்தி
தரணி
இசை: தமன். எஸ்,
குரல்: ராகுல்நம்பியார், மகதி
2011

106

காதலில் பொதுவாக ச.மு., ச.பி. என இருவகை நிலையுண்டு. அதாவது சந்திப்பதற்கு முன், சந்தித்ததற்குப் பின். அதே வானம். அதே நிலா. அதே காற்று. அதே பூமி. ஆனால், அவளைச் சந்தித்த தற்குப் பின் அதே வானம், அதே வானமாய் இல்லை. அதே நிலா, அதே நிலவாய் இருப்பதில்லை. சகலமும் மாறிவிட்டன என்பதுதான் சூழல். கதாபாத்திரத்தின் பின்னணியைப் பொறுத்து உவமைகளை மாற்றினேன். சிக்கிக்கொண்டவை சிராய்க்கும். நானே காதலில் சிக்குண்டு கிடக்கிறேன் என்பது கதைக்கான கண்ணியம்.

ஆண்: உன்னாலே உன்னாலே
சுத்துதடி பூமிப்பந்து
தன்னாலே

தன்னாலே தன்னாலே
ஒட்டுதடி வானவில்லு
எம்மேலே

தேவதைய காணவே
ஏங்கினேன் அப்போ
உன் வரவில் ஏக்கமும்
தீருதே இப்போ

பூமழைய வானமே
தூறுமே அப்போ
உன் நினைவு தூறலா
சேருதே இப்போ

பெண்: அய்யோ அய்யோ தெரியுமா?
கனவிலே கலைகிற வேசமே

எங்கே சென்று முடியுமோ?
தளும்பியே வழிகிற நேசமே

ஆண்: என்ன நீயும் பாக்கலேன்னா
அன்னம் இல்ல ஆகாரம் இல்ல
ஒன்னப் பத்திப் பேசலேன்னா
நண்பன் இல்ல நான்கூட இல்லவே
இல்ல

யுகபாரதி • 243

நாள் முழுக்க ஊர நான்
சுத்துவேன் அப்போ
நீ சிரிக்க ஒன்ன நான்
சுத்துறேன் இப்போ

மாட்டிக்கிட்ட ஆள நான்
தட்டுவேன் அப்போ
காதல் கிட்ட மாட்டிக்கிட்டு
கத்துறேன் இப்போ

பெண்: இல்லை இல்லை இதயமே
தொலைந்திடும் நிதமுனைக்
காணவே

இங்கே
இங்கே எதுவுமே தெரிந்திடும்
எதுவுமே கடவுளைப் போலவே

ஆண்: என்ன சொல்ல ஏது சொல்ல
எல்லாமுமே நீயாகி நின்ன
கத்தி இல்ல காயம் இல்ல
ஆனாலும் நீ சொல்லாம
கொள்ளாம கொன்ன

தேவதைய காணவே
ஏங்கினேன் அப்போ
உன் வரவில் ஏக்கமும்
தீருதே இப்போ

பூமழைய வானமே
தூறுமே அப்போ
உன் நினைவு தூறலா
சேருதே இப்போ

ஒஸ்தி
தரணி
இசை: தமன்.எஸ்,
குரல்: ரீட்டா, தமன்
2011

107

உடன்பட்ட இருவருக்குள் உணர்வுப்பூ பூக்கிறது. காதல் வாசமே பூவின் வாசமென்று கற்பனை செய்கிறார்கள். அது என்ன? இது என்ன? என்று இருவருக்கும் நடந்த உரையாடலுக்குப் பின் இப்பாடல் வருவதால் என்ன? என்ன? என்று ஆரம்பித்தேன். கன்னமெங்கும் சின்னச் சின்ன ஒத்தடங்கள் என்றதும் ஒலிபதிவுக் கூடமே என்னைக் கூடிக்கொண்டு கேலி செய்தது. உச்சுக்கொட்டும் சிந்தனைகள் மூளையில் உதிக்க வேண்டுமானால் முத்தம் வாங்க வேண்டும் போல.

●

பெண்: என்ன? என்ன? என்ன? என்ன?
உந்தன் கண்கள் கேட்பதென்ன?
என்ன? என்ன? என்ன? என்ன?
என்னில் வெட்கம் பூப்பதென்ன?

தொட்டதென்ன?
இட்டதென்ன? இனிய முத்தம்
என்னுயிரைச் சுட்டதென்ன?

என்ன? என்ன?
இன்னுமென்ன? திருடுமிந்தப்
புன்னகையின் திட்டமென்ன?

●

ஆண்: அலைபாய விட்டதென்ன?
எந்தன் கண்கள் உன்னைக் கண்டு
சொக்குதென்ன?

பெண்: தடைமீறித் திக்குதென்ன?
எந்தன் நெஞ்சம் சத்தம் இன்றி
விக்குதென்ன?

ஆண்: கொஞ்சிக்கொஞ்சி
பேசுகின்றாய் மோகங்கள் தந்தாய்
தள்ளிச் செல் என்றாய்

பெண்: கெஞ்சிக் கெஞ்சி
வேண்டுகின்றாய் வாடிக்கை என்றாய்
வாட்டங்கள் தந்தாய்

ஆண்: உன்னை எடுத்து எடுத்து
உயிரில் தொடுத்து கவிதை
படிப்பேன்

●

பெண்: இதழோரம் சித்திரங்கள்
கன்னமெங்கும் சின்னச்சின்ன
ஒத்தடங்கள்

ஆண்: கரைமீறும் கற்பனைகள்
உன்னைக் கண்டு உச்சுக்கொட்டும்
சிந்தனைகள்

பெண்: என்னை என்னை
மீறுகின்றாய் தப்புச்செய்கின்றாய்
தப்பிச்செல்கின்றாய்

ஆண்: கண்ணால் கண்ணை
கீறுகின்றாய் காயங்கள் தந்தாய்
மாயங்கள் செய்தாய்

பெண்: உன்னை எடுத்து எடுத்து
உயிரில் தொடுத்து கவிதை
படிப்பேன்

ஜே ஜே

அழகம்பெருமாள்

இசை: வித்யாசாகர்

குரல்: ராஜலட்சுமி, விஜய் யேசுதாஸ்

2003

□

108

அவள் முகம்காட்ட மறுக்கிறாள். ஆனால், சதா சர்வ காலமும் குரலால் கொன்று புதைக்கிறாள். யாரென்றும் தெரியவில்லை. எதற்கென்றும் புரியவில்லை. கைப்பேசிக் காலத்தின் கலகலப்பே கதை. தனக்குப் பக்கத்திலே அவள் இருக்கிறாள் என்பதை அறியாத அவன், பார்க்கிற பெண்களை எல்லாம் அவளாய் இருக்குமோ? என சந்தேகப்படுகிறான். இருந்தாலும் இல்லாமல் கலகம் செய்யும் அவளை, எப்படியாவது கண்டுபிடிக்கும் தேடலோடு பாடல் துவங்குகிறது.

●

யாரது? யாரது?
யார் யார் அது?

சொல்லாமல் நெஞ்சத்தைத்
தொல்லை செய்வது
மூடாமல் கண் ரெண்டை
மூடிச் செல்வது?

யாரது? யாரது?
யாரது? யாரது?

நெருங்காமல் நெருங்கி வந்தது
விலகாமல் விலகி நிற்பது?
விடையாகக் கேள்வி தந்தது?
தெளிவாகக் குழம்ப வைத்தது?

யாரது? யாரது?
யாரது? யார் யாரது?

●

என்னில் ஒரு சடுகுடு சடுகுடு
காலையும் மாலையும் நடக்கிறதே
கண்ணில் தினம் கதகளி கதகளி
தூங்கும் போதும் தொடர்கிறதே

இரவிலும் அவள் பகலிலும் அவள்
மனதினைத் தொடர்வது தெரிகிறதே
கனவிலும் அவள் நினைவிலும் அவள்
நிழலெனத் தொடர்வது புரிகிறதே

இருந்தாலும் இல்லா அவளை
இதயம் தேடுதே

●

உச்சந் தலை நடுவினில் அவளொரு
வேதாளம் போல் இறங்குகிறாள்
என்னில் அவள் இறங்கிய திமிரினில்
இம்சை ராஜ்ஜியம் தொடங்குகிறாள்

அவள் இவள் என எவள் எவள் என
மறைவினில் இருந்தவள் குழப்புகிறாள்
அவளது முகம் எவளையும் விட
அழகிலும் அழகென உணர்த்துகிறாள்

இருந்தாலும் இல்லாமல் அவள்
கலகம் செய்கிறாள்

காவலன்
சித்திக்
இசை: வித்யாசாகர்
குரல்: கார்த்திக்
2010
□

109

இவன் தேடிக்கொண்டிருந்தவள், தானாக நேரில்வந்து திருமுகம் காட்டுவதாகத் தெரிவிக்கிறாள். ஓர் இடத்தைச் சொல்லி அங்கே வந்து காத்திருக்கும்படி கேட்டுக்கொள்கிறாள். இதுவரையில் தன்னை அலைக்கழித்தவளை, சொல்லமுடியாத ஏக்கங்களை விதைத்தவளை எண்ணிக்கொண்டு அவள் சொன்ன இடத்திற்குப் போகிறான். போகிற வழியே இப்பாடல் தொடங்குகிறது. அவளைப் பார்க்கும் வரை இதயம் சும்மா இருக்குமா என்ன? எண்ணங்களை எழுத்துக்களாக்கி அவனுடைய கன்னித்தமிழ் அந்தரத்தில் அம்மி கொத்துகிறது.

●

சடசட சடசட
மழையெனக் கொஞ்சம்
தடதட தடதட
ரயிலெனக் கொஞ்சம்

அடிக்கடி அடிக்கடி
துடிக்குது நெஞ்சம்
சுகம் கொஞ்சம்
பயம் கொஞ்சம்

அவள்
நேரத்தில் வருவாளா?
காக்கத்தான் விடுவாளா?
பார்த்தாலே முறைப்பாளா?
பால் போலச் சிரிப்பாளா?

அவள்
கேட்டாலே கொடுப்பாளா?
கேட்காமல் அணைப்பாளா?
கொஞ்சிக் கொஞ்சிக் காதல்
செய்து கொல்வாளா?

●

கட்டுத் தறியின்றி
எனதுள்ளம் உனை எண்ணிக்கொண்டு
அங்கும் இங்கும் கும்மி கொட்டுதே

யுகபாரதி ● 249

சொல்ல மொழி இன்றி
தமிழ்ச்சொற்கள் எனை விட்டுவிட்டு
அந்தரத்தில் அம்மி கொத்துதே

காதல் தெருவிலே
எனதாசை அலையுதே
நீங்கா நினைவிலே
நிழல்கூட வெளுக்குதே

குரலாலே என்னில்
குடியேறிக்கொண்ட
கொலைகாரி உந்தன்
ஞாபகங்கள் என்னைக் குத்துதே

●

கங்கை நதி வெள்ளம்
சிறு சங்குக்குள்ளே சிக்கிக்கொண்டு
அக்கரைக்குச் செல்ல எண்ணுதே

சின்னஞ் சிறு பிள்ளை
ஒரு சொப்பனத்தை வைத்துக்கொண்டு
கண்ணுறக்கம் கெட்டு நிக்குதே

நீ என் எதிரிலே
வரவேண்டும் விரைவிலே
நேரில் வரும் வரை
முகம் காட்டு கனவிலே

மெதுவாகச் செல்லும்
கடிகாரமுள்ளும்
உனைக் காணச் சொல்லி
அய்யய்யோ நச்சரிக்குதே

காவலன்
சித்திக்
இசை: வித்யாசாகர்
குரல்: கார்த்திக்
2010
□

110

அரண்மனையை விட்டு சித்தார்த்தன் வெளியேறி புத்தனானதைப் போல அந்த வசதியான வீட்டு இளைஞன் வீதிக்கு வருகிறான். செல்வச் செழிப்பில் திளைத்திருந்த ஒருவனுக்குத் தெருவின் காற்று புது சுகந்தத்தைத் தருகிறது. எளிய மனிதர்களின் வாழ்வு அவனுக்குள் ஏகாந்தச் சுருதிகளை மீட்டுகிறது. வங்கிக் கணக்கு, வரிக் கணக்கு இல்லாத சுதந்திர வாழ்வு அவனைச் சுவீகரிக்கிறது. எதையும் எப்படியும் எந்தக் கவலையும் இல்லாமல் செய்யலாம் என்ற நிலை. அப்போது அவள் அறிமுகமாகிறாள். அவளுடைய சிநேகமும் அவனுக்கு ஞானம்தரும் போதிமரமாகிறது.

●

    காற்று புதிதாய் வீசக் கண்டேன்
    காதில் கவிதை பேசக் கண்டேன்
    ஸ்நேகம் இனிதாய் சேரக் கண்டேன்
    நான் கண்டேன்

    காலம் செய்யும் மாயம் கண்டேன்
    கால்கள் நான்காய் மாறக் கண்டேன்
    உள்ளங் கையில் உலகம் கண்டேன்
    நான் கண்டேன்

●

    தொல்லைகளே
    இனி இல்லை என
    இளவேனில் ராகம் பாடும்

    எல்லைகளே
    இனி இல்லை என
    திசையாவும் கையில் சேரும்

    புதிர்போலத் தோன்றினாலும்
    உன் பாதை
    இன்பமாகும்

இள நெஞ்சிலே
இசை தென்றலே
அதை நான் கண்டேன்
சுகம் நான் கண்டேன்

●

கொஞ்சுவதும்
எனை மிஞ்சுவதும்
சிறுகுழந்தை போல காட்டும்

அஞ்சுவதும்
அதில் எஞ்சுவதும்
இளவயதைத் தூளி ஆட்டும்

விளையாடும் அன்பினாலே
நடைபோட நாட்கள்
பூக்கும்

உனதன்பிலே
பல மின்னலே
அதை நான் கண்டேன்
எனை நான் கண்டேன்

கண்டேன் காதலை
ஆர்.கண்ணன்
இசை: வித்யாசாகர்
குரல்: ராகுல் நம்பியார்
2009
□

உன்னால்தான் என்னையும் இந்த உலகையும் நான் அறிந்தேன். ஆனால், நீயோ வலி எப்படி இருக்குமென்றும் காட்டிக்கொடுக் கிறாய். இதற்காகத்தான் உன்னை சந்தித்தேனா? இதற்காகத்தான் உன்னை ஏற்றுக்கொண்டேனா? இதற்காகத்தான் உன்னைத் தொடர்ந்தேனா? என்கிறான் அவன். ஒன்று கிடைக்க மற்றொன்று மறைந்துவிடும், மாயம்தான் வாழ்வா? பூ கிடைக்க தோட்டம் தொலைகிறது. வான் கிடைக்க நிலவு கரைகிறது. வாழ்ந்துபோகும் இந்த வாழ்க்கையில் நமது கையில் எதுவுமே இல்லையா? கேள்வியோடு தொடர்கிறான். கேட்பதற்கு அவள் இல்லை.

●

நான் மொழி அறிந்தேன்
உன் வார்த்தையில் - அன்று
நான் வழி அறிந்தேன்
உன் பாதையில்

நான் எனை அறிந்தேன்
உன் அருகிலே
நான் திசை அறிந்தேன்
உன் விழியிலே

இன்று
நான் வலி அறிந்தேன்
உன் பிரிவிலே

●

நல்லதொரு பூவாசம்
நானறிந்த வேளையில்
நந்தவனம் போன இடம்
நானறியேன்

என்னுடைய ஆகாயம்
கைசேர்ந்த வேளையில்
வெண்ணிலவு போன இடம்
நானறியேன்

காற்றைப்போல வீசியவள்
கையை வீசிப்போனதெங்கே

ஊற்றைப்போலப் பேசியவள்
ஊமையாகிப் போனதெங்கே

வாழ்வை மீட்டுக் கொடுத்தவளே
நீயும் தொலைந்து
போனதெங்கே

•

கண்ணிமையில் ஓராசை
ஊஞ்சலிடும் வேளையில்
உண்மைகளை உள்மனது
காண்பதில்லை

புன்னகையில் நான்தூங்க
ஆசைபட்ட வேளையில்
முள்மடியில் தூங்கும் நிலை
ஞாயமில்லை

மேகம் நீங்கிப் போகுமென
நீல வானம் நினைப்பதில்லை

காலம் போடும் வேலிகளை
கால்கள் தாண்டி நடப்பதில்லை

வாழ்ந்து போகும் வாழ்க்கையிலே
நமது கையில்
எதுவுமில்லை

கண்டேன் காதலை
ஆர்.கண்ணன்
இசை: வித்யாசாகர்
குரல்: சுரேஷ் வட்கர்
2009
□

112

நீ யார்? உன்னை யாரென்று நினைப்பது? உன்னை என்சொல்லி அழைப்பது? ஆயிரமாயிரம் அகல்விளக்குகளை என்னுள் ஏற்றிவைக்கும் உன் பெயர்தான் கார்த்திகையா? புல்மீது பனிபோல என்மீது இன்பத் துளிகளை இட்டுப்போகும் நீயும் மார்கழியா? என்பதுபோல அவன் இதயம் அவளைப் பார்த்ததும் அலை பாய்கிறது. உதடு சிரிப்பதும் சிறகு முளைப்பதும் உன்னாலென்றால் நீயே என் தேவதை என்கிறான். அவள் ஆசியை வழங்கும் தேவதை அல்ல. ஆசையை வழங்கும் தேவதை.

●

வெண்பஞ்சு மேகம்
என்பேனா?
பொன்மஞ்சள் நேரம்
என்பேனா?
கண்கொஞ்சும் கோலம்
என்பேனா?

என்னன்பே
என்னன்பே

சில்லென்ற சாரல்
என்பேனா?
சில்வண்டு பாடல்
என்பேனா?
உள்ளத்தின் தேடல்
என்பேனா?

என்னன்பே
என்னன்பே

என்னென்று
உன்னைச்சொல்வது?
மொழியில்லை
சொல்ல என்னிடம்

பொய்யில்லை
என்ன செய்வது?
எனதுள்ளம்
இன்று உன்னிடம்

உன்னாலே உன்னாலே
மண்மேலே மண்மேலே

கண்டேன் கண்டேன்
காதலை
கண்டேன் கண்டேன்
காதலை

●

கண்கள் ரெண்டை
காதல் வந்து சந்திப்பதேன்?
இல்லை இல்லை தூக்கம் என்று
வஞ்சிப்பதேன்?

உள்ளம் உன்னை
ஏந்திக்கொள்ள சிந்திப்பதேன்?
கொள்ளை கொண்டு போனபின்பும்
மன்னிப்பதேன்?

உன் கையைச் சேர்ந்திடவே
என்கைகள் நீளுவதேன்?
உன் பேரைக் கேட்டதுமே
தார்ச்சாலை பூப்பதேன்?

உதடுகள் அடிக்கடி
சிரிப்பது ஏன்?
முதுகினில் சிறகுகள்
முளைப்பது ஏன்?

என் ஆசைகள்
உன்னைச் சொல்வதேன்?

நீ ஆயுதம் இன்றிக்
கொல்வதேன்?

●

குட்டிக் குட்டி
சேட்டை செய்து ஒட்டிக்கொண்டாய்
கொஞ்சிக்கொஞ்சிப் பேசி என்னை
கொத்திச் சென்றாய்

தள்ளித் தள்ளிப்
போன பின்பு பக்கம் வந்தாய்
இன்னும் இன்னும் மேலே செல்ல
றெக்கை தந்தாய்

எல்லாமே மாறிவிடும்
சொன்னாயே மீண்டு வர
சொல்லாமல் மாற்றங்கள்
தந்தாயே நான் மலர

உனைவிட அதிசயம்
உலகிலில்லை
அழகிய அவஸ்தையும்
எதுவுமில்லை

என் தேவதை உன்னை
எண்ணியே
நான் தேடுவதென்ன?
என்னையே

கண்டேன் காதலை
ஆர்.கண்ணன்
இசை: வித்யாசாகர்
குரல்: கார்த்திக், உதித் நாராயணன்
2009
□

113

ரயில் வேறு. சிநேகம் வேறு. ஆனால், ரயில் சிநேகமோ வேறுபாடில்லாமல் எல்லோரும் விரும்புவது. அவளை அவன் சந்திக்கும் முதல் பார்வையிலிருந்து முற்றிலும் வேறாகத் தென்படுகிறான். கண நேரத்தில் தன்னுடைய காலங்களைப் புரட்டிப் போடும் அவளைப் புகழத் தொடங்குகிறான். விவசாயியைப்போல் பள்ளத்திலே கிடந்தவன் விலைவாசியைப்போல் சட்டென்று உயர்ந்துவிடுகிறான். ஒரே நொடியில் அவனுக்கு தெய்வத்தை உணர்த்தும் அவள் சிநேகிதியாக மட்டுமல்ல. தாயாகவும் தெரிவதுதான் பாடலின் தன்மை.

●

ஓடும் ரயிலைப்
போல இதயம்
மொத்தமாய் ஆடியே
போவதென்ன?

மூடு பனியை
காலை வெயில்போல்
வந்து நான் உன்னையும்
சேர்வதென்ன?

உன் அழகெனை
அறைவது என்ன?
என் அடிமனம்
கரைவதும் என்ன?

உனது செயல்
பார்த்தே அசந்தேனே
ஒரு நொடியில்
தெய்வம் உணர்ந்தேனே

●

தேனீ உன்னை ஈசல் என்று
எண்ணிக்கொண்டு நானிருந்தேன்
தேவதை நீ என்ற உண்மை

சற்று முன்புதான் அறிந்தேன்

குட்டை ஒன்று உன்னாலே
கங்கை ஆனதே

என்னை மன்னிப்பாயா?
இல்லை தண்டிப்பாயா?

கொஞ்சம் தவறாக
உனை நினைத்தேனே
திரு நீறை
சாம்பல் பழித்தேனே

●

கண்ணிமைக்கும் நேரத்துக்குள்
ஏனோ என்னை காணவில்லை?
கைப்பிடித்து கூட்டிச்சென்று
காட்டுகின்றாய் வானவில்லை

ஒற்றைப் பார்வையாலே
எல்லாம் மாறுதே

மக்குப் பயல் நானே
முக்தி அடைந்தேனே

தறுதலைதானே
தலை நிமிர்ந்தேனே
விலைவாசி போல
உயர்ந்தேனே

ஒரு ஊர்ல ரெண்டு ராஜா
ஆர்.கண்ணன்
இசை: டி.இமான்
குரல்: அபய் ஜோத்பூர்கர்
2015
□

114

தோழியர் இருவர் தங்களுக்குள் ஓர் ஆண் குறித்த அபிப்பிராயங்களைப் பேசிக்கொள்கிறார்கள். நாற்பது ஐம்பதுகளில் இம்மாதிரியான பாடல்கள் அநேகம் என்பதை நாமறிவோம். அதே மாதிரியான ஒரு முயற்சிதான் இதுவும். தன்னை ஈர்த்த ஆடவனைப் பற்றி அவள் சொல்லத் தயங்குகிறாள். அவள் தோழியோ அதைப் பற்றியும் அவனைப் பற்றியும் அறிய விரும்புகிறாள். வெட்கம் விரவிய அவள் விலகி ஓட வேடிக்கை செய்கிறாள் தோழி.

●

சுந்தரிப் பெண்ணே
சுந்தரிப் பெண்ணே நில்லு நில்லு – ஓந்
நெஞ்சில உள்ள
சங்கதி என்ன சொல்லு சொல்லு

பக்கத்தில் வந்து
அவன் பேரைச் சொல்லடி மெதுவா
சட்டென்று தொட்ட
அவனோடு இன்னமும் கனவா?

சின்னச் சிரிப்பில்
உன்னைப் பறித்த மன்னன் அவனும்
எவனோ?

கொள்ளை யடித்த
அந்தத் திருடன் மின்னல் அதனின்
மகனோ?

●

எப்படி இருந்தான்?
என்றுனை அறிந்தான்?
உன்விழி அழகில் விழுந்தவுடன்
எதைப் பேசினான்?

எப்படிச் சிரித்தான்?
எத்தனை கொடுத்தான்?

தன்நிலை மறந்த பிறகு அவன்
எதற்கேங்கினான்?

எந்த இடத்தில் உன்னை அவனும்
கண்டுபிடித்து தொலைந்தான்
எந்த நொடியில் உன்னை நெருங்கி
கட்டிப்பிடிக்க முனைந்தான்

எதைச் சொல்லி
அவன் உன்னைக் களவாடினான்

●

எத்தனை விதமாய்
உன்னையும் புகழ்ந்தான்
என்பதை அறிய வருகிறது
ஒரு ஆசையே

உன்னையும் ஒருவன்
வென்றிடப் பிறந்தான்
என்பதை உணர முடிகிறது
உயிர்த் தோழியே...

இந்தப் பிறவி கொண்ட பயனை
அன்பில் விளங்கிவிடடி
உள்ள வரையில் எல்லை கடந்து
செல்லு அவனைத் திருடி

அடையாளம்
உனக்கென்றும் அவன்தானடி

ஒரு ஊருல ரெண்டு ராஜா
ஆர்.கண்ணன்
இசை: டி.இமான், குரல்: ஸ்ரேயாகோஷல்
2015

□

115

நீ கொடுத்துவிட்டுப் போன குளிர் இப்போது கொதிக்கிறது. நீ கொடுத்துவிட்டுப் போன வெய்யில் இப்போது வேர்க்கவில்லை என அவன் சொல்கிறாள். இருவரும் ஒரே படகில் ஏறிக்கொள்ளும் சந்தர்ப்பம். தத்தளிக்கும் படகில் தமிழ், துடுப்பு போடுகிறது. மனது சொல்வதை உடம்பு கேட்க மறுக்கும் உன்னத நிலைக்கு இருவரும் போகிறார்கள். அழகைப் புத்தகமாக நிதமும் நேசி. கடைசிப் பக்கம்வரை முழுதாக வாசி என்கிறாள். இணக்கம் ஏற்படுத்திய மயக்கத்தில் இரண்டுபேரும் இரவு பகலை மறக்கிறார்கள்.

●

ஆண்: மழக் காத்தா நீ சுத்தி அடிக்க
நெஞ்சுக்குள்ள மின்னல்
அடிக்குதடி

பெண்: அதிர் வேட்டா நீ என்ன வெடிக்க
கண்ணுக்குள்ள சண்ட
நடக்குதடா

ஆண்: நீ சொல்லுற சொல்லுலதானே
கடும் கத்திரி வெய்யிலு நானே
ரொம்ப குளிரானேன்

பெண்: நீ செய்யிற அன்புலதானே
பனி கொட்டுற பங்குனி நானே
பச்ச நெருப்பானேன்
விருப்பானேன் செவப்பானேன்

●

ஆண்: மனசு சொல்லுறத
ஒடம்பு கேக்க
மறந்து போயிடுதே
ஒன நான் பாக்க

பெண்: மூச்சுக் காத்தா
ஒனக்குள் பூந்து

காலம் பூரா
இருப்பேன் சேந்து

ஆண்: அள்ளிக் கொடுத்திட
அன்பு இருக்கையில்
ஒலகே புதுசாச்சு

இன்னும் எதுக்கு நீ
வம்பு வளக்குற தொடவா?

பெண்: நான் எனையே உனக்கே
தரவா

●

பெண்: அழக புத்தகமா
பொழுதும் வாசி
கடைசிப் பக்கம்வர முழுசா நேசி

ஆண்: பாவி நீதான்
எதையோ பேசி
கேள்வி கேட்டா சரியா? யோசி

பெண்: வந்த வழியில
செல்லும் வரையில
பயணம் முடியாது

நம்பி நடந்திடு
ஒன்ன நிழலென தொடர்வேன்

ஆண் நீ இருந்தா பெருசா
வருவேன்

ஒரு ஊருல ரெண்டு ராஜா
ஆர்.கண்ணன்
இசை: டி. இமான்
குரல்: ஹரிச்சரண், வந்தனா
2015
□

116

அவர்கள் இலட்சிய புருஷர்கள் இல்லை. பொழுதா பொழுதுக்கும் புரணி பேசுவதிலும் புரளி கிளப்புவதிலும் காலத்தைக் கழிப்பவர்கள். அவர்களுக்கென்று பெரிய கொள்கையோ கோட்பாடோ இல்லை. பெண்களை ரசிப்பதிலும் நட்பைக் கலப்பதிலும் இன்பம் அடைகிறார்கள். தங்களை, தங்களுடைய தற்போதைய நிலையைக் குறித்த பெருமிதம் இரண்டுபேருக்குமே இருக்கிறது. பொறுப்பில்லாதவர்கள் அவர்கள் என்று பெற்றவர்களும் மற்றவர்களும் புறந்தள்ளுகிறார்கள். ஆனால், அவர்களோ அதுதான் தங்களுடைய அடையாளம் என்கிறார்கள். தாங்கள் அமர்ந்து பேசாவிட்டால் குட்டிச் சுவர் என்னாகும்? என்று வருத்தப்படுகிறார்கள்.

●

ஒரு ஊருல ரெண்டு ராஜா
ரெண்டுராஜா
தினந்தோறும் ஓடிவந்து
தூக்குவோம் கூஜா

கொடியிருக்கு – ஆனா
கோட்டையில்லையே
திமிரிருக்கு – ஆனா
சாட்டையில்லையே

கனவிருக்கு – ஆனா
காணியில்லையே
குடியிருக்கு – ஆனா
ராணியில்லையே

நாங்க
இல்ல சுமாரு
ரொம்ப உஷாரு

●

நாங்க தெருவுல நடக்க
கெடையாது ஒருவரும் மதிக்க
இஷ்டம் போல நாங்க சிரிக்க
இல்ல யாரும் பாஞ்சி தடுக்க

சீன போட்டாலும்
சிங்காரப் பொண்ணுன்னா பாப்போமே
ஜொள்ளு வடிக்க

பீர போட்டாலே
டி.ஆரு போல்பேசி சேர்வோமே
லந்து கொடுக்க

நாங்க
இல்ல சுமாரு
ரொம்ப உஷாரு

●

நாங்க கருங்கல்லுக் கலரு
இருந்தாலும் மனசுல திமிரு
நட்புதானே எங்க பவரு
அன்பக்காட்ட வேணும் பிகரு

வேல இல்லேன்னு
ஒப்பாரி வைக்காம வாழ்ந்தாலே
என்ன தவறு?

நாங்க உக்காந்து
கச்சேரி வைக்காட்டி என்னாகும்
குட்டிச்சுவரு

நாங்க
இல்ல சுமாரு
ரொம்ப உஷாரு

ஒரு ஊருல ரெண்டு ராஜா
ஆர்.கண்ணன்
இசை: டி.இமான்
குரல்: ஜெயமூர்த்தி, எம்.கே.பாலாஜி
2015
◻

117

மாயக்கயிற்றை வைத்துக்கொண்டு யாரோ நம்மைச் சுழட்டுவதாக அஞ்ஞானம் நம்புகிறது. நேரும் பிழைகளுக்கு விதியே காரணம் என்றும், நிகழ்வது எல்லாம் இயல்பே என்றும் ஒரு கூட்டம் சொல்கிறது. அறிவைச் சமைத்த சமூகம் அதைக்கொண்டு அவலத்தின் துயர்போக்கத் துணிவதில்லை. நம்மைவிட்டு, நம்மை நீங்க வைத்து நடப்பவற்றை வேடிக்கை பார்க்க விரும்புகிறது. யாருக்கும் எதுவும் தெரியாது. எல்லாம் அறிந்தவன் ஒருவனே எனப் பொறுப்பைத் துறப்பதே புத்திசாலித்தனம்.

●

நடந்ததென்ன? நடப்பதென்ன?
யாருக்கு யாருக்குத்
தெரியும்?

உள்ளம்
தவிப்பதென்ன? துடிப்பதென்ன?
யாருக்கு யாருக்குத்
தெரியும்?

யாரால் வாழ்கிறோம்?
யாரிடம் தோற்கிறோம்?
தெரிவதென்ன? புரிவதென்ன?

குழம்பிய மனதினில்
சரியென்ன? தவறென்ன?

●

எதனால் பாதை
தவறுகிறோம் – பின்பு
எதனால் நாமும்
வருந்துகிறோம்?

காலம் போடும் கோலம்
அதில் நீயும் நானும்
கலங்குகிறோம்?

எதனால் போரைத் தொடங்குகிறோம்?
எதனால் நாமும் தயங்குகிறோம்?

ஆசை போடும் தூண்டில்
அதில் நீயும் நானும்
மயங்குகிறோம்

நல்லதோடு தீமை உண்டு
என்ற பொழுதும் தெளிவு பெறு
நமக்கென இருப்பது
எவர் அதைப் பறிப்பது?

●

நினைத்தால் வாழ்வை
ஜெயித்திடலாம் - அந்த
நினைப்பால் யாவும் கிடைத்திடலாம்

வாழ்வில் நேரும் மாற்றம்
அதை யார்தான் யார்தான்
அறிந்திடுவார்

சிரித்தால் சோகம் தொலைந்திடலாம் - அந்த
சிரிப்பால் நேசம் தொடங்கிடலாம்

நேசம் வேசம் ஆனால்
அதை யார்தான் யார்தான்
பொறுத்திடுவார்?

உண்மையான நட்பைப்போலே
எதுவும் இல்லை உலகத்திலே
இருக்கிற வரையிலும்
இயங்கிடத் தடை இல்லை

யாருக்கு தெரியும்
ஆர்.காமராஜ்
இசை: கண்ணன்
குரல்: ஹரிச்சரண்
2013
◻

118

ஒரு பின்தங்கிய கிராமம். அங்கே ஓர் அரசுப் பள்ளிக்கூடம். பள்ளிக்கூடத்தில் படிக்கும் மாணவனுக்கும் மாணவிக்கும் ஏழாம் பொருத்தம் என்றாலும், ஒரு கட்டத்தில் அவனுக்குள் அவள் நுழைந்துவிடுகிறாள். பதின்பருவத்தின் பரவச நெருக்கடி. பாடல் முழுக்க கிராமப் பாதைகளில் பயணிப்பதால் வழக்குச் சொற்களிலிருந்து வாக்கியங்களை அமைத்தேன். உன் பெயர் சொல்லி வீசினால் அட்டைக் கத்தியும் வெட்டும் என்கிறான் அவன். அவள் அழகால் தன்னைக் கட்டிவைத்து அடிப்பதாகப் பொய்யுரைக்கிறான்.

●

அடி
ராங்கி ராங்கி ராங்கி
நீ போற ஏ உசுர
வாங்கி

ஒறங்காம கெடக்கேனே
நீ என்னத்துக்கு கண்ணுக்குள்ள
நொழஞ்ச

தவறேதும் புரியாம
நீ என்னத்துக்கு நெஞ்ச வந்து
அறைஞ்ச

அய்யோ
பாடா படுத்துறியே
பாயா சுருட்டுறியே..

●

என்னானதோ ஏதானதோ
ஒண்ணும் புரியாமலே
அல்லாடுறேன் ஒன்னாலநான்
சொல்லத் தெரியாமலே

அன்னந்தண்ணி தேவயில்ல
ஒன்னப்பத்தி பேசுனா

அட்டக்கத்தி கூட வெட்டும்
ஒன்ன சொல்லி வீசுனா

அழகாலே நெதம் நீயே
என்ன கட்டி வச்சி
அடிக்கிறியே

என்ன
ஓடா ஒடைக்கிறியே
காடா கொளுத்துறியே..

●

காப்பித்தண்ணி போல என்ன
கண்ணு ரெண்டும் ஆத்துதே
மூடி வச்ச ஆசயெல்லாம்
பொத்துக்கிட்டு ஊத்துதே

மொத்தத்துல என்ன நீயே
பித்துக்குளி ஆக்குற
வெட்டிப்பய என்னக் கூட
புத்தகமா மாத்துற

உறிபோல குறிபாத்து
என்ன சில்லு சில்லா
ஒடக்கிறியே

என்ன
நாரா கிழிக்கிறியே
நல்லா கொழப்புறியே

சாட்டை
ஆர்.அன்பழகன்
இசை: டி.இமான்
குரல்: சந்தோஷ் ஹரிகரன், அனிதா
2012

□

119

ஆசைகளைச் சொல்லத் தொடங்குகிறாள். மொட்டாய் இருந்த என்னுடைய முகத்தை முழுநிலவாகப் பூக்க வைத்தவனே, உன்னால் நானடையும் ஆனந்த ஆபத்துகளை அறிவாயா? என அவனிடமே கேட்கிறாள். சகாயனே என்பது புதுப்பதம். என்ன சொல்லி அவனை அழைப்பதென்று அறியாத அவள், அவளாக அவனுக்கு ஒரு புதுப்பெயரைச் சூட்டுகிறாள். மகிழ்ந்து மகிழ்ந்து மரிக்கும் இந்நிலையை ஏன் தந்தாயென செல்லமாய்ச் சிணுங்குகிறாள்.

•

சஹாயனே சஹாயனே
நெஞ்சுக்குள் நீ முளைத்தாய்
சஹாயனே சஹாயனே
என்னை நீ ஏன் பறித்தாய்?

உன் எண்ணங்கள் தாக்க
என் கன்னங்கள் பூக்க

நீ வயதுக்கு
வாசம் தந்தாய்....

•

ஒருமுறை உன் பேரை
உதடுகள் சொன்னாலே
பசி இன்றிப் போவதென்ன?

பலமுறை சொன்னாலும்
உறங்கிட எண்ணாமல்
விழி ரெண்டும் கேட்பதென்ன?

தவறி விழுந்த பொருள் போல்
எனை எடுத்தாயடா
தவணை முறையில் உனை நான்
சிறை பிடித்தேனடா

பிள்ளை போலே
என்னைக் கையில் ஏந்து
எல்லை ஏதும் இல்லை
அன்பில் நீந்து நீந்து

●

கனவிலும் காணாத
வகையினில் உன் தோற்றம்
எனக்குள்ளே கூச்சல் போட

இதுவரை கேட்காத
இசை என உன் பேச்சு
அளவில்லா ஆட்டம் போட

இறந்து இறந்து பிறக்கும்
நிலை இதுதானடா
மகிழ்ந்து மகிழ்ந்து மரிக்கும்
வரம் குடுத்தாயடா

கள்ளப் பார்வை
என்னைக் கொத்தித் தின்ன
என்ன ஏது என்று
உள்ளம் எண்ண எண்ண

சாட்டை
ஆர்.அன்பழகன்
இசை: டி.இமான்
குரல்: ஸ்ரேயாகோஷல்
2012
□

120

போராடு வெற்றியடையலாம் என்பது புளித்துப்போன அறிவுரை. ஏன் போராட வேண்டும்? எதற்குப் போராட வேண்டும்? யாருக்குப் போராட வேண்டும்? எப்படிப் போராட வேண்டும்? எனச் சொல்லித் தருவதே நல்லாசிரியர்களின் அணுகுமுறை. தத்துவாசிரியர்கள் சொல்லித் தந்ததைத் தன்னுடைய பள்ளிப் பிள்ளைகளுக்குச் சொல்லித் தருகிறான் அவன். 'இழப்பதற்கு எதுவும் இல்லை அடிமை விலங்குகளைத் தவிர' என்ற மார்க்சிய முழக்கத்தைப் பாடலுக்கான வேராக அமைத்திருக்கிறேன். ஒருமுறை தேறினால் தலைமுறை வாழுமே என்று முதல் தலைமுறைப் போராளிகளைத் தயக்கமில்லாமல் தட்டிக்கொடுக்கிறேன்.

•

இழப்பதற்கு எதுவும் இல்லை
நமது கையிலே
பெறுவதற்கு உலகம் உண்டு
துணியும் பொழுதிலே

கலங்கி நின்று நடந்ததென்ன
ஒன்றும் இல்லையே
இடைவிடாத முயற்சி என்றும்
பொய்த்ததில்லையே

தொலைத்தது கிடைத்திடாமல்
நினைத்தது நடந்திடாமல்
இலக்குகள் முடிவதில்லை
தோற்பதில்லை வெற்றியே

ஜட ஜட ஜாட ஜாட ஜா
ஜட ஜட ஜாட ஜாட ஜா

•

அச்சம் என்பது எந்த நொடியும்
நம்மை விழுங்கும்
மறவாதே

உச்சம் என்பதை எட்டும் வரையில்
கண்கள் உறங்க
நினையாதே

அறிவெனும் ஆயுதம்
நமதுயிர் காக்குமே
போரை ஏற்போமே

தடைகளை மீறினால்
அரியணை ஏறலாம்
ஒருகை பார்ப்போமே

●
உண்மை என்பது நம்மைத் தொடரும்
உள்ள வரையில்
துணிவோமே

நம்பிச் செய்திடும் எந்தச் செயலும்
நன்மை பயக்கும்
அறிவோமே

தெளிவுடன் தேடினால்
எதனையும் காணலாம்
பாதை மாறாதே

ஒருமுறை தேறினால்
தலைமுறை வாழுமே
வேர்வை காயாதே

சாட்டை
ஆர்.அன்பழகன்
இசை: டி.இமான்
குரல்: ரமேஷ் விநாயகம்
2012
◻

121

பள்ளி ஆண்டுவிழா. எதிர் எதிராக இரண்டு குழு. போட்டியில் யார் வெல்வது அல்லது வெல்லப்போவது என்பதை இரண்டு தரப்பும் தங்களுக்கே உரிய நக்கலோடு பாடிக்கொள்கிறார்கள். வெகுசனப் பார்வையில் இது ஒரு தெம்மாங்குப் பாடல் போலத் தோன்றினாலும், உண்மையில் அவ்வாறில்லை. ஆண் பெண் போட்டிப் பாடலை ஒத்த இம்முயற்சிக்கு திரு. வானமாமலை தொகுத்தளித்த நாட்டார் பாடல்கள் தொகுப்பே துணை.

●

ஆண்: அந்துருண்ட கண்ணழகி – நீ
அய்யாரெட்டு நெல்லழகி

சிங்கம் போல வட்ட மடிப்பேன் நானே
அப்ப நீயும் விட்டுக் கொடுப்பதானே?

குறுக்கே நீ வந்து
மறிக்காதே – துள்ளிக்
குதிக்காதே – தொல்ல
கொடுக்காதே – ஜம்பம்
பலிக்காதே

பெண்: அந்துருண்ட கண்ணழகி நா
அய்யாரெட்டு நெல்லழகி

வெட்டிப்பேச்சு இப்ப எதுக்கு வீணே
சிங்கம் இல்ல குள்ள நரி நீதானே

அடுப்பே இல்லாம
சமைக்காதே – உப்பா
கரிக்காதே – தப்பா
வறுக்காதே – எப்பா
முறுக்காதே

ஆண்: திமிருல தில்லா வந்தேன் ஆட – ஒன்ன
கடைசியில் வைக்கப்போறேன் ஓட

பெண்: தரையில போடுறீயே நீச்சல் – சும்மா
நெருங்கியே போடாத நீ கூச்சல்

ஆண்: அடியே உன்னாலே
முடியாதே – உள்ளம்
படியாதே – வெள்ளம்
வடியாதே – வில்லும்
ஒடியாதே ....

பெண்: நறுக்குன்னு பேசிடுவேன் பேச்சு – போட்டி
முடிவுல வாங்குவ நீ மூச்சு

ஆண்: கொழுப்புல துள்ளுறியே வாடி – வட்டி
அசலையும் வாங்கிக்கிட்டு போடி

பெண்: கருவம் கொண்டே நீ
அழியாதே – என்ன
தெரியாதே – இப்ப
புரியாதே – பின்னே
அழுவாதே ...

சாட்டை
ஆர்.அன்பழகன்
இசை: டி.இமான்
குரல்: சிட்டி, தஞ்சை ராதிகா
2012
☐

122

*தூசி*யாலே கலங்கும் கண்ணைத் துடைப்பதில்லை விசித்திரம். காற்றும்கூட நமது பெயரை உரைப்பதே சரித்திரம். நண்பர்கள் ஒன்றிணைந்து வெற்றி யாத்திரை தொடங்குகையில் அவர்களுக்குள் வீரத்தை விதைக்க இப்பாடல் புனையப்பட்டது. காலம் மாறும் என்று காத்திருக்காமல் காலத்தை மாற்ற அவர்கள் கை கோக்கிறார்கள். சட்டென எதுவும் மாறிவிடாது. சாட்டை எடுக்காமல் சரிவுகள் நிமிராது. மரம் சும்மா இருந்தாலும் காற்று கூப்பிடுகிறது களத்திற்கு.

●

வருவது ஒருமுறை
உலகிலே – இதை
அறிகிற மனிதனும்
கடவுளே

தவறுகள் திருந்திடும்
வரையிலே – வரும்
தடைகளும் தகர்ந்திடும்
முடிவிலே

நமைநாமே உணர்ந்தாலே
கிடையாது வேதனை
மனதிலே

நதிபோலே நடந்தாலே
ஒருகோடி சூரியன்
தரையிலே

நண்பா வா நண்பா

●

சிறகுகள் விரித்திடு
பறக்கலாம் – வரும்
சிரமங்கள் பொறுத்திடு
ஜெயிக்கலாம்

அலைகடல் எனதினம்
குதிக்கலாம் – கடல்
கடந்தொரு பெயரையும்
எடுக்கலாம்

மலை ஊற்று அனல் காற்று
எதுவான போதிலும்
ரசிக்கலாம்

சில வானம் பல பூமி
என நாமும் மாறவே
நினைக்கலாம்

நண்பா வா நண்பா

●

காலம் ஒன்று மாறும் என்று
காத்திருப்பதா நல்லது?

காலம் தன்னை மாறச் செய்யும்
சாட்டை நெஞ்சிலே உள்ளது

தூசியாலே கலங்கும் விழியை
துடைப்பதா விசித்திரம்?

காற்றும் கூட நமது பெயரை
உரைப்பதே சரித்திரம்

நண்பா வா நண்பா

●

அன்பைவிடச் சிறந்தது
இல்லை என முழங்கிடு
புன்னகையே நம்முடைய
முகவரி

உள்ள வரை விழித்திரு
உள்மனதில் பசித்திரு
ஒற்றுமையில் இவ்வுலகை
அலங்கரி

சாட்டை
ஆர். அன்பழகன்
இசை: டி.இமான்
குரல்: சாய்சரண்
2012

□

123

எதிர்பாராத நேரத்தில் உச்சந்தலையில் ஒரு சொட்டு மழை. கவனிக்காத நிமிடத்தில் கன்னக்கதுப்பில் தாய்மை முத்தம். எதேச்சையாய்க் குனிந்து பார்க்கையில் காலுக்கடியில் கோடிப் புதையல். அலட்சியமாய்த் திரும்புகையில் அரண்மனைக் காற்று. ஓடித் திரிய ஓடைப் புல்வெளி. உட்கார்ந்து பேச வெண்ணிலா. நாபிக் கமலத்துக்குள் மெல்ல அசைந்தாடும் சுடர்விளக்கு. இத்தனையும் ஒரே நொடியில் நிகழ்ந்தால் எப்படியிருக்கும்? அவளைக் காதலித்தால் அப்படியிருக்கும். வேதாளம் ஒன்று செல்லுள்ளே விளையாடிப் போவதை வியப்போடு சொல்கிறான். அஞ்சனாக்களுக்கு ஆண்களின் அவஸ்தைகள் புரிவதேயில்லை.

●

இன்றுமுதல் நான் புதிதானேன் – உன்
இனிய சிரிப்பில் முகிலானேன்
கொட்டும் மழைபோல் சுகமானேன் – உன்
கொஞ்சும் உதட்டில் தமிழானேன்

●

அஞ்சனா அஞ்சனா
அன்பே அன்பே அஞ்சனா
உன் ஒற்றைப் பார்வை போதும் அஞ்சனா

அஞ்சனா அஞ்சனா
இல்லை நானே அஞ்சனா
நானும் நீயாய் ஆனேன் அஞ்சனா

ஏ போடு போடு
தந்தனத்தோம் போடு
நீ அந்தரத்தில ஆடு
ஆ துள்ளி விளையாடு

தொட்டு தொட்டுப் பாடு
எதுக்குக் கட்டுப்பாடு
நீ வந்து வந்து தேடு
கிட்டக்கிட்டச் சூடு

நீ முட்டி முட்டி மூடு
மொத்தத்தில் என்னை நாடு
உனது விழியோடு எனைநான்
மறந்தேனே

உண்மையானேன் உண்மையானேன்
உன்னைப் போலே அண்மையானேன்
மென்மையானேன் மென்மையானேன்
மெல்ல நானும் தன்மையானேன்

ஓர் காதல் காதல் வந்தாலே
தண்ணீரும் கூட தீப்போலே
தன்னாலே மாறும் மண்மேலே

சந்தோசம் கூடும் நெஞ்சுள்ளே
ஆகாயம் உந்தன் கால்கீழே
பூக்கோலம் போடும் அன்பாலே

வேதாளம் ஒன்று என்னுள்ளே
விளையாடிப்போகும் செல்லுள்ளே

ஒரு சின்னப் பார்வையில் – நான்
விடுதலை விடுதலை அடைந்தேனே
உனதன்பு வார்த்தையில் – நான்
பிறவியின் பயனையும் அறிந்தேனே

ஏ கேளு கேளு
என்னவென்று கேளு
நீ எப்பொழுதும் கேளு
நான் செல்லுவதைக் கேளு
சொல்லாததையும் கேளு
நெருங்கி வந்து கேளு
உனதருகில் மொழியாய்
வருவேனே

●
சிறகில்லையாயினும் – நான்
இறகென இறகெனப் பறந்தேனே
கனவில்லையாயினும் – நான்
முழுவதும் முழுவதும் கலைந்தேனே

ஏ பாரு பாரு
நீ பக்கம் வந்து பாரு
நீ பாடிப் பாடிப் பாரு
நீ பந்தியிடப் பாரு

பாசம் வச்சிப்பாரு
பதுக்கவில்ல பாரு
சில நொடியில் எனைநான்
தருவேனே

வந்தான் வென்றான்
ஆர்.கண்ணன்
இசை: தமன் .எஸ்
குரல்: ஆலாப் ராஜு
2012
❑

124

மலேசியாவில் ஒரு நட்சத்திர விடுதி. நட்சத்திரங்களை ரசித்துக் கொண்டிருந்த நள்ளிரவில் திடீரென்று யுவனின் உதட்டிலிருந்து மெல்லச் கசிந்தது இந்த மெட்டு. காதல் வந்ததும் துள்ளிக் குதிக்கும் மனதுக்கு இருப்பு கொள்ளவில்லை. அங்கும் இங்கும் ஆலாய்ப் பறக்கிறது. நடைவண்டி பின்னே ஓடி, சோறூட்டத் தவிக்கும் ஒரு தாயைப் போலக் காதல் கெஞ்சிக் கெஞ்சி தன்னை ஊட்ட வருகிறது. உணர்வுகளை உப்புமூட்டை சுமந்துகொள்ள உள்ளம் தவங்கிடக்கிறது. அறிவில்லையா? உன் மூளையில் என்று உலகம் கேட்க, ஆம் என் மூளையில் அறிவில்லை, அவளிருக்கிறாள் என்கிறான்.

●

பொடிப் பையன் போலவே
மனம் இன்று துள்ளுதே
அது உன்னைத் தேடித் தேடித்
தேடித் தேடி வந்ததே

அளவில்லாக் காதலை
தரச்சொல்லி கெஞ்சுதே
தினம் உன்னை
காணவே சொல்லுதே
சேட்டைகள் செய்யுதே

எங்கே நான் போனாலும்
போகாமலே காதல்
பின்னாலே வருகின்றதே

சொல் பேச்சைக் கேட்காமல்
எப்போதுமே தொல்லை
தன்னாலே தருகின்றதே

●

நடை வண்டி பின்னே ஓடும்
ஒரு தாயாய் – காதல்

எனக்குள்ளே ஓடக்கண்டேன்
சில நாளாய்..

எனை உப்பு மூட்டை தூக்கும்
முதல் ஆளாய் – காதல்
சுமந்தெங்கும் போகக் கண்டேன்
பகல் ராவாய்

அறிவில்லை என் மூளையில்
உண்மையே அது உண்மையே
அங்கே எப்போதுமே
என் அன்பே நீதானே

●

உறங்காமல் பாடல் கேட்டேன்
எழும்போதே தேநீர் கேட்டேன்
இனிமேலே கேட்பேன் உன்னையே

நடந்தே நீ போகும்போது
நடைபாதைப் பூக்கள் யாவும்
உனைப் பார்த்து வைக்கும் கண்ணையே

மழை வந்தால் நிற்காமலே
ஓடுவேன் பயந்தோடுவேன்
உள்ளே நீ என்பதால்
நான் நனையக்கூடாதே

ராஜபாட்டை
சுசீந்திரன்
இசை: யுவன் ஷங்கர்ராஜா
குரல்: ஹரிச்சரண்
2011
□

125

அரசவை போன்ற கூடம். அதில் நடுநாயகமாக ஒருத்தி ஆடு கிறாள். கதாநாயகன் பலவித ஒப்பனைகளில் வந்து அவளை விசாரிக்கிறான். அவள் தன்னைப் பற்றியும் தன்னுடைய ஆதி அந்த பெருமைகளையும் எடுத்துச்சொல்கிறாள். அவள் எப்படிப் பட்டவள்? எதற்காக இங்கே வந்திருக்கிறாள்? என்பதும் கதையின் கதை. எனக்குச் சொல்லப்பட்ட தகவல், இப்பாடல் வேகமாக அமைவதால் மெல்லிய உணர்வுகளைத் தவிர்த்துவிடுங்கள் என்பதுதான். அவள் அழகையும் உடல் இச்சையையும் பேசுவதாக இருந்தால் போதும் என்றார்கள். ஆண்டாண்டுக் காலமாக பெண்ணைப் போக இச்சைக்கென்று புறந்தள்ளிய சமூகத்தின் பார்வைக்கோளாறை இப்பாடலும் படம் பிடிக்கிறது.

பெண்: வில்லாதி வில்லன்கள்
எல்லோருமே – என்னை
விலை பேச வந்தார்களே

என்னோடு வில்லங்கம்
இல்லாமலே – சொன்ன
விலை கூட தந்தார்களே

என்றாலும் நான் என்னை
தரவில்லையே
கட்டோடு மஸ்த்தான
உடலில்லையே
பணம் என்பதே பெரிதில்லையே

நான் அல்டாப்பு ராணி நீ
விட்டுப்புடி – என்ன
புல்ஸ்டாப்பே வெக்காமக்
கட்டிப்புடி

ஆண்: நான் தொட்டாலே தூளாகும்
ஒத்துக்கடி – மெத்த
மேலே நீ பாடத்தக்
கத்துக்கடி

●

பெண்: சிரி சிரி சிரி
சேராதெல்லாம் சேர்ந்தால் இன்பம்
குறி குறி குறி
ஏதும் இல்லா வாழ்வே இன்பம்

நாளை எதற்கு இன்று
தானே இன்பம்
சரி சரி சரி
கேளாதெல்லாம் கேட்டால் இன்பம்

பறி பறி பறி
பாராதெல்லாம் பார்த்தால் இன்பம்
நாமே நமை ரசிக்கும்
போதே இன்பம்

அழகே இன்பம்
அள்ளித் தருவேன் இன்பம்

தொட்டுத்
தொடங்காமல் இருந்தாலே
வருமா? இன்பம் – கட்டுக்
கடங்காமல் அலைபாயும்
உடலே இன்பம்

கொட்டிக்
கொடுத்தாலும் குறையாத
பொருளே இன்பம்

பெண்: விடு விடு விடு
வீரம் இல்லா வேகம் சும்மா
திடு திடு திடு
காலம் வந்தால் நேரம் சும்மா

காமம் விலக்கிவிட்ட
காதல் சும்மா
சிடு சிடு சிடு
கோபம் எல்லாம் பாயில் சும்மா
கடு கடு கடு

லீலை இல்லா ராவும் சும்மா
போதை தெளிந்த பின்பு
நாமே சும்மா

தொடவா சும்மா
தொல்லை தரவா சும்மா

கட்டிப்
பிடிப்பேனே உனை நானே
இருடா சும்மா – தட்டிப்
பறிப்பேனே தயங்காமல்
கொடுடா சும்மா

நெட்டி
முறுக்கேற தருவேனே
வெறியா உம்மா

ராஜபாட்டை
சுசீந்திரன்
இசை: யுவன் ஷங்கர்ராஜா
குரல்: மாலதி, மனோ
2011

126

இரண்டு பேரும் தனக்கு உரியவனே அவனென்று போட்டியிட்டுக் கொள்கிறார்கள். குடுமிப்பிடி போல இது குடும்பப்பிடி. நானே ஒசத்தி என்று இரண்டு பெண்களும் மல்லுக்கட்ட இரண்டு பேருமே வேண்டாமென்கிறான் அவன். தனக்குத் தேவைப் படுகையில் வழிபடும் தெய்வங்களை வம்புக்கிழுப்பது வழக்கம் தானே. பெண்கள் எங்கேயும் இப்படியெல்லாம் பாடிக்கொள்வ தில்லை. வியாபார சினிமாதான் அவர்கள் அப்படிப் பாட வேண்டும் என விரும்புகிறது.

●

பெண்1: சுக்குன்னா சுக்கு மல்லி
சுந்தரி நா டிகிரி காப்பி
சூடா கொதிக்கையிலே
சோடா என்னத்துக்கு

எடுத்துக் குடிக்கவா?
தோஸ்து தோஸ்து
இதுக்கு எதுவுமில்ல
வாஸ்து வாஸ்து

பெண்2: குச்சின்னா குச்சி மிட்டாய்
குமரி நா பஞ்சுமிட்டாய்
பேஷா இருக்கையிலே
பீட்ஸா என்னத்துக்கு

இந்தா எடுத்துக்கோ
டேஸ்டு டேஸ்டு
இன்னும் தயங்கினா?
வேஸ்டு வேஸ்டு

ஆண்: லட்டு லட்டு ரெண்டு லட்டு
சேந்து கெடச்சாலே
லக்கு லக்கு

ஒட்டு ஒட்டு திக்கா ஒட்டு
வாரி அணைச்சாலே
கிக்கு கிக்கு

•

பெண்1: வடிவேல் கந்தனுக்கு
ரெண்டு பேரு ஜோடி

பெண்2: அவங்க அப்பாவுக்கும்
உள்ளதுதான் போடி

பெண்1: அடியே பொம்பளைக்கும்
ரெண்டு வீடுதான்டி

பெண்2: அதிலே என்ன குத்தம்
வாயப் பொத்திக்கோடி

ஆண்: காலு கையி ரெண்டுன்னா
தேவ தேவ
கட்டுனவ ரெண்டுன்னா
பேஜாரு

வீடுவாசல் ரெண்டுன்னா
ஓ.கே.ஓ.கே
பொண்டாடிங்க ரெண்டு ஏன்
நீ கூறு?

பெண்1: ஆச மீறுனா
அளவே இல்லையே
எதுக்குப் போடுறே?
வேலி வேலி

பெண்2: பாம்பு வேணுமா?
ஏணி வேணுமா?
குலுக்கிப் போடவா?
சோளி சோளி

•

பெண்1: பகலே இல்லையின்னா
வந்திடுமா நைட்டு

பெண்2: கவல வேணாமின்னா
வச்சிக்கணும் சைட்டு

பெண்1: தவறே இல்லையின்னா
ஒண்ணுமில்ல ரைட்டு

பெண்2: ஜெயிக்க வேணுமின்னா
போடணுமே ஃபைட்டு

ஆண்: சூரியனப் போல நான்
ஒத்த ஆளு
வெண்ணிலவு ரெண்டுன்னா
ஆகாதே

தாமரைக்குத் தண்ணிதான்
கூட்டு கூட்டு
தண்ணி வத்திப் போச்சின்னா
தாங்காதே

பெண்1: எதையும் தாங்குவேன்
என்ன ஏத்துக்கோ
பூட்டுக்காகவே
சாவி சாவி

பெண்2: கோரப் பாயதான்
எலவம் பஞ்சின்னு
இழுக்கப் பாக்குறா
கூவி கூவி

ராஜபாட்டை
சுசீந்திரன்
இசை: யுவன் ஷங்கர்ராஜா
குரல்: விக்ரம், ஆண்ட்ரியா, சுசீத்ரா
2011
□

127

இந்தப்பாடலை நான் மறக்கமுடியாது. காரணம் இப்பாடலுக்குள் சொல்லப்பட்ட ஓர் உவமைக்காக ஒரு பக்கம் பாராட்டையும் இன்னொரு பக்கம் எதிர்ப்பையும் சம்பாதித்தேன். காதல் பாடலுக்குள் முள்வேலித் துயரத்தை எழுதலாமா? என்று ஒரு சாரார். காதல் பாட்டுக்குள்ளும் இப்படியான பதிவுகளைச் செய்தது கவனிக்கத்தக்கன என இன்னொரு சாரார். இரண்டு பக்கமும் ஞாயம் இருக்கிறது. ஈழத் துயருக்கு காதல் துயர் எந்தவிதத்திலும் ஈடில்லை. அவசரப்பட்டுவிட்டேன் என்று சொல்வதற்கில்லை. தனி நாடாகிப் போவேன் என்பதுதான் என் ஆசையாய் இருந்ததே தவிர, முள்வேலித் துயரத்தை எளிதாக்கும் எண்ணமில்லை. ஈழத் தமிழ்ச் சொந்தங்களுக்கு என்னைத் தெரியும். அவர்களின் மீட்சிக்காக எத்தனையோ தனிப்பாடல்களை எழுதியிருக்கிறேன் என்பதை வரலாறு காட்டும்.

●

ஆண்: பனியே பனிப்பூவே
மனமேனோ பறக்குதே?
தலைகால் புரியாமல்
உனைப் பார்த்து சாமியாடுதே

பெண்: உயிரே உயிர்த்தீவே
அனல்போலே கொதிக்குதே
வெளியே தெரியாமல்
உனைப் பார்த்து மூச்சு வாங்குதே

ஆண்: வேதாளம் போலே
நீ வேலை செய்யாதே
எங்கெங்கோ தாவி
என்னுள்ளே ஏறாதே

பெண்: கண்ணு அடிக்குதே
நெஞ்சு வெடிக்குதே இரத்தம் குடிக்குதே
பேய்போல் காதல்

ஆண்: கத்தித் தொலைக்கிதே
கன்னம் செவக்குதே சுண்டி இழுக்குதே
நோய்போல் காதல்

ஆண்: கண்ணே நீ காணும் முன்னால்
கருங்கல்லாக வாழ்ந்தேனே
உன் பார்வை என்னைத் தீண்ட
எடைக் கல்லாக ஆனேனே

பெண்: அன்பே நீ பேசும் முன்னால்
செம மக்கான ஆள் நானே
உன்பேச்சைக் கேட்ட பின்னால்
புது புக்காகிப் போனேனே

ஆண்: என்னைத் தெரியாமல்
இருந்தேனே முன்பு நான்
எல்லாம் தெளிவான
ஒரு யோகி இன்று நான்

உன்னை நினைத்தாலே
செல்லெங்கும் விண்மீன்தான்

ஆண்: முள்வேலிக்குள்ளே வாடும்
தமிழ் ஈழம்போல் ஆனேனே
அன்பே உன் அன்பில் நானே
தனி நாடாகிப் போவேனே

பெண்: பூமிக்கு ஈர்க்கும் சக்தி
அதை யார் யாரோ ஆய்ந்தார்கள்
அன்பே உன் ஈர்ப்பைச் சொன்னேன்
பலர் அப்போதே சாய்ந்தார்கள்

ஆண்: கண்கள் எதற்காக
அறிவோமே காரணம்
கைகள் எதற்காக
அறிவோமே காரணம்

உள்ளம் கலந்தாலே
அதற்கில்லை காரணம்

ராஜபாட்டை
சுசீந்திரன்
இசை: யுவன் ஷங்கர்ராஜா, குரல்: ஜாவேத் அலி, ரேணுகா, 2011

128

உயிருக்குயிரான இரண்டு நண்பர்கள். ஒருவன் காதலே வேண்டாம் என்பவன். இன்னொருவன் காதல் இல்லையென்றால் காலமே இல்லை என்பவன். இரண்டுபேரும் நட்பால் தங்களை தங்களிடம் இழந்தவர்கள். உலக நடப்புகளைப் பற்றியெல்லாம் பேசிக்கொண்டே போகிறார்கள். தனக்குத் தெரிந்ததை, தனக்குப் புரிந்ததை தத்துவமாகச் சொல்லிப் பாடுகிறார்கள். எது சரி? எது தவறு? என்பதைப் பற்றிய அக்கறை அவர்களிடம் இல்லை. தேங்காமல் ஓடுவதே நதியின் இயல்பு. டீக்கடை வேதாந்தம் போல எதையெதையோ பகிர்ந்துகொள்கிறார்கள். இறுதியில் நட்பே உயர்வென்ற நம்பிக்கையோடு பாடல் முடிகிறது.

●

பாடட்டா பாடட்டா
பாட்டு ஒண்ணு பாடட்டா
போடட்டா போடட்டா
தாளம் நானும் போடட்டா

ஆடவே வந்தோம் இங்கே
ஆடு தெம்பாக
கூடியே நிப்போம் வாடா
நாளும் ஒண்ணாக

கால் நடந்து நடந்து போக
ஒரு பாத வரும் நேரா
நீ கவல மறந்து போனா
நல்ல நேரம் வரும் ஜோரா

ஏய்....
வயசுக்கேத்த பவுசத் தேடு
வரம்ப மீறி ரவுச
போடேன்டா

●

கோடுதான் இல்லாமே
கோலம் ஒண்ணு வாராதே
கோலம் நீ இட்டுக்க இட்டுக்க
என்னைக்கும் தப்புன்னு
ஆகாதே

பாசம் நீ வச்சாலே
பங்கம் இல்ல நோகாதே
வேணுமே நம்பிக்க நம்பிக்க
என்னைக்கும் பொய்யின்னு
போகாதே

யாரையும் அன்பாலே
வெற்றிகொள்ள வேணும்தானே
ஈரமும் பாறைக்குள்ளே
உண்டு மச்சானே

ஆயிரம் சொந்தம் ஒன்ன
சுத்தி நின்னாலும்
நட்புதான் கூட நின்னு
காக்கும் எந்நாளும்

●

ஓரமா நிக்காதே
ஊர நம்பி வாழாதே
அன்ப நீ ஒட்டிக்க ஒட்டிக்க
வம்புக்கும் தும்புக்கும்
அஞ்சாதே

சோகமே கொள்ளாதே
கண்ணீர் சிந்தக் கூடாதே
நட்ப நீ வச்சிக்க வச்சிக்க
உள்ளத் துன்பங்கள்
அண்டாதே

சூரியன் வந்தாலே
கூடவரும் வெய்யில் போலே
தோல்வியும் வெற்றிதரும்
வேகம் கொண்டாலே

போதுமே வாழ்க்கை என்று
மூட்டை கட்டாதே
வேணுமே காதல் ஒன்று
நீயும் தட்டாதே

வன்மம்
ஜெயகிருஷ்ணன்
இசை: தமன், குரல்: வேல்முருகன், ஹரிகரசுதன், தமன், 2014

□

129

சிருங்கார ஹார்மோன்களை செல் நிறைய நிரப்பிக்கொண்ட ஒருத்தி தன்னுடைய செயல்பாடுகளைப் பட்டியலிடும் பாட்டு. எல்லை மீறிய அவளுடைய ஏக்கங்களுக்கு இளைஞர்கள் மத்தியில் ஏக கிராக்கி. மோக நோயைத் தீர்த்துப்போகும் மூலிகையாகத் தன்னைத் தானே சொல்லிக்கொள்கிறாள். அடுத்த அல்லது முந்தைய காட்சியின் ஞாபகத்தை மறக்கடிக்க இப்படியான பாடல்கள் கதைக்குத் தேவை என்பதைக் கதைகேட்டு வளர்ந்த சமூகம் கருத்தில் கொள்வதில்லை.

●

ராசா ராசா ஒட்டு ராசா
ரோசா ரோசா பட்டு ரோசா

ஒத்த ஒத்த சடையிலே
உசுர கொல்லும் அழகுலே
பத்த வைக்கப் போறேன்
பச்ச மேனிய – நீ
குத்த வச்சா கொளுத்துவேனே
மீதிய

சின்ன சின்ன இடையிலே
சிக்க வைக்கும் உடையிலே
முட்டித் தள்ளப் போறேன்
மொத்த ஆசைய – நீ
முத்தம் வச்சா முறுக்குவேனே
மீசைய

பார்வையால காம ஊசி
போடும் மேனக – நான்
மோக நோயி தீந்து போக
பூத்த மூலிக

சேலயால மூடி போட்ட
மாட மாளிக – நீ
கூடி வாழ தேவ இல்ல
ஏதும் வாடக

●

வெதயே வெக்காம
வெளயச் சொல்லாத

விடியும் மட்டும் என்ன
விட்டு வைக்காத

திரையே கட்டாம
சினிமா ஓட்டாத
சிறப்பா பாரு என்ன
சென்சார் பண்ணாத

வாசமான பூவு என்ன
வேக வைக்கிற – நீ
வாரி என்ன எடுத்துக்காம
நோக வைக்கிற

கூடமாட சேர்ந்திடாம
காய வைக்கிற – நீ
கொஞ்சங்கூட யோசிக்காம
தீய வைக்கிற

●

கணுவே இல்லாத
கரும்பா வந்தேனே
எறும்பே என்ன விட்டு
எட்டிப் போகாத

மொதலே போடாத
தொழிலும் செஞ்சேனே
கடன சொல்லிப் புட்டு
கட்டில் போடாத

காலநேரம் பாத்திடாம
என்ன சாப்பிடு – ஓங்
காலு கைய அமுக்க என்ன
கொஞ்சம் கூப்பிடு

வீட்டுக்காரி போல என்ன
வெச்சிக் காத்திடு – நீ
காட்டமான முத்தத்தால
கட்டிப் போட்டிடு

வன்மம்

ஜெயகிருஷ்ணன்

இசை: தமன், குரல்: மோனிஷா, தமன், 2014

□

130

நெல்லைத் தமிழில் காதலர்கள் தங்கள் நெருக்கத்தைப் பகிர்ந்துகொள்கிறார்கள். லேசான சீண்டலும் நெருப்பாய்ப் பற்றும் அன்பும் அவர்களின் அடர்ந்த இதயத்தை ஆட்டிப்படைக்கிறது. பூர்வீகத்தின் தொடர்ச்சியை உன் விழிகளில் தரிசிக்கிறேன் என்றான் அவன். தெய்வீகத்தின் திரட்சியை உன் கண்களைப் பார்க்கும் முன்புவரை அறியாமல் இருந்தேன் என்கிறான் அவன். கூடல் மிகுந்து குலவும் சமயத்தில் ஊடல் வார்த்தைகளில் ஒருவருக்கொருவர் ஒத்தாசை செய்கிறார்கள்.

●

ஆண்: ஏட்டி எங்கப் போற?
ஏதோ சொல்லிப்போற?
ஆச வச்ச என்ன
எப்பப்பாரு தள்ளிப்போற?

பெண்: நீதான் மிஞ்சிப் போற
வேணா கெஞ்சப் போற
தாலி தந்த பின்னே
சொல்லு என்ன பண்ணப்போற?

ஆண்: மானே நீதான் அஞ்சப் போற
மார்பில் சாஞ்சி
கொஞ்சப் போற

பெண்: வேணா நீதான் சிக்கப் போற
வீரம் தேஞ்சி சொக்கப் போற

●

ஆண்: வெள்ளாடு போலத்தானே
இருந்தேனே நானும் முன்ன
காங்கேயம் காளபோல
எனை நீயும் மாத்தி நின்ன

பெண்: ஒருபார்வ எனப்பாத்து
உசுரோட என்னக் கொன்ன

ஆண்: ஆகாரத்த மறந்தேன்
ஓம் அன்பில் நானே
கண் தூக்கத்தத் துறந்தேன்

பெண்: எதற்காக வாழ்க்கை என்று
எனக்குள்ளே கேள்வி ஒன்று

ஆண்: உனைக் காணத்தானே
வாழ்க்கை என்று
சொன்னேன் இன்று

•

ஆண்: ஓம்மேல வச்ச ஆச
ஒருநாளில் வந்ததில்ல
ஆறேழு ஜென்மம் செஞ்ச
தவமென்றே சொல்வேம் புள்ள

பெண்: எனைக் காக்கும் வரம் நீயே
உணர்ந்தேனே மெல்ல மெல்ல

ஆண்: தெய்வீகத்த அறியேன்
ஓங் கண்ணுக்குள்ளே
பூர்வீகத்த அறிந்தேன்

பெண்: ஓனப்போல யாரும் இல்ல
இருந்தாலும் தேவ இல்ல
மனசோட நீயும் தங்கிப்போக
சாவே இல்ல

வன்மம்
ஜெயகிருஷ்ணன்
இசை: தமன்
குரல்: நிவாஸ், மானசி
2014
□

131

காரியம் நிகழ்ந்த பிறகு காரணத்தைத் தேடும் உயிர்கள். புதிர்களின் தோட்டத்துக்குள் கவலை மலர்களைக் கை நிரம்பப் பறிக்கும் மனிதம் அவ்வாசத்தில் இயல்பை இழந்து ஏங்குகிறது. எட்டுத் திக்குகள் இருந்தாலும் எந்த திசையில் போவது என்றறிய முடியாத நிலை. சுற்றி நிற்கும் கேள்விகளுக்குச் சுருக்கமான பதிலைத் தேடி அலையும் நட்பும் காதலும் தங்களுக்குச் சொல்லிக்கொள்கிற ஆறுதல் இது. வருந்தாதே நீயும் வீணே, வலி யாவும் தீரும் தானே என்று அத்தனைபேரும் அமைதியாய் இருந்துவிட்டால் உலக இயக்கத்தில் ஊறு நேராது.

ஆண்: மனமே மனமே அறியா மனமே
என்ன ஆனதோ உனக்கு?
சரியோ தவறோ தெரியா மனமே
சொல்லு வேதனை எதற்கு?

பெண்: கனவான வாழ்வை நீ
கலையாமல் கேட்டாயோ?
உறவாடும் நேரத்தில்
உடைந்தேதான் போனாயோ?

ஆண்: எதனாலே சேதங்கள்
புரியாமல் நின்றாயோ?
விதி ஆடும் ஆட்டத்தை
விலைபேச வந்தாயோ?

பெண்: கரைசேரா ஓடம் நீயோ?
திசைமாறிப் போகின்றாயோ?
மனமே

வருந்தாதே நீயும் வீணே
வலியாவும் தீரும் தானே

ஆண்: தவறான சொல்லாலே
தடுமாறி நின்றோமே
உறவே இல்லை தனியானோமே
வழி சேரும் முன்னாலே

இடம் மாறிச் சென்றோமே
விடையே இல்லை புதிரானோமே

செய்யும் தவறும் சரியாய்
ஆகக்கூடும் – அதுபோல்
செய்கின்ற அன்பில் காயம்
ஆறிப் போகுமே

பெண்: மழைமேகம் தூறும் போது
தடைபோடும் பூமி ஏது? மனமே

புகைபோலே தானே சோகம்
பனிபோலே நீங்கிப் போகும்

•

ஆண்: எரியாமல் தீயில்லை
உதிராமல் பூவில்லை
துயரே இல்லா மனம் இங்கில்லை

சிலநேரம் மண்மேலே
மலர் கூட முள்போலே
தெரியும் இங்கே அதுதான்
தொல்லை

உண்மை அதனை அறிந்தால்
வன்மம் ஏது – எதுவும்
நம் கையில் இல்லை காலம்
போடும் கோலமே

பெண்: அறியாமல் செய்யும் பாவம்
அதனாலே சேரும் கோபம்
இரவானால் மூடும் வானம்
விடியாமல் எங்கு போகும் ?

வன்மம்
ஜெயகிருஷ்ணன்
இசை: தமன்
குரல்: தமன், பூஜா, சுஜித் சுரேசன்
2014
◻

132

காட்டில் விறகெடுத்து காலத்தை ஓட்டும் மனிதர்கள் நிறைந்த மலைதேசம். தங்கள் குல தெய்வதிற்கு விழா எடுக்கிறார்கள். குலதெய்வ வழிபாடு என்பது தொன்றுதொட்டுத் தொடரும் வாழ்வுமுறை. நம்பிக்கை சார்ந்த வழிபாடு என்பதால் அதை நாத்திகவாதிகள்கூட விமர்சிப்பதில்லை. ஆதி மனிதனின் இயற்கை குறித்த அச்சங்களுக்கு மாற்றாக விளைந்த இவ்வகையான வழிபாடுகள் ஊருக்கு ஊர் வேறுபடும். தங்கள் உறவுகள் தங்கள் மரபுகள் என அவர்கள் ஏற்படுத்தி வைத்திருக்கும் கருதுகோள்களுக்கு இப்பாடல் கட்டியம் கூறுகிறது. மூதாதையர் நடந்துபோன காலடியில் கிடக்கும் மண்ணே எங்கள் திருநீறு என்கிறார்கள். இது, பக்திக்கும் பற்றுக்கும் இடையே போடப்பட்ட பாலம்.

●

ஊரோரம் ஊரோரம்
ஒண்ணா சேந்து எல்லாரும்
பூவாரம் பொன்னாரம்
போட வந்தோம் இந்நேரம்

அண்ணாமலையாரே எங்க
ஆயுசுக்கும் ஆதாரம்
அவரோட கண்ணுபட்டா
அகண்டு போகும் சேதாரம்

தீபம் ஏத்தி வச்சி நாங்க
வணங்கி நின்னா மழதூறும்
வருவதில்ல தகராறும்

●

ஆணும் பெண்ணும் கூடித் திங்க
பொங்கி வப்போம் ஆகாரம்
நாடு விட்டு நாடு போயி
செஞ்ச தில்லே யாவாரம்

நாள என்ன ஆகுமுன்னு
எடபோட மாட்டோமே
காட்ட நம்பி வாழும் நாங்க
பவுசோட வாழ்வோமே

இருப்பத வச்சி பொழக்கிற எங்க
சனங்கள ஜெயிக்கவும்
முடியாதே

துக்கம் எங்க பக்கம் வந்த
சேதி ஏதும்
கெடையாதே

•

ஆதி சாதி நாங்கதானே
யாரும் இல்லே முன்னாலே
ஆணிவேரப் போல நாங்க
அன்ப வப்போம் தன்னாலே

கோக்குமாக்குப் பண்ணி நாங்க
ஒறவாட மாட்டோமே
வாக்கு மாறி வயித்துக்காக
களவாட மாட்டோமே

கணக்குகள் இல்ல வழக்குகள் இல்ல
சடங்குகள் இருக்குது
பலநூறு

வானம் போல வாழும் எங்க
பாத மண்ணும்
திருநீறு

காடு
ஸ்டாலின் ராமலிங்கம்
இசை: கே
குரல்: ஜெயமூர்த்தி
2014
□

133

முதல் காதலை எத்தனை முறை எழுதினாலும் அலுப்பதே இல்லை. வார்த்தைகள் வெவ்வேறாக வந்து விழுந்தாலும் உணர்வு என்னவோ ஒன்றுதான். கதாநாயகர்களும் கதாநாயகிகளும் மாறிக்கொண்டிருக்கிறார்கள். ஆனாலும், கண்விழிக்கும் காதலோ ஒரே மாதிரிதான் இருக்கிறது. ஜாடையில் அவர்கள் தங்கள் மனதுக்குத் தகுந்த சாயத்தை அள்ளி அள்ளிப் பூசிக் கொள்கிறார்கள். பிறவி எதற்கென்று எனக்குத் தெரியாது. என்றாலும், இந்தப் பிறவியில் உன்னைச் சேர்ந்தால் மரணம் கிடையாது என்கிறான் அவன். காதல், மனிதனுக்கு ஆயுள் காப்பீடு போல.

●

ஒன்னப்பத்தி நெனச்சாலே
பொர ஏறுதே
உள்ளுக்குள்ள நொடிதோறும்
வெறி ஏறுதே

கண்ணு ரெண்டும் ஒறங்காம
கட போடுதே
காலு ரெண்டும் செருக்கோட
நட போடுதே

ஊரும் ஒன்னால அழகாகுதே
உறியா ஓயாம
உயிராடுதே

கோரப் புல் கூட மரமாகுதே
குருதி நரம்பெல்லாம்
எறும்பூறுதே

●

ஆகாயம் போல ஒன்ன
அண்ணாந்து பாக்க வச்ச
பாதாதி கேசம் எல்லாம்
தன்னால பூக்க வச்ச

வைக்கோலு போர நீதான்
பூஞ்சோல ஆக்கி வச்ச
கோடாங்கி பாற என்ன
பீங்கானா மாத்தி வச்ச

கடவுள் பரிசாக
ஒன நான் அறிஞ்சேனே
தவமே புரியாம
புனிதம் அடைஞ்சேனே

தெருவில் நடந்தே நீ
போனா தேரு
புழுதி அது கூட
ஆகும் நீறு

•

ஆகாரம் தேவ இல்ல
ஓம்பேரு யாரும் சொன்னா
வேறேதும் வேணாம் புள்ள
ஏங்கூட நீயும் நின்னா

ஊத்தோட நீரு போல
ஏங்கூட சேரு ஒண்ணா
ஓங்கூட சேரா விட்டா
போவேனே நானும் மண்ணா

பிறவி எதுக்காக?
எனக்குத் தெரியாது
அழகா ஒனசேந்தா
மரணம் கெடையாது

தொணையா இரு நீயும்
ஆவேன் ஆளா
என நீ பிரிஞ்சாலே
போவேன் பாழா..

காடு
ஸ்டாலின் ராமலிங்கம்
இசை: கே, குரல்: ஹரிச்சரண், 2014

134

அவன் சிறைபிடிக்கப்பட்டிருக்கிறான். துரோகத்திற்கு இரையான அவனைக் காவல் நிலையத்தில் போய் அவள் சந்திக்கிறாள். கசிந்துருகும் காதலனின் மேனி முழுக்கக் காயங்கள். ஒத்தடம் தருவதற்குக்கூட ஒருவரும் இல்லாத நிலை. தனக்கு எது ஒன்று என்றாலும், பதறிப்போகும் அவனை அவள் அக்கோலத்தில் பார்த்ததும் மீள முடியாத துயரத்துக்குள் மூழ்கிவிடுகிறாள். அவனைப் பார்த்துவிட்டுத் திரும்பும் பயணத்தில் காதல் கையசைத்துக் கூப்பிடுகிறது.

•

உயிரே
ஒன முழுசாக
ரசிச்சேனே எனக்குள்ள

பொழுதும்
ஒன ரசிச்சேதான்
பசி மறந்தேன் பய புள்ள

ஆகாயம் அழகில்ல
பூலோகம் அழகில்ல

ஒம்போல ஏதும் இங்க
அழகே இல்ல
அதனால ஆச வச்சேன்
அதுதான் தொல்ல

•

வெட்டுக்கத்தி இல்ல
வம்பு சண்ட இல்ல
ஆனா கூட என்ன நீதான்
தாக்கிப் போறே மெல்ல

சொட்டு ரத்தம் இல்ல
பொட்டு சத்தம் இல்ல
ஆனா கூட அன்பில் நீதான்
ஆச தீர கொல்ல

ஒனக்காக பொறந்தேனே
ஒனக்காக வளந்தேனே

ஓங்கூட சேரும் மட்டும்
இருப்பேன் புள்ள
மரிச்சாலும் கூட ஒன்ன
நெனப்பேன் வெல்ல

•

என்ன ஏதோ செஞ்ச
எப்ப வார கொஞ்ச
அந்த நாள எண்ணித்தானே
ஆறப்போட்டேன் நெஞ்ச

என்ன நீயும் மிஞ்ச
ஒன்ன நானும் கெஞ்ச
மத்த சேதி சொல்ல நானும்
பூசப் போறேன் மஞ்ச

மருதாணி செவப்பாக
இவ மேனி நெருப்பாக

எப்போ நீ வருவேன்னு
மனசும் ஏங்க
முடியாதே என்னால
நொடியும் தூங்க

காடு
ஸ்டாலின் ராமலிங்கம்
இசை: கே
குரல்: மது அய்யர்
2014
◻

135

மக்கள் புரட்சியே மாற்றத்தைக் கொண்டுவரும். தனித் தனித் தீவாகச் செயல்படாமல் தத்துவப் புரிதலோடு மக்கள் ஒன்றிணைந்தால் அதிகாரத்திற்கு அடிவயிறு கலக்கும். ஊர் மக்கள் இணைகிறார்கள். தங்களுக்கு எதிராக அதிகார வர்க்கம் நடத்திக்கொண்டிருக்கும் மோசடிகளைக் களைய முன்னேறு கிறார்கள். காட்டை அழித்து தங்கள் வீடுகளுக்குக் கதவுகளாகவும் சன்னல்களாகவும் உருமாற்றிக்கொண்ட அரசியல் பச்சோந்திகளுக்கு எச்சரிக்கை விடுக்கிறார்கள். காட்டை விட்டுவிட்டுக் கிளம்புங்கள் என்பவர்களுக்கு 'யாதும் ஊரே' என்ற தங்கள் பாட்டனின் பாடல் வரிகளை மேற்கோள் காட்டுகிறார்கள்.

●

எட்டுத்திக்கும் எங்கள் பக்கம்
என்றே நாங்கள் எழுந்தோமே
கட்டுப்பட்ட கூட்டம் இன்று
பற்றும் தீயாய் நிமிர்ந்தோமே

பட்டினி கண்டும் பயமில்லை
பட்டது போதும் எனச் சொல்வோம்
வெட்டிய காயம் ஆறும் முன்
வெல்வோம் வெல்வோம்

காடே எங்கள் தாய் தந்தை
அதனை நாங்கள் பிரிவோமா?
வீடு வாசல் இழந்தாலும்
விடியலை விட்டுக்கொடுப்போமா?

●

ஊர்க்குருவிகள் உயரப்பறக்குமா?
என்ற சொலவடை பொய்யாக
சீர் அழிவினை தடுத்து நிறுத்துவோம்
எங்கள் குருதியும் சூடாக

யாரோ செய்யும் சூழ்ச்சியில் எங்கள்
உரிமைகளும் பறிபோவதா?

சாத்தான் ஓதும் வேதமும் இங்கே
நிரந்தரம் என்று ஆவதா?

யாதும் எங்கள் ஊரென்று
பாட்டன் சொல்லக் கேட்டோமே
ஊரை விட்டுப் போ என்றால்
யாரும் போக மாட்டோமே

●

தீப்பொறிகளை திரைகளும் இட்டு
மூடி மறைத்திட முடியாதே
போர்க்களத்திலே சகுனம் பார்த்தால்
வெற்றிக் கனிகளும் கிடையாதே

காலம் சொல்லும் பாதையில் சென்றால்
கவலைகளும் முடிவாகுமே
மண்ணை வெல்ல கைகள் சேர்ந்தால்
சரித்திரமும் நமதாகுமே

துரோகம் எம்மை சுட்டாலும்
தூர்ந்து போக மாட்டோமே
வேண்டும் இன்னும் ஆவேசம்
சாவை ஒருகை பார்ப்போமே

காடு
ஸ்டாலின் ராமலிங்கம்
இசை: கே
குரல்: ஆனந்த்,அரவிந்தர்சன்
2014

◻

136

மாசில்லாத காற்று. மாசில்லாத நீர். மாசில்லாத வாழ்க்கை. இதுதான், எளிய கிராமத்து மக்களின் இருப்பிடம். அடுத்த நாள் குறித்த பயமேதும் இல்லாமல் இன்றை இயன்றவரை செலவழிக்கும் அவர்கள் ஏகாதிபத்திய இந்தியாவின் கண்களில் படாதவர்கள். வெடிகுண்டு சோதனைக்கும் வல்லரசுக் கனவுக்கும் அவர்கள் விரட்டியடிக்கப்படுகிறார்கள். தேசாந்திரம் தேசந்திரமாக வாழும் அவர்களே மண்ணின் பூர்வகுடிகள். அவர்களின் உரிமைகள் பறிக்கப்பட்டிருக்கின்றன. அவர்களின் சுதந்திரம் தனியார் முதலாளிகளால் சூறையாடப்பட்டிருக்கின்றன. ஆனாலும், அவர்கள் அது குறித்தெல்லாம் சலனப்படாமல் சகஜமாக வாழ்கிறார்கள். அவர்களின் அதிகபட்ச தேவை பசித்தால் சோறு, படுத்தால் தூக்கம்.

●

உச்சி மலக் காடு
அத ஒட்டியிருக்குது வீடு
கல்லுமுள்ளு ரோடு
காலமுள்ளவர நடபோடு

கொட்டுற பனியும்
கொளுத்தும் வெயிலும்
எங்கள மறந்திடாது – கள

வெட்டுற வெரலும்
ஒட்டிய வயிறும்
கெட்டத விரும்பிடாது

பசிச்சா சோறு
படுத்ததும் தூக்கம்
எழுந்தா வேல
எதுமில்ல ஏக்கம்

●

வேடியப்பன் கோயிலுல
வேண்டிக்கிட்டா நடக்கும் – எந்த

வேதனையும் தீருமுன்னு
ஊருசனம் நெனக்கும்

சாமச் சோறும் கொள்ளுக் கொழம்பும்
சாவ தொரத்தி அடிக்கும்
சீம தோறும் எங்க பெரும
பேச வாயி வலிக்கும்

உயிருவாழ எதும் எடுத்தா
காடு பொறுத்துக் கொள்ளும்
அளவுக்குமேல் அபகறிச்சா
அவன தெய்வம் கொல்லும்

●

காட்டுப்புலி எங்களோட
வாசம் வீச ஒதுங்கும் – எங்க
காலடியில் ஊறும் பாம்பு
கண்ணப் பாத்து பதுங்கும்

ஓஞ்சிடாத எங்க காலு
ஓடி ஓடி ஒழைக்கும்
வேர்வ எங்க கூட்டத்தோட
பசிய ஓங்கி உதைக்கும்

ஒருவரோட ஒருவர் சேர
ஒளிவு மறைவு இல்ல
உறுதியான எங்க சனங்க
கெடுதி புரிவதில்ல

காடு
ஸ்டாலின் ராமலிங்கம்
இசை: கே
குரல்: மகிழினி மணிமாறன்,
2014
□

137

டீக்கடைகளில் பாடல் கேட்டிருக்கிறோம். டீக்கடையைப் பற்றிப் பாடல் கேட்டிருக்கிறோமா? முதல் முறையாக டீக்கடையைக் குறித்த பதிவு. காதலையும் டீக்கடையையும் ஒப்பிட்டு ஒரு துள்ளலிசைப் பாடல். அவள் அவனுக்கானவள். ஆனாலும், அந்த நம்பிக்கையில் சிறு விரிசல். அந்த விரிசலை எப்படியாவது சரிசெய்ய அவள் வீட்டுக்கு எதிரே அவன் டீக்கடையை வைக்கிறான். அவளுக்கு அவன் மீது தனிப்பட்ட வெறுப்பில்லை. அப்பாக்களின் வீம்பிற்கு அவர்களின் நேசம் பலியாகிறது. அவன் புதிதாகக் கட்டி எழுப்பியிருக்கும் டீ மாளிகைக்கு அவள் வருகிறாள். டீக்கடையில் பயன்படுத்தப்படும் பொருள்களை வைத்துக்கொண்டு உவமைகளை உருவாக்கியிருக்கிறேன்.

●

ஆவி பறக்கும் டீக்கட – அவ
வந்ததனால பூக்கட
தேவி தினுசா பாத்திட – நான்
மறந்தே போனேன் சாப்பிட

காதல் என்னும் டீயிலே
நெஞ்ச பன்னா நனச்சிட்டா
தேடி வந்த தேவத
என்ன நேக்கா குடிச்சிட்டா

நேத்து வரைக்கும் நானுந்தான்
ஆகாம இருந்தேன் போனியா – அவ
பாத்து சிரிச்ச பெறகுதான்
ஆனேனே சால்ட்டும் சீனியா
சீனியா... சீனியா...

●

காதல் என்பது டபரா செட்டு
காலந்தோறுமே பிரியாது
ஆசை என்பது பலகாரத் தட்டு
மூடி வைக்கவும் முடியாது

சூட ஏத்தும் பாய்லரா
அவளது மேனியும் தோணுதே
சுக்கு மல்லி காப்பியா
அவளது வாசன வீசுதே

அவ பேச்சு செம டேஸ்டு
நெனச்சாலே அது பூஸ்டு
கேட்டுக்கோ கேட்டுக்கோ
மேட்டரு..

●
கன்னித் தீவுபோல் தொடரும் லவ்வ
டெய்லி பேப்பரா படிச்சேனே
உப்பு பிஸ்கட்டா அவளும் என்ன
புட்டுத் திங்கவே ஒடஞ்சேனே

ஜாட காட்டும் கண்ணுதான்
பழகிட டோக்கனும் வாங்குதே
மூட மாத்தும் சொல்லுதான்
மனசையும் பார்சலு போடுதே

அவ தொட்டுத் தரும் கிளாசு
அதிலேதான் உயிர் குளோசு
பாத்துக்கோ பாத்துக்கோ
டேஞ்சரு..

ரஜினிமுருகன்
பொன்ராம்
இசை: டி..இமான்
குரல்: வி.எம்.மகாலிங்கம், படவா கோபி
2015
□

138

வெகுநாள்களாகவே உன் மீது எனக்கொரு மையல் என்கிறான் அவன். எனக்கு மட்டும் இல்லையா என்ன? என்கிறாள் அவள். உடன்பட்டுப் போன பின்னும் முரண்பட்டு நிக்கும் நாணத்தை அவர்கள் நகர்த்திவைக்க முயல்கிறார்கள். ஊரே தங்களை உற்று நோக்குவதை அறியாமல் இருவரும் வெள்ளந்தியாய் விளையாடுகிறார்கள். களத்துமேடுகளும் கம்மாய்க்கரைகளும் அவர்கள் கண்மண் தெரியாமல் கட்டிக்கொள்வதை கண்ணடித்துப் பார்க்கிறது. தொட்டால் தள்ளுவதும் விட்டால் விரட்டுவதும் அவர்களுக்குள் நடக்கும் செல்ல யுத்தத்தின் சிநேக முழக்கம்.

●

ஆண்: ஓம் மேல ஒரு கண்ணு
நீதான் ஏ மொறப் பொண்ணு
ஒன்னோட இவன் ஒண்ணு
ஒன்ன மறந்தா வெறும் மண்ணு

இருக்குறேன் ஒன்னால
பறக்குறேன் தன்னால
கெறங்குறேன் நொறுங்குறேன்
பாரு நா ஓ மாப்புள

பெண்: ஓம் மேல ஒரு கண்ணு
நாந்தான் ஓ மொறப் பொண்ணு
ஒன்னோட இவ ஒண்ணு
ஒன்ன மறந்தா வெறும் மண்ணு

இருக்குறேன் ஒன்னால
பறக்குறேன் தன்னால
கெறங்குறேன் நொறுங்குறேன்
நீயேதான் ஏ மாப்புள

●

ஆண்: கொஞ்சுனா மிஞ்சுற
மிஞ்சுனா கொஞ்சுற
ஏன்டி இந்த நாடகம்?

பெண்: கெஞ்சுனா அஞ்சுற
அஞ்சுனா கெஞ்சுற
நாளும் ஒங்க ஞாபகம்

ஆண்: சொல்லாம கொள்ளாம
மூடி வச்சு – என்ன
அங்கேயும் இங்கேயும்
அலைய விட்ட

பெண்: அள்ளாம கிள்ளாம
நோக வச்சு – என்ன
முன்னாலும் பின்னாலும்
மொனக விட்ட

ஆண்: ஒத்துக்கிட்டா
மாமந்தான் கட்டிக்க
வாரேன் வாரேன்

●

பெண்: வெட்டுனா ஒட்டுற
ஒட்டுனா வெட்டுற
லூஸுப் பைய்யன் மாதிரி

ஆண்: கட்டுனா தட்டுற
தட்டுனா கட்டுற
வாவா கொல்லுதே வெறி

பெண்: கத்தாம சுத்தாம
நீயிருந்தா – ஒன்ன
திட்டாம கொட்டாம
ஏத்துக்குவேன்

ஆண்: நிக்காம கிக்கேற
நீ கொடுத்தா – மிச்சம்
வைக்காம குத்தாட்டம்
போட்டுக்குவேன்

பெண்: பொட்டு வச்ச
பொண்ணு நான் தொட்டுக்க
தாரேன் தாரேன்

ரஜினிமுருகன்
பொன்ராம்
இசை: டி. இமான், குரல்: மகாலட்சுமி ஐயர், ஜித்தன்
2015

□

139

கைகூடிவிட்டன கனவுகள். கவிழ்ந்திருந்த இரண்டு இதயங்களும் நிமிர்ந்து கொள்கின்றன. ஊருக்கெல்லாம் செய்தி சொல்லி உற்சவத்தைத் தொடங்க வேண்டியதுதான் பாக்கி. கொட்டடித்து, குலவை இட்டு, மஞ்சள் பூசி, மணமேடை ஏறி, ஒருமை பன்மையாகும் நேரத்தில் வரும் பாடல் இது. வழக்கமான கேலியும் கிண்டலும் அவர்களுள் வாய்க்கால் வெட்டுகிறது. இக்கரையில் அவனும் அக்கரையில் அவளும் இருந்தது விலகி அக்கறையில் இருவருமே அணைத்துக்கொள்ளும் நேரம் இது.

●

தும்பி பறந்ததுன்னா
தூரத்துல மழயடிக்கும்
கம்பு வெளஞ்சதுன்னா
மேகத்துல இடி இடிக்கும்

பூம் பூம் மாடு தலையாட
பொண்ணும் பையனும் வெளயாட
கூடி நிக்கிற ஊருசனம்
கொண்டாடப் போகுதய்யா

●

ஆண்: ராசாத்தி ராசாத்தி
போகாதே சூடேத்தி

பெண்: பாராட்டி சீராட்டி
போவேனா ஏமாத்தி

ஆண்: மாராப்பு போட்ட ஏ
மரிக்கொழுந்தே
ஊருக்குப் போடணும்
கறி விருந்தே

பெண்: பொல்லாத ஆசயெல்லாம்
ஓம் முன்னால கொட்டாய
போட

ஆண்: சொல்லாத சேதியெல்லாம்
நான் சொல்வேனே தெம்மாங்கு
பாட

•

ஆண்: ஒதட்டுக்கு சிரிப்பு
ஒரலுக்கு இடிப்பு
ஒன்னால ஆனேனே செவப்பு –
உயிர்
போனாலும் போகாதுன் நெனப்பு

இடுப்புக்கு மடிப்பு
எளமைக்கு வனப்பு
ஒம்மேல உண்டாச்சு மதிப்பு – ரதி
தேவி நீ என்னோட சிறப்பு

மஞ்சளு குங்குமம்
தொட்டு வையி – நீ
மல்லிகப் பூ வாங்கி கட்டி வையி

ஆண்: அட்சதத் தட்டோடு
பொட்டு வையி – ஓ
சீதனம் நானுன்னு தட்டி வையி

ஆண்: டமுக்கு டப்பாங்குத்து நீ
அய்யாவோட ஊர சுத்து
குமுக்கு கும்மாங்குத்து நீ
கூட வந்தாதானே கெத்து

ரஜினிமுருகன்
பொன்ராம்
இசை: டி. இமான்
குரல்: திவாகர், கல்பனா
2015
◻

140

ஊடகங்களில் பிரபல்யப்பட்டுவிடுகிற ஒரு வாக்கியத்தை வைத்துக்கொண்டு பாடலைத் தொடங்குவது இன்று நேற்று வந்த தல்ல. விரைவாக மக்கள் கவனத்தைப் பெறவும், அக்கவனத்தினால் எளிதாக விளம்பரப்படுவதும் சினிமா கற்றுவைத்திருக்கிற யுக்தி. அந்த விதத்தில் இந்தப் பாடலின் முதல் வாக்கியம் ஒரு தொலைக்காட்சி நிகழ்ச்சிக்குச் சொந்தமானது. கதைப்படி அவனை அவள் அலட்சியப்படுத்துகிறாள். ஆரம்பத்தில் அன்பு விசிறியை வீசிவிட்டுப் பின்னால் கண்ணீர் வேர்வைகளைப் பரிசளிக்கும் அவளைக் கண்டிக்கிறான். அவனுக்கும் அவளுக்கும் இடையே மூண்ட இனிய பகைக்கு ஒட்டுமொத்த பெண் சமூகத்தையும் கேள்வி கேட்கிறான். பள்ளிக்கூடம் போகும் போது பார்த்த பார்வை மறக்கல. சட்டை மீது பட்ட இங்க் இன்னும் கூட துவைக்கல என்பதுதான் அவன் கோபத்தின் குறியீடு.

●

என்னம்மா இப்படி
பண்றீங்களேமா?
என்ன்ம்மா இப்படி
பண்றீங்களேமா?

கத்திரிப்பூ தாவணி
கட்டிவந்த மோகினி
கித்தாப்ப காட்டுறாளே – என்ன
செக்காட்டம் ஆட்டுறாளே

அல்லிப்பூவா சிரிச்சவ
ஹசின் போல நடிச்சவ
அப்பன் பேச்ச கேக்குறாளே – என்ன
அக்கு அக்கா பேக்குறாளே

பொட்டப் புள்ள வனப்ப காட்டி
போனா உசுர சுண்டி
அத எண்ணி மனசு நோக
ஆனேன் சரக்கு வண்டி

என்னம்மா இப்படி
பண்றீங்களேமா?
என்னம்மா இப்படி
பண்றீங்களேமா?

●

வளவி வாங்கப் போகயில
வளஞ்சி வளஞ்சி கொடுத்தவ
கொலுசு வாங்கப் போகயில
குலுங்கிக் குலுங்கி குதிச்சவ

புடவ வாங்கப் போகயில
போனதென்ன தள்ளி - நான்
புருசனாகப் போகயில
போடுறாளே கொள்ளி

மொகத்துக்கு நாளும்
பூசினாளே பவுடரு
நெருக்கத்தில் அழக
ரசிக்கப் போனா மருடரு

ஹேருபின்னு பெண்டபோல
என்ன அவளும் ஆக்கிட்டா
போருவெல்லு மோட்டரா ஏ
நெஞ்சக் கொடஞ்சி போட்டுட்டா

●

கலரு பூந்தி வாங்கித் தர
கலங்கக் கலங்க அடிச்சவ
கடல முட்டாய் வாங்கித் தர
கவித கவித படிச்சவ

நகத்தப் போல காதலயும்
வீசுறாளே வெட்டி - நான்
செதறு தேங்கா போல மாற
ஓடுறாளே எட்டி

பணப்பெட்டி போல
கன்னி மனச பூட்டிட்டா
கறிச்சட்டி போல
என்னக் கழுவி ஊத்திட்டா

பள்ளிக்கூடம் போகும் போது
பார்த்த பார்வ மறக்கல
சட்ட மேல பட்ட இங்க்க
இன்னும் கூட தொவைக்கல

என்னம்மா இப்படி
பண்றீங்களேமா?
என்னம்மா இப்படி
பண்றீங்களேமா?

ரஜினிமுருகன்
பொன்ராம்
இசை: டி. இமான்
குரல்: டி. இமான்
2015
□

141

கதாநாயகனின் அறிமுகப் பாடல். பெரிய கொள்கைகளோ பெரிய பெரிய இலட்சியங்களோ இல்லாத கூட்டம் ஒன்று எல்லா ஊர்களிலும் உண்டு. அக்கூட்டத்தின் பிரதான எதிர்ப்பார்ப்பு கொண்டாட்டம். வாழ்வைக் கொண்டாடுவதுதான் தங்களுக் குள்ள வேலை என்பதுபோல் வாழ்ந்துவரும் அக்கூட்டத்தில் ஒருவன், குறும்புகள் கொப்பளிக்க வினையில்லாத அவனுடைய விளையாட்டுத்தனங்கள் விருப்பத்துக்குரியன. முருகனுக்கு முன்னால் ரஜினியைச் சேர்த்து பெயர் வைத்த அவனுடைய தந்தையை என்னவென்பது?

●

கொக்கரக்கோ கோழி கூவ
கொண்டச் சேவல் குத்துப் போட
கூத்தடிக்க வந்திருக்கேன்
முருகன் ரஜினி முருகன்

கன் கன் கன் கன்
ரஜினி முருகன் கன் கன் கன்

டன்டனக்குற தாளத்தோட
டப்பாங்குத்து ஆட்டத்தோட
வந்து நிக்கிற ஒங்க நண்பன்
முருகன் ரஜினி முருகன்

கன் கன் கன் கன்
ரஜினி முருகன் கன் கன் கன்

நாள என்ன ஆகுமுன்னு
பீலிங் இல்ல
ஒருரூவா கூட பாக்கெட்டுல
சேவிங் இல்ல

காலம் நேரம் பாத்து காத்து
வீசவில்ல

கருத்தோட வாழ ஆசப்பட்டா
ஓவர் தொல்ல

கவல ஏதும் எனக்கு இல்ல
பங்கு பங்கு – நான்
தலையில் மகுடம் தரிச்சிடாத
கிங்கு கிங்கு

●

சும்மா பாத்தாலும்
லொள்ளுங்கிறாய்ங்க
பாலக் குடிச்சாலும் கள்ளுங்கிறாய்ங்க

தில்லா ஜெயிச்சாலும்
லக்குங்கிறாய்ங்க
சிக்ஸர் அடிச்சாலும் டக்குங்கிறாய்ங்க

மல்லி வாசம்
எங்க உள்ளத்துல வீசும்
ஒரு போதும் நாங்க இல்ல இல்ல
இல்ல மோசம்

அட்டகாசம்
அளவில்லா செமபாசம்
பொதுவாக சொன்னா நாங்க கொஞ்சம்
வித்தியாசம்

கலங்காம வாழும்
நாங்க தனிக் கூட்டம்
கடன் கேட்டாக்கா எடுப்போமே
ஓட்டம்

●

வேசம் போடாம
பேசிச் சிரிப்போம்
ஓசி டீ வாங்கி ஒண்ணா குடிப்போம்

யுகபாரதி

கூட்டு சேர்ந்தாலே
வீட்ட மறப்போம்
கும்பலா நாங்க டாப்பு அடிப்போம்

சிட்டுப் போல
தறி கெட்டு தரமேல
நெதம் சுத்திடுவோம் எங்களுக்கு
இதான் வேல

பட்டுச் சேல
அத கட்டிவரும் கேள
ஒறவாக்கிக்கொள்ள எண்ணும் எண்ணும்
எங்க மூள

மறக்காம நாங்க
வீதி தோறும் நிப்போம்
மொற மாமனாக நெஞ்ச எழுதி
வப்போம்

ரஜினிமுருகன்
பொன்ராம்
இசை: டி. இமான்
குரல்: சிவகார்த்திகேயன்
2015
◻

142

அழகு சூழ்ந்த வெளி. அற்புதமான மலைப்பாதை. அவ்வழியே தினந்தோறும் பிரயாணம் செய்யும் ஒருவன். எழிலைக் கடன்வாங்கி இசையை அடைகிறான். மழையும் வெய்யிலும் அவனுக்குப் பெண்ணாகத் தெரிகிறது. இயற்கையைக் காதலிக்கும் அவன் எல்லாவற்றிலும் கவிதையைத் தேடுகிறான். கம்பனை, கண்ண தாசனைக் கூப்பிடத் தேவையில்லை. இப்பேரழகைப் பார்க்கும் பாக்கியம் கிடைத்த நானும் அவர்களுக்கு ஈடாக எழுத இயலும் என்கிறான். மிகை உணர்ச்சியே மனிதனை மிருக உணர்ச்சியி லிருந்து மீட்கிறது.

●

என்னடி என்னடி ஓவியமே
உன்னை வரைந்தது யார்?
சொல்லடி சொல்லடி ஜாடையிலே
என்னை இழுத்தது யார்?

பச்சை நிற தாவணியில்
பட்டுடலைக் காட்டுறாய்
இச்சை கொள்ளும் பேரழகை
ஏனடி பூட்டுகிறாய்

●

சாரல் மழையோடு வந்தாள்
கோடை வெயிலோடும் வந்தாள்
யாரோ? அவள் வீசும் தென்றலே

பாவை அவள் மாலை வந்தாள்
காலைப் பொழுதோடு சென்றாள்
யாரோ? அவள் ஆசைத் திங்களே

கம்பன் இல்லை போடி
உன்னை இன்னும் பாட
எங்கே கண்ணதாசன்
என்றே நானும் தேட

யாருமிங்கு தேவையில்லை
உன் அழகைப் பார்த்திருந்தால்
கற்பனைகள் கோடி வரும்
என்பது உண்மையடி

●

தாயின் ஒளி வீசும் முகம்
பார்த்தால் அதுதானே சுகம்
வேறு சுகம் ஏது? மண்ணிலே

நாமே மறந்தாலும் அவள்
பாசம் விலகாது; நிழல்
போலே தொடராதோ? அன்பிலே

பத்துத் திங்கள் தானே
அன்னை கொண்ட பாரம்
பின்னே எந்த நாளும்
நட்பே நம்மை ஆளும்

செல்லுகிற பாதை எல்லாம்
சொந்தமென ஆகிறதே
சொர்க்கம் இந்த பூமியிலே
சொக்கிட வைக்கிறதே

ஜன்னலோரம்
கரு.பழனியப்பன்
இசை: வித்யாசாகர்
குரல்: திப்பு
2013
□

143

ஊரே கூடி சிறு தெய்வத்திற்கு விழா எடுக்கிறது. ஒவ்வொருவரும் ஒவ்வொரு வேண்டுதலை தெய்வத்திடம் முன்வைக்கிறார்கள். ஆட்டம் பாட்டம் கூத்து என்று அந்த இடமே அமர்க்களப்படும் நேரத்தில், காதலர்களும் தங்களுடைய வேண்டுதலைக் கண்களால் சமர்ப்பிக்கிறார்கள். நிவர்த்திக்கான வேண்டுதல்தான் இதுவும். ஆண் பெண்ணிடமும் பெண் ஆணிடமும் வேண்டுகிற இந்த வேண்டல் ஆதியிலிருந்தே ஆரம்பமானது. மனசுல இருக்கு, உதட்டுல வரல. உதட்டுல இருந்தும், மறைக்கிற பொருள. அது என்ன பொருள் என்பதை உங்கள் கற்பனைக்கே விட்டுவிடுகிறேன்.

●

ஆச வச்ச மனசுல எச
ஆட வைக்கும் வயசுல எச
கூட ஒன்னு கூட
புது ராகம் உருவாச்சு

ஓட தண்ணி உரசுற எச
மூங்கி குச்சி முனகுற எச
பாட மெட்டு பாட
பனி வாட அனலாச்சு

ஏ
தொடங்கிச்சு காத்து
தொடரட்டும் கூத்து
இளவட்டம்தானே
ஆளாச்சு

●

பெண்: கண்ணு காட்சியில
கையி மேனியில
ஒன்னப் போல ஒரு திருடனில்ல

ஆண்: அந்தி வேலையில
அன்பு கூடயில
சட்டம் பேசுறது தவறு புள்ள

பெண்: மனசுல இருக்கு
உதட்டுல வரல

ஆண்: உதட்டுல இருந்தும்
மறைக்கிற பொருள

களவானிப் பய நானே
என்ன பேசுற காதுல
பூவ சுத்தி

●

பெண்: நித்தம் ஆசையில
இத்துப் போனவள
முத்தம் கேட்குறது முறையுமில்ல

ஆண்: மெத்த போடயில
சத்தம் போடுறீயே
என்ன நியாயம் இது? தெரியவில்ல

பெண்: அலையில தனியா
ஒதுங்குது நுரைதான்

ஆண்: புதையலு எதுவும்
எடுக்கிற வரைதான்
சரிதானே சரிதானே

பெண்: ஒன்ன பார்த்திட வாழ்ந்தது
என் தவறு

ஜன்னலோரம்
கரு.பழனியப்பன்
இசை: வித்யாசாகர்
குரல்: திப்பு, ஹரிச்சரண், வேல்முருகன், பிரியா ஹேமேஷ், அபிராமி
2013
□

144

எப்போது உன்னைப் பார்த்தேனோ அப்போதே ஆசை வைத்தேன் என்கிறாள் அவள். உன்னுடைய சம்மதம் வாங்குவதற்கு முன்னே தாலி வாங்கி வைத்தேன் என்கிறான் அவன். அவனை அவளறிவாள். அவளை அவனறிவான். இரண்டு பேரையும் காதல் அறியும். நூறு நூறு வருடங்கள் தேவையில்லை. பல கோடி வருசமும் இல்லை. ஒரே ஒரு நொடி உன்னோடு இருந்தால் போதும் என்கிறாள். உன் மீது அடிக்கும் வாசம் வெறும் வாச மல்ல. உயிரின் காதல் வாசமென்கிறான் அவன். பிரியங்களைப் பரிமாறும் இதயங்களுக்குப் பிடிவாதமில்லை. பிடிமானம்தான் உண்டு.

●

ஆண்: ஒன்னப் பாக்காம பாக்காம
 ஒண்ணும் பேசாம பேசாம
 இல்ல தூக்கம்
 அய்யோ ஏக்கம்

பெண்: ஒன்னக் காங்காம காங்காம
 வெட்கம் நீங்காம நீங்காம
 இல்ல பேச்சும்
 அய்யோ கூச்சம்

ஆண்: எனக்குள்ளே நூறு பேச்சு
 சிரிப்பேனோ கூடிப்போச்சு

பெண்: பொழுதெல்லாம் வீணாப் போச்சு
 புரியாம ஏதோ ஆச்சு

ஆண்: மனசெல்லாம்
 பட்டாம்பூச்சி ஒன்னால

●

பெண்: அன்னைக்கே பாசம் வச்சேன்
 அப்பவே ஆச வச்சேன்
 என்னைக்கும் நீயே தான்னு
 ஏதேதோ பூச வச்சேன்

ஆண்: சந்திக்க சேதி வச்சேன்
சம்மதம் கேட்டு வச்சேன்
கட்டிக்க தாலி செஞ்சி
எப்பயோ வாங்கி வச்சேன்

பெண்: நூறு வருசமும் இல்ல
பலகோடி வருசமும் இல்ல
ஒரு நாளு ஒருநொடி போதும்
ஓங்கூட

ஆண்: முல்லப்பூ வாசம் என்ன?
மல்லிப்பூ வாசம் என்ன?
கண்ணே ஓ வாசம் பட்டா
கல்லுமே பூப்பதென்ன?

பெண்: அத்திப்பூ வாசம் என்ன?
அல்லிப்பூ வாசம் என்ன?
அய்யா நீ இல்லாம நா
அரளிப்பூ கேட்பதென்ன?

ஆண்: போதும் நிறுத்தடி யம்மா
புரியாம கொழம்புற சும்மா
உசுரோட அடிக்கிற வாசம் – அது
காதல்தான்

ஜன்னலோரம்
கரு.பழனியப்பன்
இசை: வித்யாசாகர்
குரல்: ஹரிச்சரண், அபிராமி
2013
▫

145

வீண் பழி. விரும்பத்தகாத அவமானம். உண்மையை உணர்த்தக் கூட இயலாமல் காலம் எழுப்பிய கட்டாயச் சுவர். பூமியே விண்டுவிடும் போல இருக்கிறது அவனுக்கு. விதியை நோவதா, விருப்பத்தை நோவதா என்னும் நிலை அவளுக்கு. சத்தியம் வேறாக இருந்தாலும் சாட்சிகள் சொல்வதை நம்பவேண்டிய தர்மசங்கடத்தைத் தவிர்க்க முடியாமல் தத்தளிக்கிறார்கள். ஏலமலை தோப்பு. செங்கரையான். சாமக்கோடாங்கி. பதங்களை அழகழகாக உருவாக்கும் மக்கள் தமிழை, அவர்களின் சிக்கலுக்கு ஏதுவாக சிண்டுமுடிந்தேன். கண்ணாடி சீசாவாய் அவர்கள், அன்பு உடையாமல் இருக்க ஆண்டவனிடம் மன்றாடுகிறார்கள்.

●

பெண்: ஏலமல தோப்ப
செங்கறையான் திங்குமின்னு
சாமக் கோடாங்கி
சொல்லவே இல்ல

ஏரு கலப்ப ஒண்ணு
நெஞ்ச உழுத கத
யாரும் இதுகாரும்
கேட்டதே இல்ல

யான கொடிக்கால
ஏனோ மிதிச்சிடுச்சி
யார பழிபோட?
அய்யா அய்யா

தானே நடந்திருச்சி
தப்பா முடிஞ்சிருச்சி
ஒண்ணும் புரியவில்ல
மெய்யா பொய்யா

●

பெண்: நீர வடிக்கத்தானா – கன்னி
கண்ணு ரெண்ட வாங்கி வந்தேன்– மண்ணில்

வாடிக் கசங்கத்தானா? - முல்லப்
பூவு நானும் பொறந்துவந்தேன்

ஆண்: பாடம் படிக்கத்தானா? இந்தப்
பாமரனும் கௌம்பி வந்தேன் - வச்ச
சூடம் பொசுங்கத்தானா? நானும்
சூரக் காத்தா சொழண்டு நின்னேன்

பெண்: தன்னால எல்லாமே ஆவதில்ல
தண்ணீர சீமெண்ணெ சேர்வதில்ல

ஆண்: பொல்லாத சந்தேகம் தேவயில்ல
நம்மால இங்கேதும் நேர்வதில்ல

●

பெண்: ஓட கலங்கிப் போனா - கொஞ்ச
நேரத்துல தெளியுமய்யா - பொண்ணு
உள்ளம் கலங்கினேனே - அந்த
உண்மை என்ன வௌங்கலய்யா

ஆண்: நாலு கெழம போனா - பட்ட
காயமுந்தான் மறையுமம்மா - கெட்ட
பேர கழுவ நானே - எங்க
போவதுன்னு தெரியலம்மா

பெண்: குத்தால நீராக நானிருந்தேன்
கத்தாழக் காடாக காஞ்சதென்ன?

ஆண்: கண்ணாடி சீசாவா நானிருந்தேன்
கல்மோதித் தன்னால சாஞ்சதென்ன?

ஜன்னலோரம்
கரு.பழனியப்பன்
இசை: வித்யாசாகர்
குரல்: வேல்முருகன், அனுராதா ஸ்ரீராம்
2013

☐

146

நடைவண்டிப் பயணம். நுங்குவண்டிப் பயணம். குதிரைவண்டிப் பயணம் எனத் தொடங்கி இறுதியில் தள்ளுவண்டிப் பயணத்தில் முடிகிறது நம்முடைய யாத்திரை. குழந்தைகளுக்கு வண்டி என்பது குதூகலத்தின் குறியீடு. அந்த வயதில் அவர்கள் நடந்து போனாலும் வண்டியில் போவதுபோலவே கற்பனையை வரித்துக் கொள்வார்கள். ஊருக்குக் காலையும் மாலையும் மட்டுமே வரும் பேருந்தில், ஏறிக்கொள்வதும் இடம் பிடிப்பதும் அவர்களுக்கு இன்பமளிக்கக்கூடிய விஷயம். ஈழத்து நாட்டார் பாடல் தொகுப்பி லிருந்தும் இணையத்தில் கிடைத்த இன்னபிற பாடல்களிலிருந்தும் கதைக்குத் தேவையான கருப்பொருளை எடுத்துக்கொண்டேன். தொடர்ச்சி அறாமலிருக்க சொந்தமாகவும் சில சொல்லாட்சிகள்.

●

தத்தலி புத்தலி மக்கான் சுக்கான்
பாலு பரங்கி ராட்டினம் பூட்டினம்
கட கட வண்டி
கௌம்புது நொண்டி ஓரம்போ..

அத்திலி சித்தலி சுக்கான் மக்கான்
ஆடிக் குலுங்கி வீட்டுல சேக்கணும்
தட தட வண்டி
தளும்புது முண்டி ஓரம்போ..

வாகமல வண்டி
சேருமிடம் தொண்டி
போகுதடா முந்தி ஓரம்போ...

துள்ளித் துள்ளிதான்
ஏறிக்கோ ஏறிக்கோ
இல்ல இல்ல எடம்
தொத்திக்கோ
தொத்திக்கோ

தள்ளித் தள்ளிதான்
போயிக்கோ போயிக்கோ

எங்க ஏறங்கணும்
சொல்லிக்கோ

●

சக்கரம் சுத்துது எக்கா எக்கா
சத்தம் கொடுக்குது மக்கா மக்கா
உறுமுது வண்டி
ஒதுங்கிடச் சொல்லி போ போ போ

முக்குல நிக்குது கொக்கா கொக்கா
முன்னுக்குப் போவுது டக்கா டக்கா
கௌம்புற வண்டி
எழுப்புது ஊர டீ டீ டீ

மேடு குழி எல்லாம்
பாத்து வரும் வண்டி
காடு மல தாண்டும் பார் பார் பார்

அக்கம் பக்கம் நீ
பாத்துக்கோ பாத்துக்கோ
நம்ம ஊரு வரும்
நின்னுக்கோ
நின்னுக்கோ

குய்யா முய்யா ஏ
சாஞ்சிக்கோ சாஞ்சிக்கோ
கைய்யில் உள்ளத நீ
வாங்கிக்கோ

ஜன்னலோரம்
கரு.பழனியப்பன்
இசை: வித்யாசாகர்
குரல்: லஷ்மனன், அரவிந்த், ஹரிஷ், ரிஷி, ஐஸ்வர்யா
2013

□

147

தன் வாழ்வுக்குப் போதுமான சகல தைரியத்தையும் சக்தியையும் கொடுத்த தாயைப் பற்றிய பெருமிதம் இது. ஒன்றைப்போல இன்னொன்று இருக்கும் இவ்வுலகில் ஒரு தாயைப் போல இன்னொரு தாய் இல்லை என்பதே நிஜம். நிஜத்தை எத்தனை முறை வேண்டுமானாலும் சொல்லலாம். உயர்ந்தவற்றைப் பட்டியலிட்டு அதற்கு நேர் நேராக அம்மா என்று எழுதினாலும் அவை எல்லாவற்றையும்விட உயர்வாக அன்னை தென்படுவாள். நடுத்தர வர்க்கத்து இளைஞன் ஒருவன், தன் தாயை வியந்தோதும் இப்பாடலை சொல்லச் சொல்ல இசையமைத்த தினாவின் இசை ஆளுமை திகைப்பூட்டியது.

●

அம்மா என்பது சொல்லல்ல
அன்புக் கடவுளின் நிஜ வடிவம்
அம்மா என்பது உறவல்ல
தொப்புள் கொடிகளின் மறு உருவம்

காற்றும் கடலும் மாறிடலாம்
தாயவள் பாசம் மாறாதே
நேற்றும் இன்றும் போய்விடலாம்
தாயவள் நேசம் போகாதே

ஊட்டிய சோறும் பாடிய பாட்டும்
ஒவ்வொரு நொடியும் மறவாதே
வீட்டினில் வாழும் புண்ணியம் அவளது
கால்களைத் தொழுதிடத் தயங்காதே

●

மலைகளில் உயரம் எதுவென்று
கேட்டால் பதிலைச் சொல்லிடலாம்
நதிகளில் ஆழம் எதுவென்று
கேட்டால் அதையும் சொல்லிடலாம்

அன்னையின் பெருமை சொல்லிடவே
ஆகாதென்றும் உலகினிலே

பெற்றவள் கடனை அடைத்திடவே
இயலாதிந்த பிறவிலே

ஒன்றைப் போல இன்னொன்று
இருப்பது உண்டு நிழல்போலே
தாயைப் போல தாய்தானே
இல்லை உவமை புவிமேலே

●

ஐயிரு மாதம் கருசுமந்து
ஆரத் தழுவும் உண்மையவள்
ஆலயம் தோறும் நடைநடந்து
கண்ணீர் நமக்கு சிந்தியவள்

எத்தனை விரதம் தனக்குள்ளே
இருந்தாள் என்று தெரிகிறதா?
சந்திர சூரிய ஒளியெல்லாம்
அவள்தான் என்பதும் புரிகிறதா?

கல்லில் வடித்த கருவறையை
பூசைகள் செய்து புகழ்ந்தோமே
நம்மைச் சுமந்த கருவறையை
எண்ணிப்பார்க்கவும் மறந்தோமே

பாசக்கார நண்பர்கள்
ஃபெரோஸ்கான்
இசை: தினா
குரல்: மதுபாலகிருஷ்ணன்
2011
◻

146

ஒரு பாடலால் ஒரு திரைப்படம் பெருவெற்றி பெறும் என்பதை நான் ஒருபோதும் நம்பியதில்லை. கதை உதவி செய்யாமல் அது எத்தனை சிறப்பு வாய்ந்த பாடலானாலும் வெற்றி பெறுவது சாத்தியமில்லை. இப்போதும் இந்தக் கருத்தில் எனக்கு மாறுபாடு இல்லை. மன்மதராசா பாடல் பட்டிதொட்டியெல்லாம் பரபரப் பான சமயத்தில் அதே மாதிரி எழுதச்சொல்லி எனக்கு வந்த அழைப்புகளை எல்லாம் செல்லமாகத் தவிர்த்தேன். காரணம், அதன் வெற்றிக்குப் பின்னால் நிகழ்ந்த ஆச்சரியத்தை என்னால் விளங்கிக்கொள்ள முடியவில்லை. இசையா? குரலா? வரியா? காட்சியா? கதையா? நாயக வழிபாடா? எது அதன் வெற்றியைத் தீர்மானித்தது என இன்னமும்கூடச் சொல்லமுடியவில்லை. எல்லாம் சேர்ந்ததுதான் வெற்றி. மென்மையான பாடல் மட்டுமே நான் எழுதுவேன் என்றிருந்த காலத்தில் இப்பாடல் என்னையும் வெகுசன பாடலாசிரியனாக மாற்றியது. பாவத்தைப் போல உன்னை மறைத்து வைத்தேன் என்ற வரியைப் பாராட்டாத வர்களே இல்லை.

●

பெண்: மன்மத ராசா மன்மதராசா
கன்னி மனச கிள்ளாதே
கண்ணுல லேசா கண்ணுல லேசா
என்ன கணக்கு பண்ணாதே

ஏம்
பச்சை உடம்புல
உச்சி நரம்பில
கிச்சி கிச்சி கிச்சி மூட்டாதே

ஏம்
ஒத்த உசுருல
முத்துக் கொலுசுல
உன்ன வச்சி வச்சிப் பூட்டாதே

ஆண்: மன்மத ராசா மன்மதராசா
ஒன்ன முழுசா தின்னானே

கண்ணுல லேசா கண்ணுல லேசா
பித்து பிடிச்சு நின்னானே

ஓம்
பச்சை உடம்புல
உச்சி நரம்பில
இச்சி இச்சி இச்சி வச்சானே

ஓம்
ஒத்த உசுருல
முத்துக் கொலுசுல
என்னை வச்சி வச்சித் தச்சானே

●

ஆண்: என்னக் கொறைய வச்சி
ஒன்ன நெறைய வச்சி
சும்மா அலைய வச்சியே வச்சியே

பெண்: ரெத்தம் ஒறைய வச்சி
முத்தச் சிறையில் வச்சி
எல்லாம் புரிய வச்சியே வச்சியே.

ஆண்: வாயோடு வாயா இனிக்க வச்ச
எனை முந்தானையோடு முடிஞ்சி வச்ச

பெண்: பாயோடு பாயா விரிச்சி வச்ச
என்ன பாவத்தைப் போல மறைச்சி
வச்ச

ஆண்: அழகெல்லாம் உனக்குள்ளே தங்க வச்ச
புது அழகெல்லாம் உனக்குள்ளே

தங்கவச்ச
அடி அதுக்குள்ளே என்ன நீ
எங்கே வச்ச?

ஆண்: நெஞ்ச உருக வச்சி
கொஞ்சம் மருக வச்சி
என்ன கருவ வச்சியே வச்சியே

பெண்: புத்தி சரியவச்சி
ம்..ம்.. தெரியவச்சி
என்ன மறைய வச்சியே வச்சியே

ஆண்: காய்ச்சாத பாலா திரிய வச்ச
என்னக் கந்தகம் போல எரிய வச்ச

பெண்: ஆத்தாடி நீதான் அனுபவிச்ச
என்னக் கூத்தாடி போல அலங்கரிச்ச

ஆண்: இரவெல்லாம் எனக்குன்னு ஒதுக்கிவச்ச
நடு இரவெல்லாம் எனக்குன்னு

ஒதுக்கிவச்ச
ஏந் உலகத்தை அதுக்குள்ளே
பதுக்கி வச்ச

திருடா திருடி
சுப்பிரமணியம் சிவா
இசை: தீனா
குரல்: ஷங்கர் மகாதேவன், மாலதி
2003

149

முடி திருத்தும் தொழிலாளியைப் போற்றி எழுதப்பட்ட இப் பாடலை அடிபிறழாமல் மனப்பாடம் செய்து என்னைப் பாராட்டிய இயக்குநரை நினைத்துப்பார்க்கிறேன். தமிழ் சினிமாவில் படம் பார்ப்பதைப் போலவே கதை சொல்லக் கற்ற ஒரு சிலரில் அவரும் ஒருவர். எது தேவை என்பதைத் தெளிவாகச் சொல்லிவிடுவார். அவர் சொல்லிய தகவலைச் செப்பமாகச் செய்தாலே பாடல் பளிச்சென்று வந்துவிடும். முடி திருத்தும் தொழிலாளியை என்னென்ன விதமாகப் பார்க்கலாம் என்பதை இப்பாடலில் வடித்திருக்கிறேன். 'அடுத்த மனிதன் வளர்ச்சி கண்டு மகிழும் மனிதன் உன்போலே, எவரும் இல்லை உலகில் என்று தலையும் தருவார் தன்னாலே' என்ற வரிகள் ஓசைக்காக எழுதியவை அல்ல. ஆசைக்காக, அவர்களை கௌரவிப்பதற்காக எழுதியது.

●

பேரின்பப் பேச்சுக்காரன்
யாரு யாரு கூறப்பா?
கைப்பிள்ளைகூடச் சொல்லும்
சூப்பர் ஸ்டாரு தானப்பா

ஆனந்த மூச்சுக்காரன்
கூறு கூறு யாரப்பா?
கேட்காம நாடே சொல்லும்
சூப்பர் ஸ்டாரு தேனப்பா

பார் போற்றும் பாசக்காரன்
அவர் போல யாரைச் சொல்ல?
பாராட்ட வார்த்தையில்ல

அவர் தோழனே
உனைப் பாடவே சுகம் கூடுதே
இதைவிடப் பெருமை கிடையாதே

●

தலையில் ஊரைக் காக்கும் சிவனை
தெய்வம் என்று சொல்வோமே
ஊரின் தலையைக் காக்கும் இவனை
என்றும் நெஞ்சில் வைப்போமே

இறைவன் காலில் முடியை வைத்து
வேண்டிக்கொள்ள எல்லோரும்
இவனின் கையை முதலில் தேடிப்
போகின்றோமே எந்நாளும்

இவன் கையை நம்பி வாழ்வை வெல்லும்
வாழ்வின் அத்தாட்சி – இவன்
ஆயுதங்கள் வைத்துக்கொள்ளும்
காந்தி அண்ணாச்சி

பிறர் தலையின் கனமெல்லாம்
இவனாலே குறையாதோ – இவன்
கறுப்புத் தங்கம் வெட்டி எடுக்கும்
கலைஞன் தெரியாதோ?

●

அடுத்த மனிதன் வளர்ச்சி கண்டு
மகிழும் மனிதன் உன் போலே
எவரும் இல்லை உலகில் என்று
தலையும் தருவார் தன்னாலே

கொடுத்த தலையைக் குறையில்லாமல்
செதுக்கும் கலையைப் பெற்றாயே
உதிர்ந்த முடியை அழகாய் மாற்றி
வறுமை போக்கக் கற்றாயே

நீ கத்திரிக்கோலை செங்கோலாக்க
வேலை செய்பவன் – நீ
சோப்பு போட்டு செய்யும் தொழிலால்
வாழ்வை வெல்பவன்

அழகாகும் முகமெல்லாம் உன்
கையின் பரிசாகும் – உன்
அழகு நிலையம் ஆண்கள் மட்டும்
ஆளும் அரசாங்கம்

குசேலன்
பி.வாசு
இசை: ஜி.வி.பிரகாஷ்
குரல்: கைலாஷ் கெர், ப்ரசன்னா
2008
◻

150

கோயில் வாசலில் அவள் கச்சேரி நடக்கிறது. என்ன தவம் செய்தேன் எனத் தொடங்கும் கீர்த்தனையை அவன் கேட்கக் கேட்க ராக ஆலாபனையில் மூழ்கி, அவனும் பாட ஆரம்பிக்கிறான். என் மனதுக்குள் அழகாகப் பூந்து சாமி ஆடுகிறாய் என்கிறான். மூன்று நாள் கணக்குப் போல தானும் தீட்டுப்பட்டுக் கிடப்பதாகத் தெரிவிக்கிறான். 'பசி மங்கிவிட்டது. படுக்கை தள்ளிவிட்டது. பெண்ணான பெண்ணே உன்போல நானும் ஆகிவிட்டேன்' என்று கிறுக்குக் கீர்த்தனைகளைப் பாடுகிறான். அவளோ அதை உணராமல் சக்கரையைச் சாதம்போல ஊட்டுகிறாள்.

●
அடியே
என்ன ராகம்
நீயும் பாடுற?

அழகா
உள்ள புகுந்து
சாமி ஆடுற

வக்கனையா பாக்குற
வம்புகள கூட்டுற
சக்கரைய சாதம்
போல ஊட்டுற

என்னய நீ ஏணிமேல
ஏத்துற ஏத்துற

●
இதுவர இப்படி இல்ல
கொடுக்குற ரொம்பவும் தொல்ல

எதுக்கு நீ பொறந்த தெரியல
எதுக்கு நீ வளந்த புரியல

பொதுவா உன்ன எண்ணி
போகுது என் ஆவி
துணையா நீ இல்லனா
கட்டிடுவேன் காவி

இருந்தேன் தண்டச் சோறா
எனை நீ குட்டிக்கூரா
போலத்தான் பூசுற
வாசமா வீசுற

பழகின நண்பன விட்டேன்
படிப்பையும் பட்டுனு விட்டேன்

அடிக்கடி தெருவ பாக்குறேன்
வருவன்னு வழிய பாக்குறேன்

தனியா நானும் கூட
கட்டுறேனே பாட்டு
முழுசா உன்னால நான்
ஆனேன் புள்ள தீட்டு

பசியோ மங்கிப்போச்சு
படுக்க தள்ளிப்போச்சு
காரணம் நீயடி
தூக்கவா காவடி

ரம்மி
ஆர்.பாலகிருஷ்ணன்
இசை: டி.இமான்
குரல் : அபய் ஜோத்பூர், பூர்ணிமா சதீஷ்
2013

5

விதை நெல் அவளென்று அவனுக்குத் தெரிந்ததும் நடவு செய்ய நாள் பார்க்கிறான். வாழ்க்கை என்னும் விளைநிலத்தில் இருவரும் கதிர்களாக இஷ்டப்படுகிறார்கள். வாழை மட்டையில் தீ விழுந்ததைப் போல உன் ஞாபகத்தீ மனதைப் பற்றிக்கொள்ளச் செய்கிறது என்கிறான் அவன். வாமடையாக ஓடத்துணியும் அவர்கள் இருவருக்குள்ளும் காதல், தண்ணீராகத் தளும்புகிறது.

•

ஒரு நொடி பிரியவும்
தயங்குதே இருதயம்

முழுதும் நிழலாக
கூட வர பொறந்தேன் நெசமாக
பிறவி பலநூறு
தாண்டியும் வருவேன் தொணையாக

•

ஆண்: வறண்டு விட்ட காவிரியா
இருந்த என்ன பூமழையா
பொழிய வச்ச காதல் என
ஆக்கிப் போச்சு வாமடையா

பெண்: ஓரக் கண்ணு ஜாடமாடையா
பேசி என்ன ஆக்கும் ஊமையா
வேலியிட யாருய்யா?
வேண்டுவத கேளய்யா

ஆண்: வெத நெல்லு ஒன்ன கண்டு
அறுவடைக்கு வந்தேன்
நானும் ஆசையா

●

பெண்: உறங்க கண்ணு மூடயிலும்
உறங்கவில்லை ஓந்நெனைப்பு
அய்யிரகெண்ட மீனா
அடங்காம நீந்தும் ஓந்நெனைப்பு

ஆண்: ஓந்நெனைப்பு ஊரக் கூட்டுதே
உள்மனசில் ஊசி ஏத்துதே
வாழமட்ட தீயிலே
போல இந்தக் காதலே

பெண்: தறிகெட்டு நிக்கும் நெஞ்சு
கொலையறுத்துப்புட்டு
கூச்சல் போடுதே

ரம்மி
ஆர். பாலகிருஷ்ணன்
இசை: டி. இமான்
குரல் : திவ்யா ரமணி, டி.இமான்
2013
□

152

ஒருபாடல் உருவாகும்போது அதை ஆத்மசுத்தியோடு அணுகினால் பெருவெற்றி பெறும் என்பதைத் திரும்பத் திரும்ப உணர்த்திக் கொண்டேயிருக்கும் பாட்டு இது. ஒரு மாலையில் இந்தப் பாடலின் உருவாக்கத்தில் பங்களித்துக்கொண்டிருந்தேன். இசையமைப்பாளர் சந்தமிசைக்க இசைக்க வார்த்தைகளைச் சொல்லிக் கொண்டே வந்தேன். பறவை தன் சிறகிலிருந்து ஒவ்வொரு இறகாக வலிக்காமல் உதறிவிடுவதைப்போல ஒவ்வொரு வார்த்தையும் வந்துவிழுந்தன. பெரிய பிரயத்தனங்கள் எதையும் எடுத்துக்கொள்ளாமல் பாடல் போக்கிலேயே நானும் இசையமைப் பாளரும் போய்க்கொண்டிருந்தோம். இறுதியில் எட்டியது இதம். எங்கள் கூட்டணி வெற்றிக்கு இதுவும் ஒரு சோற்றுப்பதம்.

●

ஆண்: கூடமேல கூடவச்சி
கூடலூரு போறவளே
ஓங்கூட கொஞ்சம் நானும் வரேன்
கூட்டிக்கிட்டு போனா என்ன?

ஒத்தையில நீயும் போனா
அது ஞாயமா?
உன்னுடனே நானும் வாரேன்
ஒரு ஓரமா

நீ வாயேன்னு சொன்னாலே
வாழ்வேனே ஆதாரமா
நீ வேணான்னு சொன்னாலே
போவேண்டி சேதாரமா

பெண்: கூடமேல கூடவச்சு
கூடலூரு போறவள
நீ கூட்டிக்கிட்டு போகச் சொன்னா
என்ன சொல்லும் ஊரும் என்ன?

ஒத்துமையா நாமும் போக
இது நேரமா
தூபத்தாலே தேச்சு வெச்சேன்
துரு ஏறுமா?

நான் போறேன்னு சொல்லாம
வாரேனே உன் தாரமா
நீ தாயேன்னு கேட்காம
தாரேனே தாராளமா

●

பெண்: சாதத்துல கல்லுபோல
நெஞ்சுக்குள்ள நீ இருந்து
செரிக்காம சதி
பண்ணுற

ஆண்: சீயக்காயப் போல கண்ணில்
சிக்கிக்கிட்ட போதும் கூட
உறுத்தாம உயிர்
கொல்லுற

பெண்: அதிகம் பேசாம
அளந்துதான் பேசி
எதுக்கு சட
பின்னுற

ஆண்: சல்லிவேர
ஆணி வேராக்குற
சட்ட பூவ வாசமா மாத்துற

பெண்: நீ போகாத ஊருக்கு
பொய்யான
வழி சொல்லுற

●

ஆண்: எங்க வேணா போயிக்க நீ
என்ன விட்டுப் போயிடாம
இருந்தாலே அது
போதுமே

பெண்: தண்ணியத்தான் விட்டுப்புட்டு
தாமரையும் போனதுன்னா
தரமேல தல
சாயுமே

ஆண்: மறைஞ்சி போனாலும்
மறந்து போகாத
நெனப்புதான்
சொந்தமே

பெண்: பட்ட தீட்டத் தீட்டத்தான்
தங்கமே
உன்ன பார்க்கப் பார்க்கதான்
இன்பமே

ஆண்: நீ பாக்காம போனாலே
கெடையாது மறு
சென்மமே

ரம்மி
ஆர். பாலகிருஷ்ணன்
இசை: டி. இமான்
குரல்: வந்தனா, பிரசன்னா
2013

153

மஞ்சனத்தி செம்பருத்தியாகும் மாயத்தைக் காதல் செய்கிறது. மஞ்சள் மதிமுகம் செம்பருத்தியாக சிவந்ததைக் காதல் என்று சொல்லாமல் வேறு என்னவென்று சொல்வது? வட்டக்கல் கிட்டிப் புல்லாகிவிடுகிறது. கட்டுக்கம்பி சணலாக, கண்ணுக்குட்டி சிங்கமாகிவிடுகிறது. இயற்கையை உற்று உற்றுப் பார்க்கையில் எல்லாவிதமான புதிர்களுக்கும் விடைகிடைத்துவிடுகின்றன. எனக்குள் நீ. உனக்குள் நான். நமக்குள் காதல் என்று அவர்கள் இருவரும் நயக்கிறார்கள்.

●

ஆண்: எதுக்காக
என்ன நீயும் பாத்த?
இவன் நெஞ்சுலதான்
மெல்ல மெல்ல பூத்த

பெண்: மழபோல
வந்து நீயும் ஊத்த
எத சொல்லுறது?
இல்ல இல்ல வார்த்த

ஆண்: நீ சொல்ல ஒண்ணும்
தேவ இல்ல ஆவல
சொல்லும் முன்னே
நானறிவேன் காதல

பெண்: அள்ளிக்கொண்டு போற
நல்ல ஆம்பள
அலும்புதான் தாங்கல

பெண்: மஞ்சனத்தி போல திரிஞ்சேனே
ஒன கண்டபின்னே செம்பருத்தி
ஆனேன் நானே

ஆண்: வட்டக்கல்ல போலக் கெடந்தேனே
ஒன சொன்னபின்னே கிட்டிப்புல்லா
ஆனேன் தானே

பெண்: கோடு போலத்தான் வாழ்ந்தவ
கோலம் ஆகிப் போனேன்

ஆண்: மோளமாடு போல் போனவன்
கோயில் காள ஆனேன்

பெண்: கத்தாழ உன்னால
கொத்தோடு மலர்ந்தேன்

●

ஆண்: கட்டுக்கம்பி கூட சணலாகும்
ஒன கண்ட பின்னே
வத்திக்குச்சி தீபம் ஆகும்

பெண்: உப்புத் தண்ணி கூட ருசியாகும்
ஒன சொன்ன பின்னே
கன்னுக்குட்டி சிங்கம் ஆகும்

ஆண்: போற போக்குல
நீ என பூட்டு ஏன்டி போட்ட

பெண்: சாவி கேட்குற சாக்குல
தாண்ட வேண்டும் கோட்ட

ஆண்: கல்யாணம் கட்டாம
கூடாது மெரட்ட

ரம்மி
ஆர்.பாலகிருஷ்ணன்
இசை: டி. இமான்
குரல்: சந்தோஷ் ஹரிஹரன், ஏ.வி. பூஜா
2013
□

154

பள்ளு இலக்கியத்தைப் படித்துக்கொண்டிருக்கையில் இப்பாடலுக் கான பல்லவி உதித்தது. ஊரே கையெடுத்து வணங்கத்தக்க ஒருவன். ஒரு கட்டத்தில் யாரோ சில பேருடைய சதிச்செயலால் கறை படிந்தவனாகக் காட்டப்படுகிறான். சூரியனே தத்தெடுத்த சுவீகார புத்திரனை சொந்தங்களும் விலக்கி வைக்கிறது. சுயத்துக்காக ஒரு போர். நிஜத்துக்காக இன்னொரு போர் என இரண்டு போர்களை அவன் எதிர்கொள்கிறான். அவனுக்கே அவனைப் பற்றித் தெரிவிக்கும் இப்பாடலை இசையமைப்பாளர் வித்யாசாகர் பாடியது எனக்குக் கிடைத்த பெருமைகளில் ஒன்று.

●

காசா படியளந்தா
கணத்த நேரஞ் செல்லுமுன்னு
நெல்லா படியளந்தா
நீண்ட நேரஞ் செல்லுமுன்னு

அரிசியா படியளந்தா
ஆக்க நேரஞ் செல்லுமுன்னு
சோறாவே படியளக்கும்
கார்மேகமே

தீராத கொடுமையெல்லாம்
தீர்த்து வைக்கும் மூத்தவனே
ஊரான ஊரையெல்லாம்
உறங்காமக் காப்பவனே

முப்பாட்டன் வழக்குகள
முடிக்க வந்த உத்தமனே
சூரியனே தத்தெடுக்கும்
சுவீகாரப் புத்திரனே

●

சீருண்டு சிறப்புண்டு
செல்வாக்கு உனக்குண்டு
கார்மேகம் தோற்காது

போடா - சாதி
வேருக்குத் தீவைத்து
வேகின்ற நேரத்தில்
வேர்வைக்கு முத்தம் நூறு
தாடா

ஏருண்டு எருதுண்டு
எதிர்காலம் நமதென்று
ஊருக்குத் தெரிவிக்க
வாடா - சம
நீதிக்கு முன்னாலே
நேர்கின்ற துன்பத்தின்
ஆதிக்கம் ஜெயிக்காது
போடா

●

தேருண்டு தெருவுண்டு
தொழுகின்ற மனமுண்டு
நேரட்டும் மாற்றங்கள்
போடா - தீய
நோய்கண்டு நொடிகண்டு
சாகின்ற மனிதர்க்கு
நோகாத மருந்தாகி
வாடா

களமுண்டு ரணமுண்டு
கரை மீறும் திமிருண்டு
பழி தீர படைகொண்டு
வாடா - ஒரு
உறவுண்டு பிரிவுண்டு
முடியாத பகையுண்டு
மரணத்தில் சந்திப்போம்
போடா

காா்மேகம்
எஸ்.பி.ராஜ்குமார்
இசை: வித்யாசாகர், குரல்: வித்யாசாகர், 2002

□

155

ஆட்டப் பாடலுக்கு அகராதி தயாரித்தால் ஆண் பெண் நையாண்டிகளே அதிக அளவு அர்த்தங்களாக இடம்பிடிக்கும். நீ இப்படி, நான் இப்படி என்பதோடு அடங்கிவிடக்கூடிய அபாயம் இதில் இருந்தாலும் தமிழிலுள்ள சொற்களின் அழகு களால் இவை இன்னமும் ஜீவித்திருக்கின்றன. பெரும் கருத் தாக்கங்களை இப்படியான பாடல்களில் வைக்க முடிவதில்லை அல்லது வைப்பதைத் திரை உலகம் விரும்புவதில்லை. அந்தந்த நேரத்திற்குத் தயாரிக்கப்படும் அவசர உணவுபோல இம்மாதிரியான பாடல்களிலும் தங்குபவை ருசி மட்டுமே.

●

ஆண்: கைய தொட வேணாம்
காலில் விழ வேணாம்
கண்ணால பேசு போதும்

பெண்: மால தர வேணாம்
கூட வர வேணாம்
தள்ளி நீ போனா போதும்

ஆண்: வேற எதுவேணும்
சொல்லு புள்ள
வேதன உன்னால என்ன சொல்ல

பெண்: போதும் வழியாத
ஒண்ணும் வேணாம்
நீ வந்து என்ன தொல்ல
பண்ண வேணாம்

ஆண்: அடியே உன்ன நானா விடுவேன்
தானா தொடுவேன் நீ வேணான்னு
சொன்னாலும் விடமாட்டேன்

பெண்: பொறுடா உன்ன தீயா சுடுவேன்
சாறா புழிவேன் நீ தாயேன்னு
கேட்டாலும் தர மாட்டேன்

ஆண்: பூன குடிக்காத
பாலு எதுக்காக?
சொல்லு எனக்கு சொல்லு

பெண்: வாலப் புடிக்காம
வாயத் தொறக்காம
நில்லு ஒதுங்கி நில்லு

ஆண்: ஈரங் காயாத
ஊரு கொளம் போல
எப்பவும் ஆச புள்ளே

பெண்: பேசக் கூடாத
சேதிகள நீயும்
சொல்லிட தேவ இல்லே

ஆண்: நந்தவனப் பூவு
நீ நெட்டி முறிக்க
வெண்ணிலவும் வந்திடுமே
ஒன்ன ரசிக்க

பெண்: குத்திடுவ காத
நீ பக்கம் இருக்க
கொள்ளியிட எண்ணிடுவ
கொஞ்சம் சிரிக்க

ஆண்: மீச செவப்பாக
ஆச நெருப்பாக
வந்து எதுக்குத் தொட்ட?

பெண்: பாலும் சலிப்பாக
பாயும் வெறுப்பாக
என்னக் கவுத்துப் புட்ட

ஆண்: மாதம் பூராவும்
மார்கழியப் போல
வெய்யில மாற வச்சே

பெண்: மூடி போடாத
சூரியனப் போல
கண்ணுல சூடு வச்சே

ஆண்: வந்ததடி ஆச
நான் உன்ன அணைக்க
இப்பொழுதும் எப்பொழுதும்
மெத்த விரிக்க

பெண்: சொல்லுற கேளு
நான் ஒத்துழைக்க
முன்னழகும் பின்னழகும்
முத்தம் கொடுக்க

ரூ
ஸ்ரீராம் பத்மநாபன்
இசை: அபிஷேக், லாரன்ஸ்
குரல்: ரஞ்சித், வி.ஜே.திவ்யா
2012
□

156

நவீன யுகத்தில் காதல் எப்படி இருக்கிறது? கருவிகளின் கைகளில் பொம்மைகளாக மாறிப்போன இன்றைய இளம் தலைமுறையிடம் காதலின் பழைய சாயல் இருக்கிறதா? இல்லை பாசாங்கு மிகுந்துவிட்டதா? எனக் கேள்வியை எழுப்பி, அக்கேள்விக்கு அவர்களே பதில் சொல்லவும் வைப்பதாகச் சூழல். நிலம் மாறிவிட்டது. நீர் மாறிவிட்டது. காற்று மாறிவிட்டது. கடல் மாறிவிட்டது. காதல் மட்டும் எப்படி மாறாமல் இருக்கும்? கேள்வி அறிவுபூர்வமானதுதான். ஆனால், கோடி கோடி மாறுதல்கள் வந்தாலும், காதல் மாறாது என்பதையே அவன் சொல்லுகிறான்.

●

நெஞ்சத்திலே காதல்
நீச்சல் போட
தித்திக்குதே பூமி பூமி

கண்ணுக்குள்ளே ஆசை
கூச்சல் போட
என்செய்யுவேன் சாமி சாமி

காலை பகலைக் கொடுத்தாள்
மாலை நிலவைக் கொடுத்தாள்
தானே இதயம் கொடுத்தாள்

இறுதியிலே
வாழ்வை மீட்டுக் கொடுத்தாள்

●

கல்லூரி பூங்காவில் காதல்
கம்யூட்டர் ச்சாட்டிங்கில் காதல்
செல்போனின் ரிங்டோனில் காதல்
ஊரெங்குமே

ஐஸ்ஸோடு ரோபோவின் காதல்
எஃப் டி.வி. கேட்வாக்கில் காதல்

மிக்ஸ்ஸாகும் காக்டெய்லில் காதல்
பாரெங்குமே

வேசங்கள் போடாது
வேறொன்றும் கேட்காது
தோள்சாயுமே காதல் தேயாமலே

பேதத்தைப் பாராது
தூரத்தைப் பேசாது
கைசேருமே காதல் ஓயாமலே

●

கண்ணோரம் தூங்காத காதல்
கண்ணீரைக் கேட்காத காதல்
மண்மீது நாள்தோறும் காதல்
ஆனந்தமே

சொல்லாமல் போகாத காதல்
சொன்னாலும் தீராத காதல்
கொன்னாலும் சாகாத காதல்
பேரின்பமே

காலங்கள் பூராவும்
காயங்கள் நேராது
காப்பாற்றுமே காதல் தாய்போலவே

நாம் எங்கு போனாலும்
நானே உன் வீடென்று
வாலாட்டுமே காதல் நாய்போலவே

ஸ்ரீ

ஸ்ரீராம் பத்மநாபன்
இசை: அபிஷேக், லாரன்ஸ்
குரல்: ரேஷ்மணு
2012

□

157

‘கிளியோபாட்ரா’ என்னும் தலைப்பில் தொடங்கப்பட்டு பின்னால் ‘நண்பனின் காதலி’யாக இப்படம் வெளியானது. கனவுப்பாடல். அவனும் அவளும் வெளிநாட்டுக்குப் போகாமல் நம்மூர் வயல்வெளிகளில் பாடுகிறார்கள். உள்ளே இருந்த உஷ்ணத்தை உதட்டு விசிறியால் ஊதி அணைக்கிறார்கள். வெப்பம் வெளியேறியதா? இல்லை முத்தம் உள்ளே நுழைந்ததா? என்பதுதான் சிக்கல். ஒரு தொழிலாளி நடுராவில் முதலாளியாகும் அதிசயத்தை அவள் காண்கிறாள்.

●

ஆண்: ஆளில்லா காட்டுக்குள்ள
அத்த மக நீயிருந்தா
அய்யோ அய்யோ
அய்யோ அய்யோ

பெண்: ஈடில்லா சேட்ட செய்ய
இத்தன நாள் காத்திருந்த
அய்யோ அய்யோ
அய்யோ அய்யோ

ஆண்: ஓம் பச்சரிசிப் பல்லழகு
என்ன இடிக்க – நான்
அச்சு வெல்லம் இல்லயேன்னு
ஒன்ன அணைக்க

பெண்: ஓங் கட்டழகு கண்ணுமுழி
மின்னலடிக்க – மனம்
தொட்டுவிட தொட்டுவிட
கண்ணுமுழிக்க

ஆண்: ஒரு பூப்போட்ட தாவணி
பூத்தாயே நெஞ்சுக்குள்ள

●

பெண்: அமஞ்சிருக்கு நேரங் காலம்
சமஞ்சிருக்கு பூவின் தேகம்
இணைஞ்சிருக்க ஓடி வந்து
என்ன ஏத்துக்கோ

ஆண்: சரிஞ்சிருக்கும் சேலை ஓரம்
எரிஞ்சிருக்கும் காதல் தீபம்
கலந்திருக்க ராத்திரிக்கு
என்ன சேத்துக்கோ

பெண்: அலையாதே அலையாதே
அக்குறும்பு செய்யச் சொல்லி
அலையாதே

ஆண்: வெலகாதே வெலகாதே
வெட்கமுன்னு பொய்யச் சொல்லி
வெலகாதே

பெண்: சிறு தொழிலாளி நடுராவில்
முதலாளி ஆவதென்ன?

ஆண்: மலர்ந்திருக்கும் ஆளப்பாத்து
கனிந்திருக்கும் சோல பாத்து
கரைந்திருக்க நானும் வந்தேன்
கொஞ்சம் கேட்டுக்கோ

பெண்: துணிந்திருக்கும் மோகம் பாத்து
நிமுந்திருக்கும் தோள பாத்து
ருசித்திருக்க யாவும் தந்தேன்
என்ன பூட்டிக்கோ

ஆண்: வெறும்பேச்சு வெறும்பேச்சு
வெந்நீரில் உப்பத்தேடும்
கதையாச்சி

பெண்: கிளிப்பேச்சு கிளிப்பேச்சு
உன்னாலே தொட்டுப்பேசும்
பொழுதாச்சி

ஆண்: அடி மாராப்ப நீமூட
வீராப்பில் நானும் தேட

நண்பனின் காதலி
கிச்சா
இசை: தேவா, குரல்: அனுராதா ஸ்ரீராம், கார்த்திக்
2004
◻

158

மனசால் தங்கம் என்று மற்றவர்களால் புகழப்படும் அவன், உண்மையிலேயே தங்கம்தானா? என அவள் உறவினால் உரசிப் பார்க்க ஆசைப்படுகிறாள். மண்ணில் நட்டு வைக்கும் ரோஜாவைக்கூட கண்ணில் வைத்துக் காக்கும் அவன் தன்னை நெஞ்சில் வைத்திருக்கிறானா? என்பதே அவள் தேடல். பாடலின் முதல் வரியை எழுதியதும் நூல் பிடித்ததுபோல் பின்னாலுள்ள வரிகள் வந்தால் அது நிச்சயமாகத் தமிழ்ச் சந்தம் என்று சொல்லலாம். அவ்விதம் மெட்டுக்கட்டுவதில் தேனிசைத் தென்றலுக்கு சிரமமில்லை. அவர் புதல்வருக்கும் அதே தகுதி உண்டென்று என்னையும் சொல்ல வைத்த பாட்டு இது.

●

    பட்டுக்கரவேட்டி
    கட்டிவரும் மாமன்
    பக்கத்துல நானிருக்க புடிக்கும்

    பொட்டுவெடி போல
    நெஞ்சு முடி மேல
    சுட்டித்தனம் நாளும் செய்ய புடிக்கும்

    எட்டிப்போனா திட்டிப்பேசி
    ஒட்டுனா ஒட்டுனா புடிக்கும்
    கட்டுப்பாடு கெட்டுப்போயி
    முட்டுனா முட்டுனா புடிக்கும்

    ஓங் கண்ணாடி பார்வைய
    புடிக்கும் – ஒன்ன
    கையோட சேந்திட புடிக்கும்

    ஓம் முன்னாடி வாழ்ந்திட
    புடிக்கும் – ஒன்ன
    முந்தான ஏந்திட புடிக்கும்

●

    தண்ணிக் கொடமா நாந்தளும்பி
    சிந்துவது தானா காதல்?
    வண்டித் தடமா நீ பதிஞ்சு

செல்லுவது தானா காதல்?
கல்லடிபட்ட பீங்கானப் போல
கண்ணடிபட்டு சாஞ்சேனுங்க
சல்லடக்கண்ண பாத்தாலே போதும்
சங்கடமுன்னு ஊர் பேசுங்க

உப்புவச்ச மீனுதானே
கருவாடு
ஒன்னவச்சி நோகுறேனே
பெரும்பாடு

பொத்திவச்சி மாட்டிக்கிட்டா தகராறு
என்னசெய்யும் தீட்டுப்பட்டா திருநீறு

●
வெள்ளிக் கொலுசா நாங்குலுங்க
கள்ளத்தனமா நீ பாத்த
தங்கச் செலையா நாஞ் ஜொலிக்க
கொஞ்சங்கொஞ்சமா நீ தீத்த

மண்ணுல வச்ச ரோசாவக்கூட
கண்ணுல வச்சி காப்பாத்துற
அன்புல வச்சி தாலாட்டுறேனே
ஆனாலும் ஏ ஏமாத்துற

தண்ணிபட்ட எண்ணெ போல
வெலகாத
என்னென்னைக்கும் நீ எனக்கு
திமுராத

கொத்திவச்ச அம்மிபோல கெடந்தேனே
புத்திக்குள்ள ஒன்ன நானும் சொமந்தேனே

தங்கம்
கிச்சா
இசை: ஸ்ரீகாந்த் தேவா
குரல்: சின்மயி
2008
□

159

எப்போதும் எரிந்துகொண்டிருக்கும் அகலதீபீஸ்வரர் ஆலய விளக்கு போல அவள் மூக்குத்தி. அந்த மூக்குத்திமேல் அவனுக்கு ஒரு கண். மூக்குமேல் கோபம் என்றுதான் கேள்விப்பட்டிருக்கிறோம். அவளோ அவனுக்கு மூக்குமேல் ஆசை என்கிறாள். காதலுக்கு முன் ஆசையா? இல்லை காதலித்ததால் ஆசையா? என்பதை யாருமே சொல்வதில்லை. ஆசை வேறு. காதல் வேறு. ஆசையென்பது அடைவதற்கானது. காதல் என்பதோ உடைவதற்கானது. அவர்கள் இருவரும் ஒருவருக்குள் ஒருவராக உடைகிறார்கள்.

●

ஆண்: சின்னச்சின்ன மூக்குத்திய
செல்லத்துக்கு வாங்கி நானும்
வரவா?

பெண்: முத்து முத்து மாமனுக்கு
மூக்கு மேல ஆசையென்ன
தரவா?

ஆண்: இது மோசமில்ல பழி பாவமில்ல
மடி சாயாமலே சொகம் ஏது புள்ள?

பெண்: காதலோட போறவள
காவுபோட பாக்குறியே சரியா?

ஆண்: சாமிபோல நானிருக்க
பூசபோட கோயிலுக்கு
நடயா நடந்தா அதுதான்
மொறையா?

●

ஆண்: ராக்கோழி கூவும்போது
நான்சேர வேணுங்க
நாக்கோட சேந்திடாத
தாம்பூலம் வீணுங்க

பெண்: வேக்காளம் கூடிப்போனா
தூவானம் தேவங்க

வாய்க்கால சேந்திடாத
மீனேது? கூறுங்க

ஆண்: நேத்துக்கூட ராத்திரி
அட மாமன் நானும் தூங்கல

பெண்: பாத்துப்பேசி போனவ நான்
நெனப்பால சோறத் தீண்டல

ஆண்: நீ உசுருல நெனைக்கிற
ஒதட்டுல மறைக்கிற
எதுக்கு? எதுக்கு? தெரியும்
கணக்கு

●

பெண்: ஏத்தாத தீபம் போல
பாக்காம போறீங்க
காங்கேயம் காள நீங்க
காட்டேரி ஆனீங்க

ஆண்: காத்தாடி போல ஆச
ஓயாமப் பூக்குங்க
சாத்தானக் கூட காதல்
பூப்போல மாத்துங்க

பெண்: கேணி நீர தோண்டியா
ஒன சேரவேணும் தாகமா

ஆண்: ஆணிவேர யாருமே
அட வேலிபோட ஆகுமா?

பெண்: நீ பகலுல திமிருற
இரவுல பணியிற
எதுக்கு? எதுக்கு? தெரியும்
எனக்கு

தங்கம்
கிச்சா
இசை: ஸ்ரீகாந்த் தேவா, குரல்: செந்தில்தாஸ், சுஜித்ரா ராமன், 2008

□

160

நள்ளிரவு. நிலா முற்றம். அவனும் அவளும் எதை எதையோ பேசுகிறார்கள். அவர்கள் பேச நினைப்பது ஒன்று. ஆனால், பேசி முடிப்பதோ வேறொன்று. தூக்கம் வராமையைத் தூக்கம் பிடிக்க வில்லை என்பார்கள். இவர்களுக்கும் தூக்கம் பிடிக்கவில்லை. இந்தப் பிடிப்பு வேறு வகையானது. ஆறு தூங்குமா? நீரு தூங்குமா? எனச் சொல்லிக்கொண்டேவரும் அவள், அன்பு தூங்கவில்லை என்று முடிவில் அறிவுறுத்துகிறாள். ஏகபோக ஆசை. ஆறுகாலப் பூசை. நீங்கள்தானே காமராசு என்கிறாள். இது கர்மவீரரைக் குறிப்பதல்ல. தன்னுள் கலந்த அவனுக்காக அவள் வைத்த புனைபெயர்.

●

ஆண்: ஊதக்காத்து வீசினா
வாசப்பூவும் தூங்குமா?
ஈரக்காத்து பேசினா
ஓட நீரும் தூங்குமா?

பெண்: ரெட்டசுழி ஆளு
மெத்தயில சாய
பத்துவிரல் தூங்காது

பச்சப் பசும்பாலு
தொண்டயில சேர
வெண்ணிலவும் தூங்காது

ஆண்: தூங்காத அழகே நீ
துணையாக வரவேணும்

பெண்: வெக்கத்துல சிக்கிக்கிட்டேன்
மயிலு – நீ
வேட்டி சட்ட கட்டி வந்த
புயலு

ஆண்: தொடவா? தொடவா?
தொடு தொடும்போதும்
மல்லிகைப்பூ அனலாச்சி

பெண்: மெதுவா மெதுவா
மெது மெதுவாங்க
என்னத்துக்கு பெரும் மூச்சி

●

ஆண்: ஆத்தக் கடக்காம – ஒரு
அக்கரயும் அக்கரயும் வருமா?
கூத்து நடக்காம – சுக
தொந்தரவும் தொந்தரவும் விடுமா?

பெண்: கண்டாங்கிப் பொடவ
கசங்காட்டி
பெண்ணோட அழகு எதுக்காக?

ஆண்: கண்ணாடி வளவி
உடையாட்டி
என்னோட திமிரு எதுக்காக?

பெண்: ஜாடியோட மூடி சேர
ஜாதகங்கள் ஏதும் இல்ல
நானும் நீயும் ஜோடி சேர
நாகரிகம் தேவ இல்ல

ஆண்: ஊசியோட நூலு சேர
காலநேரம் பாப்பதில்ல
பூன வாய பாலு சேர
பூட்டுப்போட யாரு புள்ள?

●

பெண்: காட்டுமரம் போல – நீ
நிக்கிறியே நிக்கிறியே வளந்து
வீட்டு மருதாணி – நான்
சொக்குறேனே சொக்குறேனே செவந்து

ஆண்: கற்பூரம் வருந்தும்
எரியாட்டி

கன்னத்துல முத்தமிடு
ஒருவாட்டி

பெண்: அச்சாணி இருந்தும்
உருளாட்டி
வந்தவழி தங்குவேன்
திருமாட்டி

ஆண்: ஏகபோக ஆசையோட
ஏங்கினாலும் தீம்பு இல்ல
ஆறுகாலப் பூசபோல
கேட்டிடாம தீரு தொல்ல

பெண்: நீங்கதானே காமராசு
வேற யாரு ஈடு சொல்ல
சாக்குப்போக்கு கூறினாலும்
சாயிறீங்க ஓய்வதில்ல

தங்கம்
கிச்சா
இசை: ஸ்ரீகாந்த் தேவா
குரல்: கார்த்திக், சைந்தவி
2008
◻

161

ஈனக்கூட்டத்தின் இடுப்பொடிக்க அவன் எழுகிறான். சாது மிரண்டால் சரித்திரம் திரும்பும் என்பதற்கேற்ப ஒரு தங்கம், சிங்கமாகச் சீறுகிறது. ஆணவக்காரர்களின் பேயாட்டத்தை ஆவேசத்தால் அடக்க எழும்பும் அவனின் ரத்தச் சூட்டை இப் பாடல் விவரிக்கிறது. கதையைக் காட்சியை ஆழப்படுத்தவும் அகலப்படுத்தவும் வீர உடுக்கைகள் விடாமல் அசைக்கப் படுகின்றன. நம்மைப் பிடித்த பிசாசுகள் நீங்கின என்பதைப் போல் நாடி நரம்பெல்லாம் உண்மை வெறி ஏற்றிய அவனுடைய காலக் கடமை செயலாக்கம் பெறுகிறது.

●

ரத்தத்துல பொட்டுவச்சி
சிங்கம்போல எட்டுவச்சி
குத்தங்கள கொள்ளிவைக்க
வரான்

சித்தத்துல அன்பவச்சி
சிந்தனய உள்ள வச்சி
மொத்தத்துல வெற்றிகொள்ள
வரான்

நம்முடைய ஊருசனம்
கண்டுகொண்ட ஆளு இவன்
துன்பங்கள தோலுரிக்க வரான்

சுத்திவரும் தீமைகள
முட்டவரும் பாவிகள
ஒட்ட ஒட்ட வாலறுக்க வரான்

காட்டுவேங்கைபோல்
ஈட்டிப்பார்வையால்
வேட்டையாடவே வரான்

வரான் எழுந்து அவன்
வரான்

●

எதிரி எதிரி எதிரி யாரும்
அலறி அலறி அலறி ஓடும்

தவறு தவறு தவறு யாவும்
பதறி பதறி பதறி வீழும்

ஆடிக்காத்தாய் அடிப்பான் – அவன்
அன்பால் கண்ணீர் துடைப்பான் – வருங்
காலம் பேசும் நேர்மைக்காக
ஓய்வில்லாமல் வெடிப்பான்

காட்டுத்தீயாய் எரிப்பான் – குதி
காலால் பேயை மிதிப்பான் – தினந்
தோறும் வாழ்வில் காணும் துயரை
தேதித் தாளாய்க் கிழிப்பான்

வரான் நிலம் நடுங்க வரான்
வரான் தலையெடுக்க வரான்

●

கதற கதற கதற தாக்கும்
அதிர அதிர அதிர பூக்கும்
விடிய விடிய விடிய மாற்றம்
புதிய புதிய புதிய தோற்றம்

தூக்கம் கூட மறப்பான் – அவன்
தோளில் ஊரை சுமப்பான் – பிறர்
வாடும் போது தானும் வாடி
வாட்டம் போக்க துடிப்பான்

தீங்கைக் கண்டால் கொதிப்பான் – அவன்
தீர்ப்பால் சாவைக் கரைப்பான் – ஒரு
போரை வெல்ல கோபத்தோடு
எதுவந்தாலும் ஜெயிப்பான்

வரான் நிலம் நடுங்க வரான்
வரான் தலையெடுக்க வரான்

தங்கம்
கிச்சா
இசை: ஸ்ரீகாந்த் தேவா
குரல்: மாணிக்கவிநாயகம்
2008
□

162

ஒற்றைச் சொல்லுக்கு ரெட்டை அர்த்தத்தை எழுதி வைத்திருக்கிறோம். நேர்படப் பேசினாலும் அது மறைபொருளாக மாறிவிடுகிறது. ஏற்கனவே கிராமப்புறங்களில் பாடப்பட்டு வந்த ஒரு பாடல் தொனியை இப்பாடலும் கொண்டிருப்பது உண்மை. அங்கங்களில்தான் ஆயுளின் தேவையிருக்கிறது என்று சொல்லும் அவள், ஒழுக்கக்கேடு என்று ஒன்று இல்லவே இல்லை என்கிறாள். உலகமே ஒப்புக்கொண்ட பிற்பாடு உனக்கென்ன தயக்கம் என்கிறாள். தயக்கம் இல்லாமல் தவறைத் தாண்ட முடியுமா? எச்சரிக்கையோடு இருப்பதுதான் எல்லோருக்கும் நல்லது. அவள் சொல்கிறாள். யாரும் சுத்தமில்லை எல்லோருமே நடிகர். காசு பணமிருந்தால் கழுதைகூடத் தலைவர்.

●

சொல்லுறன் சொல்லுறன்னு
சொல்லிப்புட்டு சொல்லாமத்தான் போறீங்களே
ராசாவே ஏ ராசாவே

மத்தளம் மத்தளம்ன்னு
சொல்லிப்புட்டு தட்டாமத்தான் போறீங்களே
ராசாவே ஏ ராசாவே

தங்குறன் தங்குறன்னு
சொல்லிப்புட்டு தங்காமத்தான் போறீங்களே
இந்திரன் சந்திரன்னு
சொல்லிப்புட்டு இல்லாமத்தான் போறீங்களே

மன்மத சங்கதி நானுங்க
மறைஞ்சி நின்னு கேளுங்க
சந்தனக் கட்டிலு நானுங்க
சம்மதமுன்னு சேருங்க

●

ஊரு உலகமெல்லாம்
ஒத்துக்கிட்ட பின்னாலே
ஒழுக்கம் வேணுமின்னு
ஒப்பாரி நீ வைக்காத

நீயும் நானும் இங்க
வந்திருக்கோம் தப்பாலே
வீணா மனசப்போட்டு
குழப்பிக்கிட்டு நிக்காத

எழுந்து காலு நடக்கலேன்னா
எப்படிப் போவ சொல்லு
எதையும் நாம அனுபவிக்க
ஒனக்கு வேணும் தில்லு

கறந்த பாலு திரிஞ்சி போகும்
கொதிக்க வைய்யி பைய்யா
கொளுத்தும் போது எரியலேன்னா
வெளக்கு ஆகும் பொய்யா

நீயும் மெய்யா பாரு
நான் நேக்கு தெரிஞ்ச ஆளு
தீயும் நெய்யும் சேரும்
இது புரிஞ்சா இனிக்கும் நாளு

நாந்தானே பொடவ
ஏஞ்சலு

உப்பு மொளகா காரங்க
உத்து என்ன பாருங்க
தள்ளி இருந்தா தவறுங்க
தங்கம் என்ன ஒரசுங்க

●

யாரும் சுத்தம் இல்ல
எல்லாருமே நடிகரு
காசு பணமிருந்தா
கழுத கூட தலைவரு

ஏதும் குத்தம் இல்ல
இஷ்டம்போல முடிவெடு

முழுக்க நனைய வேணும்
முக்காட நீ ஒதறிடு

எதுக்கு நீங்க துறவிபோல
வேசம் போடுறீங்க
கெடைக்கும் போது அணச்சிடாம
நெனச்சி வாடுறீங்க

வருத்தத்தோட வாழும் வாழ்க்க
நாளும் வேஸ்ட்டு தாங்க
வசதிபோல வாங்கிக்கிறேன்
விருப்பமுன்னா வாங்க

சும்மா நீயும் கேளு
அட சூடா இருக்கும் சேதி
ஆச ஓஞ்சி போகும்
அத ஆக்கு பெருசா ஊதி

அட நீ பாரு
நானே ரதி

பொட்டுன்னு போற உசுருங்க
புடிக்கலேன்னா வெலகுங்க
வெத்தல போட்ட ஒதடுங்க
விடிய விடிய பழகுங்க

தங்கம்
கிச்சா
இசை: ஸ்ரீகாந்த் தேவா
குரல்: பிரியதர்ஷினி
2008
□

163

இல்லத் துணைவியாக ஒருத்தி அமைவது அழகல்ல. அவள், உள்ளத் துணைவியாகவும் இருக்கையில்தான் ஆனந்தம். வாழ்க்கைத் துணை நலம் என்னும் அதிகாரத்தில் வள்ளுவன் எழுதிவைத்த அத்தனை குறளுக்கும் பொருந்திப்போனவளாக அவள் கிடைக்கிறாள். ஒரு ஆண் தன் வாழ்வின் வெளிச்சத்தைப் பெண்ணின் கண்ணிலிருந்தே பெறுகிறான் என்பதுதான் பாட்டின் சாரம். எது எது சந்தோசம் என்று இதயத்தால் நான் எழுதிய பாடல் இது. இந்தப் பாடல் எழுதும் போது எனக்குத் திருமணமாகவில்லை. ஆசைகளின் தொடுவானை அடைவதே கல்யாணம். காதலுடன் கலந்தாலே வாழலாம் எந்நாளும்.

●

வைகறைப் பனியே
பூமியின் அழகு
வாழ்க்கையின் துணையே
வாலிப அழகு

ஏற்றிய தீபங்கள்
கோயிலின் அழகு
தீட்டிய கோலங்கள்
வாசலின் அழகு

நீ எனக்கும் நான் உனக்கும்
அழகு அழகு அழகே அழகு

●

அழகு எத்தனை
அறியும் கண்களைத்
தெரிந்து கொள்வது சந்தோசம்

உறவு எத்தனை
உணரும் நெஞ்சிடம்
இணைந்து கொள்வது சந்தோசம்

துளிகள் எத்தனை
பொழியும் வானிடம்
நனைந்து கேட்பது சந்தோசம்

நிறங்கள் எத்தனை
மலர்ந்த பூவிடம்
மறைந்து பார்ப்பது சந்தோசம்

ஓடிவரும் நதிபோல
பெருகுமே சந்தோசம்
தேடிவரும் சுகம்யாவும்
எழுதுமே சந்தோசம்

●

எழுதும் சொற்களின்
இனிமை மொத்தமும்
இசையை சேர்வதால் உண்டாகும்

தவழும் தென்றலை
வருடும் மெல்லிசை
செவியை சேர்வதால் நன்றாகும்

செவியைத் தொட்டிடும்
இசையின் கற்பனை
மனதை சேர்வதால் மெய்யாகும்

இதனைப் போலவே
இதயம் என்றுமே
இணைய சேர்வதே அன்பாகும்

ஆசைகளின் தொடுவானை
அடைவதே கல்யாணம்
காதலுடன் கலந்தாலே
வாழலாம் எந்நாளும்

மகேஷ் சரண்யா மற்றும் பலர்
பி.வி.ரவி
இசை: வித்யாசாகர், குரல்: எஸ்.பி.பி.
2008
◻

164

அவள் ஒரு மேடைப் பாடகி. அவள் குரலுக்கு மயங்காதவர்களே இல்லை. பட்டின் மென்மையும் பாட்டின் தன்மையும் ஒரு பெண்ணுக்குள் இருந்துவிட்டால் அதைப்போல வேறொன் றில்லை. சரஸ்வதி வீணையோடு இருப்பதற்கான காரணம் என்னவென்று இவளைப் பார்த்தவர்களுக்குப் புரியும். தெளிந்த ஓடை. தெள்ளிய காற்று. அடர்ந்த தென்னைமரங்கள். அதனருகே ஓர் ஓலைக் குடிசை. போதுமே இவை இந்த வாழ்வுக்கென்று பூரிக்கிறான் அவன். மிதந்துவரும் அவள் பாட்டில் மேகமாக மாறுகிறான்.

●

என் பாடல் காலமுள்ள
காலம் வரை வாழும் என்பேனே
எப்போதும் கேட்பவரை
காதலுடன் சேரும் செந்தேனே

பாட்டெல்லாம் உனக்காகவே
நாளெல்லாம் சுகம் சேரவே
பாடும் பாட்டை ஆட்டம் போட்டு
கேட்டுக் கொண்டாடு

●

கொள்ளை கொள்ளும்
அன்பைச் சேர்கையில்
இல்லை தொல்லை எந்த நாளுமே

சந்தம் சேராமல் இல்லை பாடல்கள்
வாழ்வும் சங்கீதமே

கடலை நதியும் சேர
அலைகள் உதவலாம்
மனது உறவைச் சேர
தனிமை விலகலாம்

●
எட்டுத்திக்கும்
செல்லும் பாடலே
எல்லை இல்லா அன்பின் தூறலே

மாலை பூந்தென்றல் ஆடை சூடாதோ
எந்தன் கானத்திலே

செவியை உரசும் பாடல்
மறந்து போகுமே
மனதை உரசும் பாடல்
உயிரில் தேங்குமே

மகேஷ் சரண்யா மற்றும் பலர்
பி.வி.ரவி
இசை: வித்யாசாகர்
குரல்: சைந்தவி
2008
◻

165

அவளை அவன் முதல்முறை பார்க்கிறான். பார்த்த உடனேயே பற்றி எரிகிறது பரசவம். அவளுடைய சின்னச்சின்னக் குறும்புகளில் சிந்தை இழக்கிறான். சரியான ஒருத்தியைச் சரியான நேரத்தில் சந்தித்தது போன்ற நிறைவு. அவள் அவனுக்கு முத்தச்சாயம் பூசும் தேவதையின் நிழலாகத் தெரிகிறாள். ஆயுள் தீரும்வரை அவள் மீது ஏற்பட்டுள்ள பசி அடங்காது என்கிறான். நான்கு வேதங்களையும் மொத்தமாய் வீழ்த்தும் அவள் விழிகளுக்குள் சம்மணமிட்டு அமர்ந்துக்கொள்ள சமயம் பார்க்கிறான்.

●

காலைநேரத் தென்றல்
கண்ணை மோதும் மின்னல்
நீதானே நாளும்
நீதானே

சாலை ஓரப் பூக்கள்
சாரல் வீசும் நாட்கள்
நீதானே யாவும்
நீதானே

சொற்கள் பாதி மவ்னம் பாதி
பேசும் போது நீயொரு கவிதை

செல்லம் பாதி தொல்லை பாதி
செய்யும் போது நானொரு குழந்தை

●

நீ காதல் வாழும் வீடு
வாழ்வது அழகு
நீ ஆளில்லாத காடு
காண்பது அழகு

நீ சட்டைபோடும் பாடல்
ஆடவைக்கிறாய்
நீ தெய்வம் தேடும் கோயில்
பேசிடு மெதுவாய்

பார்வைகளாலே
வேர்விடச் செய்தாய்
வார்த்தையில்லாமல்
ஜாடையில் கொய்தாய்

நான்கு வேதங்களை
நம்பச் செய்யும் விழி
கேட்கும் பாடல்களை
வீழ்த்தும் உன்வாய் மொழி

●

நீ சாயங்கால மேகம்
சாய்வது அழகு
நீ தாழம்பூவின் தோழி
வாசனை அழகு

நீ தத்தித்தாவிப் போகும்
பூமி வெண்ணிலா
நீ முத்தச் சாயம் பூசும்
தேவதை நிழலா

காண்பது யாவும்
நாடகம் இல்லை
காதல் இல்லாமல்
வாழ்வது தொல்லை

வீதி கண்வைத்திட
போகும் நீ ஊர்வசி
ஆயுள் தீரும் வரை
நீளும் காதல் பசி

தீ
கிச்சா
இசை: ஸ்ரீகாந்த் தேவா, குரல்: கார்த்திக்
2008
◻

166

*சா*ஸ்திரிய இசைச்சாயல் கொண்டிருக்கும் இப்பாடல் ஓர் அதிகாலையில் எழுதப்பட்டது. மனது வார்த்தைகளை மளமள வென்று கொட்டிய அந்த ஒரு சில நிமிடங்களை இப்போது நினைத்தாலும் உற்சாகம் உலாவருகிறது. வாராத கூந்தலில் மழைமேகம். தூறாமல் போவது அநியாயம். அநியாயம் என்னும் சொல்லைக் காதல் பாடல்களில் பல இடத்தில் பயன்படுத்தி இருக்கிறேன் என்றாலும், இப்பாடலில் துல்லியமாகப் பொருந்தியது குறிப்பிடத்தக்கது. வேறெதுவும் தோணாமல் உன் மீது சரிவேன் என்கிறான் அவன். நூறாண்டு போனாலும் காதல் தேவை முடியாது என்கிறாள் அவள்.

●

ஆண்: நீயில்லாமல்
நானிங்கேது?

பெண்: போதும்போதும்
பொய்கள் தீது

ஆண்: யார் சொன்னாலும்
அழகிய காதல் வாயை
மூடாது

பெண்: போ என்றாலும்
பழகிய ஆசை தூரம்
போகாது

ஆண்: காலநேரம் காதலில்
கிடையாது

பெண்: பேசப்பேச நீளுமே
குறையாது

●

ஆண்: காதோடு சேரவே இசைப்பாட்டு
கைசேரும் வீணையே
எனை மீட்டு

பெண்: வாயோடு சேரவே சுவைக் கூட்டு
ஆகாரம் போலவே
உனை ஊட்டு

ஆண்: நீ கூடவும் எனைப் பாடவும்
ஒரு சிறுகதை
தொடர்கதையாகும்

பெண்: நீ மேயவும் மடி சாயவும்
பல விடுகதை
விடைகளைச்சேரும்

ஆண்: பூலோகம் ஓய்ந்தாலும்
உனதாவல் ஓயாது

பெண்: ஆகாயம் சாய்ந்தாலும்
காதல் வாழும் சாகாது

ஆண்: வாராத கூந்தலில் மழைமேகம்
தூறாமல் போவது
அநியாயம்

பெண்: ஆறாத தேகமோ அனலாகும்
ஆளான வாலிபம்
குளிர்வீசும்

ஆண்: நீ பார்வையில் எனை
மோதிட நடு இரவிலும்
கலவரமாகும்

பெண்: நீ சேலையைத் தொடும்
வேளையில் நகக்கணுவிலும்
எரிமலை மூளும்

ஆண்: வேறேதும் தோணாமல்
சரிவேன் உன் மடிமீது

பெண்: நூறாண்டு போனாலும்
காதல் தேவை முடியாது

தீ
கிச்சா
இசை: ஸ்ரீகாந்த் தேவா
குரல்: மதுபாலகிருஷ்ணன், சாதனாசர்கம்
2008

167

அவன் யாரென்று அவனுக்கே தெரியாமல் இருக்கிறது. காதலின் பின்னே போய்க்கொண்டிருந்த அவனைக் காலம் இழுக்கிறது. கையில் தீப்பந்தம் கொடுத்துத் தீமைகளைச் சுட்டெரிக்க ஆணை யிடுகிறது. காலத்தின் ஆணைக்குக் கட்டுப்படும் அவன், அதிகார எல்லைகளை அப்புறப்படுத்துகிறான். நேர்மையை நீதியை நிலை நாட்டுவதற்கு நெருப்புப் பந்தாக மாறுகிறான். அக்கிரமக் கைகள் அவனைக் கவிழ்த்தபோதும் நிமிர்ந்து எரியும் தீயாகிறான். அல்லல்படும் அபலைகளுக்குத் தாயாகிறான்.

●

தீப்பொறியாய் எழுந்துவிட்டான்
போர்க்களமே புகுந்துவிட்டான்
தீர்ப்புகளை எழுதிவிட்டான்
இவனே

தவறுகள் எங்கேயும்
வாழக்கூடாது
கொடுமைகள் இனிமேலும்
நீளக் கூடாது மண்ணிலே

நரிகளைக் கொல்லாமல்
நலமெதும் வாராது
துணிச்சலும் இல்லாமல்
துயரமும் நீங்காது

●

இனி
யாரென்றாலும் நேரில் நின்று
நீதிக்காகச் சுட்டுத் தள்ளுவான்
அதிகாரம் செய்யும் துரோகங்களை
நேர்மையாலே சுத்தம் செய்யுவான்

இவன்
காவல் காக்கும் தீ

வரும்
சோகம் போக்கும் தீ

புயல்
வேகம் கொண்டு யாவும் வென்று
பூலோகத்தை சொந்தம் கொள்ளுவான்

இவன் வேட்டையாடும் தீ
வெற்றிக் கோட்டை ஏறும் தீ

தீ
கிச்சா
இசை: ஸ்ரீகாந்த் தேவா
குரல்: கிரிஷ்
2008
□

168

சுதந்திரம் எதற்கென்று ஒவ்வொருவரும் ஒவ்வொரு மாதிரி சொல்கிறார்கள். சிலருக்கு வாழ. சிலருக்கு ஆள. சிலருக்குத் திண்டாட. சிலருக்குக் கொண்டாட. இவர்களோ நான்காவது வகையைச் சேர்ந்தவர்கள். கொண்டாட மட்டுமே சுதந்திரம் என்பதாகப் புரிந்துவைத்திருக்கிறார்கள். களவும் சரியே என்று வாதிடும் இவர்களுக்கு வாழ்க்கை என்பது ஆக்குவதற்கல்ல. போக்குவதற்கு. இவர்களிடம் இருக்கும் ஒரே ஒரு நல்ல பண்பு, அன்பில் கலந்தால் அகிலம் சிறிசு என்னும் புரிதல்தான். இருக்கிற வரைவிலும் இன்பம் மட்டுமே போதும் என்றார்கள். சாத்தியம் இல்லையென்னும் சரித்திரத்தை அவர்கள் புரட்டியதில்லை.

●

சுதந்திரம் சுதந்திரம்
கொண்டாடத்தானே வாடா
இருந்திடும் வரையிலும்
இன்பத்தைத் தேடிப் போடா

சுற்றாமல் சக்கரமில்லை
சொல்லாமல் சங்கதியில்லை
செய்யாமல் தந்திரமில்லை
போடா

கொட்டாமல் முன்பனியில்லை
கொய்யாமல் முக்கனியில்லை
சொக்காமல் சுந்தரமில்லை
வாடா வாடா வாடா வாடா

●

உலகம் முழுதும் இருக்கும் உறவு
துணிந்தால் உடனே
திறக்கும் கதவு

இரவும் பகலும் தொடரும் களவு
கவலை மனதை
சிரிப்பில் கழுவு

கல்லைத் தொழுதால்
கடவுள் தெரியும்
உன்னைத் தொழுதால்
உண்மை புரியும் புரியும்

தேயாமல் வெண்ணிலவில்லை
போடாமல் ஒப்பனையில்லை
தேடாமல் வெற்றியுமில்லை
வாடா

தீட்டாமல் சித்திரமில்லை
மீட்டாமல் மெல்லிசையில்லை
நீங்காமல் சஞ்சலமில்லை
போடா போடா போடா போடா

●

உனை நீ அறிந்தால் அதுவே அறிவு
சிறகை விரித்தால்
திசைகள் உனது

புதிரை உணர்ந்தால் விடைகள் புதிது
நதியாய் நடந்தால்
தடைகள் எளிது

அன்பைக் கலந்தால்
அகிலம் சிறிசு
நட்பைத் தொடர்ந்தால்
நாட்கள் பரிசு பரிசு

காணாமல் கற்பனையில்லை
கலையாமல் சொப்பனமில்லை
யாரோடும் சச்சரவில்லை
போடா

ஆடாமல் பம்பரமில்லை
பாடாமல் மந்திரமில்லை
சேராமல் இன்பமுமில்லை
வாடா வாடா வாடா வாடா

கற்றது களவு
பாலாஜி
இசை: பால்.ஜே
குரல்: பால். ஜே.சக்திஸ்ரீ கோபாலன்
2008
◻

169

கணியன் பூங்குன்றன் காலத்திலிருந்தே கற்பிக்கப்பட்ட தமிழ் முழக்கத்தைத் தற்காலத் தமிழாக்கிய பாடல் இது. யாதும் ஊரே என்று அவன் சொன்னதை யாதும் நம்முடைய ஊருதான் எதற்கென்றால் அப்போதுதான் அதில் நாம் இருக்கமுடியும் என்று கதாபாத்திரம் சொல்கிறது. யாவும் நமக்கென்று சொல்வது பொதுப்படையாகத் தோன்றினாலும் களவு செய்யும் கூட்டத்தின் நோக்கம் பிழையானது. உலகமயமாக்கலுக்குப் பின் அத்தனை முதலாளிவர்க்கமும் நம்மை நாமென்று சொல்லிக்கொண்டே சுரண்டுகிறது. எங்களுடையது என்று நாம் கோராமல் இருக்கவே நம்முடையது என்று அவ்வர்க்கம் சொல்லி வருகிறது.

●

ஆண்: இந்த வானம் இந்த பூமி
நமக்காக
இந்தக் காற்றும் இந்த மழையும்
நமக்காக

பெண்: எந்த ஊரும் சொந்த ஊரே
நமக்காக
எந்த நாடும் நல்ல நாடே
நமக்காக

ஆண்: விலகாத ஆசை
கேட்காத ஓசை
புரியாத பாஷை நமக்காக

பெண்: முடியாத கனவு
பிரியாத உறவு
நமக்காக நமக்காக

●

குழு: ஏ, உண்மை மட்டும் போதும் என்றால்
என்னத்துக்குப் பொய்யி
ஓர் பொய்யும் கூட நன்மை செய்யும்
நெஞ்சுக்குள்ள வையி

பெண்: இரு
கண்ணைக் காணச் செய்யாமல்
கையை வீசிச் செல்லாமல்
காலம் வந்து சேரும் என்று
நம்புவதில் சிக்கல்

ஒரு
எல்லைக்கோடு இல்லாமல்
தப்பு ஏதும் செய்யாமல்
முந்திப்போக ஆசைப்பட்டால்
மூங்கிவிடும் கப்பல்

ஆண்: தவறாலே பிறந்தது உலகம்
அதுதானே மனிதனின் சரிதம்
உயிர்வாழ நடப்பது கலகம்

பொருள்
திருடுவதும் திறமையென
அறிந்து அறிந்து
திசை முழுவதையும் அளந்துவிடு
பறந்து பறந்து

●

குழு: ஏ, தண்ணிக்குள்ள நீந்தும் மட்டும்
மீனுக்கில்ல நஷ்டம்
நீ தண்ணிப்போல காச சேத்து
வச்சா என்ன கஷ்டம்?

பெண்: ஒரு
கட்டுக்காவல் நீங்காமல்
காதல் கொள்ள எண்ணாமல்
சட்டம் பேசி நிக்கும் போது
கண்டுக்காது ஊரு

சிறு
வட்டத்துக்குள் நிற்காமல்
நீதி ஞாயம் பேசாமல்

திட்டம் போட்டு தீங்கு செஞ்சா
வந்து சேரும் பேரு

ஆண்: அலைபாயும் மனமொரு குரங்கு
அதற்காக அனுதினம் கிறங்கு
வழிமாறி ரசனையில் மயங்கு

மலை
உடைந்துவிடும் சிறு உளியும்
அடிக்க அடிக்க
விடை கிடைத்துவிடும் அனுபவங்கள்
ஜெயிக்க ஜெயிக்க

கற்றது களவு
பாலாஜி
இசை: பால்.ஜே
குரல்: ஹரிகரன், அனுராதாஸ்ரீராம், சுப்ரியா
2009
◻

170

மனைவி சொல்லே மந்திரம் எனச் சொல்லக் கேட்டிருக்கிறோம். இதுவோ கணவன் சொல். தனக்கு வாய்த்த மனைவியை வஞ்சப்புகழ்ச்சியாக வர்ணிக்கிறான். அவன், வீட்டு வேலை செய்வதற்கு மட்டுமே பெண்ணென்று புரிந்துகொண்ட கீழ் மத்திய தர குடும்பத் தலைவன். வெள்ளனே எழவில்லை, வெளிவாசல் பெருக்கவில்லை, துணிகளைத் துவைக்கவில்லை, கறிகாய்கள் சமைக்கவில்லை எனப் புகார்ப் பத்திரங்களை வாசிக்கிறான். இத்தனையும் அவள் செய்யாது போனாலும் அவள் எனக்கு இஷ்டமானவள். ஏனெனில், அவள் அழகானவள் என முடிக்கிறான். அவள் வந்த பிறகே வாழ்க்கை வண்ணமானது என்பவன் கறுப்புவெள்ளை அறிக்கை வாசிப்பதும் கவரவே செய்கிறது.

●

மை ஒயிஃபு ரொம்ப
ப்யூட்டி ஃபுல்லு ப்யூட்டி ஃபுல்லு
அவளால லைஃபு
ஆகிடுச்சி கலரு ஃபுல்லு

எனக்குப் புடிச்சதையும்
தனக்குன்னு ஒதுக்கிவப்பா
தனக்குப் புடிச்சதையும்
பதுக்கிவப்பா

மனசப் புரிஞ்சி அவ
நடக்க மறந்திருப்பா
மதியம் எழுந்திருப்பா

●

கல்கோனா கமருகட்டு
நாந்தான்னு கதையும் விட்டு
என்னோட காச எல்லாம்
கரைப்பாளே

ஒன்னால அவதிப்பட்டு
போறேனே நடைய கட்டு

என்றாலே என்னப் பாத்து
மொறைப்பாளே

என்னுடைய பேச்சக்கேக்க
மாட்டாளே மாட்டாளே
வெறுங்கையா வந்து நின்னா
பேயாகிப் போவாளே

அடிச்சாலும் புடிச்சாலும்
வெளங்காம அடங்காம
இருந்தாலும்..

●

சும்மாவே இருந்துப்புட்டு
சோறாக்க மறந்துப்புட்டு
போய் பார்சல் வாங்கியான்னு
பறப்பாளே

நல்லாவே மினுக்கிக்கிட்டு
கடவாய அதக்கிக்கிட்டு
நைட்டெல்லாம் டீ.வி.பாத்து
சிரிப்பாளே

எப்படியோ வாழ ஆசப்
பட்டேனே பட்டேனே
பொஞ்சாதியால் நானும் இப்ப
கெட்டேனே கெட்டேனே

ஒதச்சாலும் மிதிச்சாலும்
அவ என்ன மதிக்காம
நடந்தாலும்...

பஞ்சுமிட்டாய்
மோகன்
இசை: டி.இமான், குரல்: திவாகர்
2016
▫

171

தனித்தனியே இருந்த ஆணும் பெண்ணும் தம்பதிகளாகிறார்கள். அவர்களுக்குள் புதிதாகப் பூக்கும் அன்னிநோன்னியப் பூவை வாசத்தோடு வாரிக்கொள்கிறார்கள். இனிவரும் அத்தனை இரவுகளுக்கும் அர்த்தம் சொல்லப்போகும் முதலிரவை ஆரத் தழுவிக்கொள்ள, ஆரம்பிக்கிறது பாடல். இரண்டு அவசரங்கள் ஒரு நிதானத்திற்காக ஏங்கி எழுவதே இல்வாழ்க்கை. புரிதலும் அறியாமையும் அவர்களுக்குள். ஒருவர் முன்னேக மற்றொருவர் பின்னால் தொடரும் பந்தம். இது, இல்பொருள் உவமையணி போல் உள்பொருள் உவமையணி.

●

ஆண்: மனசுல இருக்குது ஆச
அத மறைக்கவும் முடியல
வாம்மா

பெண்: விடியிற வரையிலும் பேச
ஒரு வெவரமும் தெரியல
மாமா

ஆண்: வெலகி வெலகி நீ
சிணுங்கையிலே
உடலது கொதிக்குதடி

பெண்: எதையும் கொடுக்க நா
இருக்கையிலே
அவசரம் அதிகப்படி

ஆண்: போதும் போதும்
இன்னும் தூரம் என்ன?

●

ஆண்: பசி எடுக்கையில்
பதுக்கி வைக்கவா? பருவப்புள்ள
என சேந்த

பெண்: அவதிப்பட்டு நீ
எடுத்துத் திங்கவா? நெலகொலஞ்சி
ஓடியாந்த

யுகபாரதி ● 385

ஆண்: எப்படி சொல்லுறது
ஒனக்கு இத எனக்கொண்ணும்
வெளங்க வில்ல

பெண்: எத்தன எத்தனையோ
பொழுதிருக்கு பொறு ஒண்ணும்
தவறு இல்ல

ஆண்: மாமம் பேச்ச
கேக்க வேணும் புள்ள..

●

பெண்: இதுவரைக்குமே
கொழந்தப் புள்ளதான் தெரியவில்ல
படங்காட்ட

ஆண்: ரகசியங்கள
தெரிந்து கொள்ளவே தொடங்குபுள்ள
வெளையாட்ட

பெண்: உள்ளது மொத்தமுமே
ஒனக்கென நான் கொடுக்குறேன்
இறுதி வர

ஆண்: சொன்னத அப்படியே
செயல்படுத்த நெனைக்குறேன்
அமைதி பெற

பெண்: மாமா நீங்க
சேர ஏது கொற?

பஞ்சுமிட்டாய்
மோகன்
இசை: டி.இமான்
குரல்: சின்மயி
2016

□

172

நடப்பதெல்லாம் தனக்கு மட்டுமே நடக்கிறது என்று எண்ணுகிறான் அவன். உலகம் இயல்பாக இருக்கையில் தனக்கு மட்டுமே அபாயங்களும் உபாதைகளும் என நினைத்துக்கொள்ளும் சராசரி கணவனின் சலனம் இது. அவனுக்கு மனைவி மீது சந்தேகம் வந்துவிடுகிறது. உயிர்த் தோழனாய் உடன்வரும் ஒருவனை அவளோடு சம்பந்தப்படுத்திப் பாடுகிறான். நட்பும் கூட கற்பே என்று சொல்லிப்போனார் வாலி. 'கற்பும் இங்கே கூடா நட்பால் ஆகிப்போச்சே காலி' என்கிறான். வாலிபக் கவிஞர் வாலியை அவருடைய திரையிசைப் பணியை இப்பாடல் மூலம் கவனப் படுத்தியதைப் பெருமையாக அல்ல, கடமையாகக் கருதுகிறேன்.

●

எனக்கு மட்டும் ஏ(ன்)
இப்படியெல்லாம் நடக்குதோ?
எனக்கு மட்டும் ஏ(ன்)
இப்படியெல்லாம் நடக்குதோ?

நடக்குறத பாத்தா
கசந்திடுச்சு வாழ்க்க
எது முடிய நாந்தான்
இவள கட்டிக் காக்க

ஓயாத சூறாவளி
கலரால் இங்கு அடிப்பது
தலவிதியா?

●

சிங்கம் என்ன மிதிக்க
வந்தாலும்
சிறுத்த என்ன கடிக்க
நின்னாலும்

அதுக்கு எல்லாம் பயப்புடாம
போகிற ஆள் நானே
ஆனா அவன நெனக்கும் போதே
பீதியும் ஆனேனே

நட்பும் கூட கற்பே என்று
பாடிப் போனார் வாலி
கற்பும் இங்கே கூடா நட்பால்
ஆகிப் போச்சே காலி

போச்சு போச்சு ஆவி
போச்சு
ஆணி வேரும் ஆடிப்
போச்சு

●

கண்ணில் வச்சி அவள
பாத்தேனே
கண்டதையும் வாங்கிப்
போட்டேனே

இருந்தும் கூட செறுக்கி என்ன
மறந்துதான் போனாளே
கழுத்த அறுக்கும் அவனுக்காக
கலருஃபுல் ஆனாளே

நீரு மேல கோலம் போல
ஆகிப் போனேன் நானு
தாலி கட்டிக் கூட்டி வந்த
மாமேன் ஆனேன் வீணு

போச்சு போச்சு
மோசம் போச்சு
கூட சேர்ந்து
மானம் போச்சு

பஞ்சுமிட்டாய்
மோகன்
இசை: டி. இமான்
குரல்: வீரா
2016
◻

173

எழுபதுகளில் வெளிவந்த பாடலைப் போல இரண்டாயிரத்தில் வெளிவரும் பாடல்கள் இல்லை. இசையின் ஆதிக்கம் குறைவாகவும் வார்த்தைகளின் வனப்பு அதிகமாகவும் இருந்த காலம் அது. அப்போதைய ரசிகர்கள் அல்லது நேயர்களின் மனோநிலை வேறு. இப்போதைய நேயர்களின் மனோநிலை வேறு. தொழிநுட்ப சாதனங்கள் பெருத்துவிட்ட இக்காலத்தில் எழுபதுகளை நினைவூட்ட இயக்குநர் விரும்பினார். வரிகள், பாடும்முறை, இசைக் கோர்ப்பு யாவும் எழுபதுகளை நினைவூட்டும். காட்சியும் அவ்விதமே. சீவி முடிந்தவளே சிக்கனமா பார்ப்பவளே ஆவி முழுவதையும் ஆட்டிப் படைக்கிறியே என்று அன்பொழுகக் கெஞ்சுகிறான் அவன்.

●

ஆண்: காட்டுக்கருவ முள்ளா
குத்துறியே நெஞ்சுக்குள்ள
முள்ளெடுக்க வாயேண்டி
முன்னால முன்னால
முள்ளெடுத்தா நாந்தாரேன்
பூமால பூமால

பெண்: காட்டுக்கருவ முள்ளா
குத்தலயே கன்னிப்புள்ள
முள்ளெடுக்க சொல்லாத
கண்ணால கண்ணால
முள்ளெடுக்க நீ பாரு
வேறாள வேறாள

●

ஆண்: சீவி முடிச்சவளே
சிக்கனமா பாப்பவளே
ஆவி முழுவதையும்
ஆட்டிப் படைக்கிறியே
பேயா இள மனச
ஓட்ட நெனக்கிறியே

பெண்: ஊரு நடுவுல நீ
பாய விரிக்கிறியே
கூர ஏறாம
கோழி புடிக்கிறியே

ஆண்: ஒறவு மொறயிருக்கு
இருந்தும் வழுக்குறியே
ஒரலு அதுல இட்டு
ஏ உசுர இடிக்கிறியே

●

பெண்: காடா கொளுத்துறியே
கட்டழக கேக்குறியே
தாலி கொடுக்கும் வர
நானும் தரமாட்டேன்
லோகம் அழிஞ்சாலும்
நெருங்கி வரமாட்டேன்

ஆண்: போதும் நிறுத்திடு நீ
பேச்ச வளக்காத
சாதம் வடிப்பதுபோல்
ஆள கவுக்காத

பெண்: சேரும் நெனப்பிருந்தா
ஓல அனுப்பிவிடு
மாறும் இவ மனசு
மால தொடுத்துவிடு

பஞ்சுமிட்டாய்
மோகன்
இசை: டி.இமான்
குரல்: டி.எல்.மகாலிங்கம், கல்பனா
2016

□

174

விட்டேத்தியாகத் திரிந்துகொண்டிருந்த அவன். அவளைக் கண்டதும் தன்னைத் தானே சுயபரிசோதனை செய்துகொள் கிறான். அவளுடைய செயல்கள் அவனை முற்றிலுமாகப் புரட்டிப்போடுகிறது. அதுவரை இருந்த எண்ணங்களும் அலட்சிய மனோபாவமும் அவனிடமிருந்து அகல்கின்றன. வாழும் ஆசையை அவனுக்குள் விதைக்கும் அவள், வாழ்க்கைத் துணையானால் எப்படி இருக்குமென்று கற்பனை செய்கிறான். தலையாட்டி பொம்மைகூட அவள் பேரைச் சொல்ல தலை யாட்டாமல் போகையில் தான் எப்படி அவளை எண்ணாமல் இருக்க முடியும் என்கிறான்.

●

பட்டாசா அந்தப் பொண்ணு
ஒரு பார்வை பாத்தா
பஞ்சாரக் கோழிக் குஞ்சும்
உருமாறும் வாத்தா

அவ காட்டு மல்லி
போல வாசம் வீச
தல காலு புரியாம என்ன?
பேச பேச

●

தலயாட்டி பொம்மகூட
அவளோட பேரச் சொன்னா
செலயாகிப் போக சண்ட
போடும்

சிவகாசி வேட்டுங் கூட
அவபேசும் பேச்சக் கேட்டா
வெடிக்காம தானே தள்ளி
ஓடும்

அழுத குழந்தை அவ
முன்னே வந்தா
அடங்கி விடுவதென்ன
அந்நேரந்தா(ன்)

அவ எடக்கு மடக்கு பண்ணிப்
போகும் சீத
அவ அடிக்க எனக்கு இப்ப
போத

●

அவளோட வாசம் பட்டா
மனசெல்லாம் சீட்டுக் கட்டா
கலஞ்சேதான் போவதென்ன?
தோழா

அவளோட கண்ணக் கண்டா
உருண்டோடும் கோலிக்குண்டா
தடுமாறிப் போறேன் கொஞ்ச
நாளா...

அழகில் அதட்டும் அவ
கண்ணாடியா
தெருவில் நடந்து வரும்
ரங்கோலியா

அவ மொறப்பு புழிஞ்சதென்ன
அய்யோ சாறா
அவ சிரிப்பு மிதிச்சதென்ன
சேறா

நான்தான் சிவா
ஆர். பன்னீர் செல்வம்
இசை: டி.இமான்
குரல்: தீபக்
2016
◻

175

என்னைக் காதலிக்க இன்று இவ்வளவு நேரம் தருகிறேன். அதற்குள் உன் ஆசையை சொல்லிவிட்டுப் போ என்கிறாள். முதல் முறை அவள் வழங்கிய நேரத்தைத் தவறவிட்டுவிடும் அவன், மறுபடியும் அவள் தனக்கு நேரம் ஒதுக்குவாளா? என ஏங்குகிறான். சில மணித்துளிகள் மட்டுமே வழங்கிக்கொண்டிருந்த அவள் திடீரென்று அதிக நேரம் தருகிறேன் என்கிறாள். கொடுத்த நேரத்தை என்ன செய்யப்போகிறாய்? எனக் கேட்டதும், வாழ்க்கை முழுக்க தான் செய்யப்போவதைப் பட்டியலிடுகிறான். அத்தியந்த தம்பதிகளாக இருவரும் கனவுக்குள் நுழைகிறார்கள்.

•

ஆண்: அய்யய்யோ என்ன சொல்ல
நாந்தானே – ஒன்ன
அப்படியே அள்ளிக்கிட்டு
போவேனே

பெண்: ஒன்னோட பேசும்போது
வாழத் தோணுதே
கண்ணோட கண்ணு மோத
போத ஏறுதே

ஆண்: அடியே நீ தலையாட்ட
ஏதோ ஆகுதே
புத்தி மாறுதே

•

பெண்: இன்னுங் கொஞ்ச நேரம்
என்ன நடந்தாலும்
ரெண்டுபேரும் தோளில் சாய்ந்து
பேச வேணுமே

ஆண்: என்னுடைய பார்வ
அங்க இங்க மேய
செல்லம் நீயும் கோபத்தோட
கூச வேணுமே

பெண்: மழ காத்து அடிச்சாலும்
வெயில் தீயா எரிச்சாலும்
ஒறங்காம ராத்திரி
வேணுமே

ஆண்: தவறே நான் புரிஞ்சாலும்
சரி வாடா எனத் தேத்த
ஒரு முத்தம் வேணுமே
மொத்தம் வேணுமே

●

ஆண்: ஒத்த நொடி கூட
ஒன்னப் பிரியாம
ஒத்துமையா காதல் பாட்ட
கேட்க வேணுமே

பெண்: உள்ளவர தோதா
ஒன்ன மடி சாச்சு
அன்னமதைப் போல அன்ப
ஊட்ட வேணுமே

ஆண்: அடி நானும் சமப்பேனே
துணி கூட தொவப்பேனே
அத பாத்து நீ திட்ட
வேணுமே

பெண்: மன வேணும் நக வேணும்
எனக்கேட்டு அழ மாட்டேன்
அளவில்லா ஆசதான்
இன்னும் வேணுமே

நான்தான் சிவா
ஆர். பன்னீர் செல்வம்
இசை: டி. இமான்
குரல்: வந்தனா, பிரசன்னா
2016
□

176

தன்னையும் ஒருத்தி தரிசிக்கிறாள் என்பதை உணர்ந்துகொண்ட வனுக்கு வெட்கம் தாளவில்லை. தலை சீவுகிறான். தலைகீழாக மாறிப்போகிறான். அசையும் சொத்தாக அவளைப் பார்க்கிறான். தரையை ஏணிபோல எண்ணிக்கொண்டு ஏறுகிறான். மரணம் விழுந்த வீட்டிலும் கவிதை பேசுகிறான். அவனுக்கு இது புதிது. இப்படி முன்னெப்போதும் அவன் இருந்ததில்லை. செருக்கிலும் சிறுபிள்ளைத் தனத்திலும் திளைத்திருந்த அவன், முதல் முதலாகத் தன்னை முழு ஆணாக அறிகிறான். அவனுக்கே அவனைப் பிடித்துப்போக அவள் காரணமாகிறாள்.

•

அடி ஆத்தி
ஒரு கண்ணுல நூறு
கோலம் போடுற

வெறி ஏத்தி
இவன் நெஞ்சையும் கீறி
கூறு போடுற

கன்னக்குழி அழகுல
கட்டி வச்சி என்ன
அடிக்கிற

நெத்திமுடி வளைவுல
மொத்த எலும்பையும்
முறிக்கிற

அய்யய்யோ நீ என்ன
ஆளாக்குற

•

கலஞ்ச தலைய ஒழுங்கா சீவுறேன்
புதுசா மொகத்தில்
பவுடரும் பூசுறேன்

நடையே மாறிடுச்சே
ஒய்யாரமா..
ரயிலும் ஓடிடுச்சே
நெஞ்சோரமா..

அறுந்த வாலு நா
அடங்கிப் போகுறேன்
அரும்பு மீசைய
அழகா நீவுறேன்

போடி எல்லாம்
உன்னாலதான்டீ...

●

சடையா எனநீ முடியும் போடுற
கனவில் நெதமும்
கரகம் ஆடுற..

வசதி வந்ததுபோல்
ஆனேனடி
அசையும் சொத்தெனக்கு
நீ தானடி

தரைய ஏணியா
நெனச்சு ஏறுறேன்
எழவு வீட்டிலும்
கவித பேசுறேன்

போடி எல்லாம்
உன்னாலதான்டீ...

நான்தான் சிவா
ஆர்.பன்னீர் செல்வம்
இசை: டி. இமான்
குரல்: ஆலாப்ராஜு
2016
□

177

தன்னை வேரோடு தாங்கிக்கொள்ளும் அவனை யாராக நினைப்பது? ஒரு பச்சிளங் குழந்தையைப் பார்த்துக்கொள்ளுவது போல் தன்னைப் பாதுகாக்கும் அவன் செயல் எண்ணி அவள் சிந்திக்கிறாள். அவன் இல்லாமல்போயிருந்தால் தனக்குக் கிடைத்திருக்கும் நம்பிக்கை கிட்டாமல் போயிருக்கும் என மறுகுகிறாள். இதற்குப் பிறகும் அவனை எட்டி இருக்கச் சொல்வது ஏற்புடையதில்லை என அள்ளிக்கொள்ள அனுமதிக்கிறாள். அண்ணாந்து பார்க்கும் ஆகாசம். அதுபோலவே உன் நேசம் என்கிறாள். நாடி துடிப்பதுபோல் அவள் பாடித் துடிப்பது பரவசத்தை மூட்டுகிறது.

●

ஏதோ ஏதோ ஆச
ஒன பாத்துப் பேச நிக்கிதடா
பாத்துப் பேசும் போதே
வரும் வார்த்த ஏனோ திக்குதடா

எத்தனையோ நாளாக
அத்தனையும் கைசேர
இப்ப கலந்தேனே

அண்ணாந்து பாக்கும் ஆகாசம்
அதுபோல தானே
ஓந் நேசம்

●

இருந்திடும் நாள
முழுவதுமாக உனக்கே நானும்
தருவேனடா

எனக்கெனவே நீ
இருப்பதப் பாத்து குழந்தைபோலே
அழுதேனடா

உன்னை விட யாருண்டு
என்று நினைத்து

நள்ளிரவில் பேயானேன்
பித்து பிடித்து

எதை எதையோ நான்
நினைத்தேனடா
அதனையும் கூட
மறைத்தேனடா

எதையும் தரவே
இனிமேல் இல்லை வெட்கம்..

•

மனசுல நீயும்
இருப்பதனாலே பசியே இல்லை
என ஆனதே

படுக்கையிலே போய்
விழுந்த பின்னாலும் உறங்கா கண்கள்
உனைத் தேடுதே

கைகளிலே நீ என்னை
அள்ளி எடுத்து
கொஞ்சிடவும் மாட்டாயா
முத்தம் கொடுத்து

இருப்பதை எல்லாம்
தர எண்ணியே
நெருங்குகிறேனே
இவள் உன்னையே

இருந்தும் தயங்கும்
இதயம் நெட்டித் தள்ள..

நான்தான் சிவா
ஆர். பன்னீர் செல்வம்
இசை: டி.இமான்
குரல்: ஸ்ரேயா கோஷல்
2016

◻

178

யார் இவன்? எங்கிருந்து வருகிறான்? இவனைப் பற்றி ஊர் என்ன சொல்கிறது? உறவு என்ன சொல்கிறது? இவனுடைய உண்மையான குணம்தான் என்ன? என்பதைச் சொல்வதற்காக எழுதப்பட்ட பாடல். நாலைந்து இளைஞர்களை உடன் வைத்துக் கொண்டு நானே நாடு, நானே தலைவன் என வளையவரும் அவன், நாளடைவில் என்னவானான் என்பது கதையின் போக்கு. அறிமுக நாயகன் என்பதால் அவனை யாரோ ஒரு கிராமத்துப் பெண் வாழ்த்திப் பாடுவதாக வைத்துக்கொண்டோம். களத்தையும் அவனுடைய உளத்தையும் சொல்வதற்காக இப்பாடல் உருவாக்கப்பட்டது.

●

ஓட்டம் எடுடா மல்லுக்கட்ட
ஓங்கி அடிடா பல்லுக்கொட்ட
போட்டு மிதிடா கண்ணுக்கட்ட
தூக்கி வாடா அவன
டின்னுக்கட்ட

சாட்ட எடுடா சாரங்கட்ட
சாவும் பயந்து ஓரங்கட்ட
வாட்டி வறுடா மூச்சுமுட்ட
ஊரு ஒலகம் பாத்து
உச்சுக்கொட்ட

ஒத்தயில நின்னு நல்லா
பிரிடா – அவன
பக்குவமா தோல நீயும்
உரிடா
டர்ர்ர்ர்ர்ர்ர்ர்ர்ர்ர்ர்ர்ருனு கிழிடா
டர்ர்ர்ர்ர்ர்ர்ர்ர்ர்ர்ர்ர்ருனு அடிடா
டர்ர்ர்ர்ர்ர்ர்ர்ர்ர்ர்ர்ர்ருனு மிதிடா

டர்ர்ர்ர்ர்ர்ர்ர்ர்ர்ர்ர்ர்ருனு தெறிடா
டர்ர்ர்ர்ர்ர்ர்ர்ர்ர்ர்ர்ர்ருனு வெடிடா
டர்ர்ர்ர்ர்ர்ர்ர்ர்ர்ர்ர்ர்ருனு முடிடா

●

ஆழந் தெரிஞ்சி கால வையி
அளவ மறந்துநீ ஆச வையி
காலம் கெடக்குது தூரம் வையி
காதல் வேணுமுன்னா
கண்ண வையி

வாழ்க்க கொடுத்தா நெஞ்சில் வையி
வழிய மறிச்சா பொட்டில் வையி
தூண்டி நுனியில் முள்ள வையி
துரோகம் எவனும் செஞ்சா
கொள்ளி வையி

அச்சப்பட்டா ஒண்ணுமில்ல
தெளிடா – ஒனக்கு
இஷ்டப்பட்ட பூவ நீயும்
பறிடா

டர்ர்ர்ர்ர்ர்ர்ர்ர்ர்ர்ர்ர்ருனு கிழிடா
டர்ர்ர்ர்ர்ர்ர்ர்ர்ர்ர்ர்ர்ருனு அடிடா
டர்ர்ர்ர்ர்ர்ர்ர்ர்ர்ர்ர்ர்ருனு மிதிடா

டர்ர்ர்ர்ர்ர்ர்ர்ர்ர்ர்ர்ர்ருனு தெறிடா
டர்ர்ர்ர்ர்ர்ர்ர்ர்ர்ர்ர்ர்ருனு வெடிடா
டர்ர்ர்ர்ர்ர்ர்ர்ர்ர்ர்ர்ர்ருனு முடிடா

●

பாத்து சிரிச்சா வம்பு இல்ல
பழக நெனச்சா துன்பம் இல்ல
கூத்து அடிச்சா குத்தம் இல்ல
கூடி நாம வாழ்ந்தா
கொறயே இல்ல

கூட்டிக் கழிச்சா ஒண்ணும் இல்ல
குடியக் கெடுத்தா சுட்டுத் தள்ள
வீட்டில் இருந்தா கெத்து இல்ல

வேட்ட ஆடத் துணிஞ்சா
ஒலகே எல்ல

நல்ல நல்ல பேர நீயும்
எடுடா – உசுரு
உள்ளவர உத்தமனா
இருடா

டர்ர்ர்ர்ர்ர்ர்ர்ர்ர்ர்ர்ர்ர்ருனு கிழிடா
டர்ர்ர்ர்ர்ர்ர்ர்ர்ர்ர்ர்ர்ர்ருனு அடிடா
டர்ர்ர்ர்ர்ர்ர்ர்ர்ர்ர்ர்ர்ர்ருனு மிதிடா

டர்ர்ர்ர்ர்ர்ர்ர்ர்ர்ர்ர்ர்ர்ருனு தெறிடா
டர்ர்ர்ர்ர்ர்ர்ர்ர்ர்ர்ர்ர்ர்ருனு வெடிடா
டர்ர்ர்ர்ர்ர்ர்ர்ர்ர்ர்ர்ர்ர்ருனு முடிடா

நான்தான் சிவா
ஆர். பன்னீர் செல்வம்
இசை: டி. இமான்
குரல்: பிரியா சுப்ரமணியம்
2016
☐

179

எதை எதில் பார்ப்பது? எப்படிப் பார்ப்பது? என்பது அவரவர் இதயத்தைப் பொறுத்தது. அன்னை தெரசாவைக் கருணையாகவும், அண்ணல் காந்தியை சுதந்திரமாகவும் பார்த்த சமூகத்தில் அவன் அழகைப் பெண்ணாகவும் வாழ்வைக் கொண்டாட்டமாகவும் பார்க்கிறான். ஊர்த் திருவிழா. அங்கே அவன் தன் உள்ளக் கிடக்கைகளைக் கூச்சமில்லாமல் கொட்டுகிறான். அருவருப்புக் குரிய சங்கதிகளும் அவனுக்கு இஷ்டமென்பதை நாம், கஷ்டத் தோடுதான் கவனிக்க வேண்டும். ஊருக்கு ஒருவன் அவன் போல இருக்கிறான். நடக்காததை நடந்ததாகச் சொல்லிக்கொண்டு. நடக்க இருப்பதை நம்பாமல் புளுகிக்கொண்டு.

●

வாங்கடி வாங்கடி
கூத்துக் கட்ட
போங்கடி போங்கடி
வேத்துக் கொட்ட

ஆடாத ஆட்டத்த ஆடுங்கடி
ஆம்பள ஏக்கத்த
தீருங்கடி

பாடாத பாட்டையும் பாடுங்கடி
பாவாடக் கூச்சத்த
போக்குங்கடி

வானவெடி படபடங்க
காலு அடி நடு நடுங்க

பறயடியில செவுலு எல்லாம்
கிழிய வேணுன்டி
உறியடியில தவுலு சத்தம்
எகிற வேணுன்டி

●
ஆவணி மாசத்த
ஆடியில் பாப்பேன்
ஐப்பசி இல்லாமத்
தூறல பாப்பேன்

தாவணி வாசத்தில்
பூக்கள பாப்பேன்
தப்புன்னு சொன்னாலும்
ஜாக்கெட்ட பாப்பேன்

காந்தி மகான நான்
ரூவாயில் பாப்பேன்
கிட்டிப் புல்லுலநான்
கிரிக்கெட்ட பாப்பேன்

ஓசி தண்ணியில
போதைய பாப்பேன்
ஒப்பாரி வீட்டிலயும்
ரோசாவ பாப்பேன்

ஆளான பொண்ணுங்க
அத்தனை பேரையும்
பொஞ்சாதியாகத்தான்
பாப்பேன் பாப்பேன்

●
சாராய வாடையில்
சௌக்கியம் கேப்பேன்
சத்தான சக்திக்கு
லேகியம் கேப்பேன்

ஜாதக கட்டத்தில்
யோகத்த கேப்பேன்
சைவ ஓட்டலுல
கருவாட கேப்பேன்

அட, கெவுளி சத்தத்துல
சங்கீதம் கேப்பேன்
கீறிப் புள்ளகிட்ட
பாம்பையும் கேப்பேன்

அத்த பொண்ணுகிட்ட
அல்வாவ கேப்பேன்
ஆசப் பட்டத நான்
மொத்தமா கேப்பேன்

கட்டாந்தரையில
கப்பல ஓட்ட நான்
ராத்திரி வரவான்னு
கேப்பேன் கேப்பேன்

வெத்துவேட்டு
மணிபாரதி
இசை: தாஜ் நூர்
குரல்: வேல்முருகன்
2015

180

‘நான்கு இளைஞர்கள் ஒன்று சேர்ந்தால் அங்கே ஒரு பெண்ணின் அந்தரங்கம் பேசுபொருளாகிறது’ என்னும் கரிகாலனின் கவிதையைப் போல அவனும் ஒரு அந்தரங்கத்தை நண்பர்களிடம் அப்பட்டமாக்குகிறான். அவள் பார்த்தாள், பேசினாள், கண்ணடித்தாள், கட்டியணைத்தாள் எனக் கதைவிடுகிறான். வாய்ப்பு கிடைக்காதவர்கள் வாய் பிளப்பதை விரும்புகிற அவன், வாரிவிடுகிறான் பொய்களை. ஒரு சின்னக் காட்சியை வார்த்தை யாகக் கோர்த்த இப்பாடல் வடிவம், கதை சொல்லும் பாணியில் அமைந்தது. அடுத்து என்ன? அடுத்து என்ன? என்ற ஆர்வத்தைத் தூண்டக் கூடியது.

●

கண்ணான அந்தக் கண்ண
காதலோட பாத்தேன் - கை
ஜாடயால அந்தப் புள்ள
பேர கேட்டேன்

என்னான்னு அந்தப் பொண்ணும்
ஏக்கத்தோட பாத்தா
எம்மேல ரொம்ப ஆசையான்னு
கூச்சத்தோட கேட்டா

ஆமான்னு சொல்லும் முன்னே
அள்ளிக்கோன்னு சாஞ்சா
சும்மா ஏன் நிக்கிறேன்னு
சொல்ல சொல்ல பாஞ்சா

●

கண்ணழகப் புகழும் போது
அடிச்சா போத வர
கையழகப் புகழும் போது
அணைச்சா மூடுவர

காலழகப் புகழும்போது
கொலுசா குலுங்க வச்சாளே

தோளழகப் புகழும் போது
குனிஞ்சே விருந்து வச்சாளே

எத்தனையோ அழகிருக்க
என்னோட பார்வ அத
நெருங்கி நெருங்கிப் புகழ

அட, மொத்தமா எடுத்துக்கோன்னு
வச்சா அவளும் முத்தம் – நாஞ்
செஞ்சேன் பெறகு குத்தம்

●

மாந்தோப்பு படலுக்குள்ளே
மறைய எடமிருக்கு
ஊரோர குடிசைக்குள்ளே
ஒதுங்க சொகமிருக்கு

கட்டிக்கொண்டு கதையளக்க
கரும்புக் காடு இருக்கு
ஒட்டிக்கொண்டு ஒறஞ்சிருக்க
ஓடக்கர மேடுமிருக்கு

எத்தனையோ எடமிருக்க
எங்க நாம போகலான்னு
தயங்கி தயங்கி கேட்கையில

ஓடியே போகலான்னு
சொன்னா அவளும் சேதி – ஏ
உச்சந் தலையக் கோதி

வெத்துவேட்டு
மணிபாரதி
இசை: தாஜ் நூர்
குரல்: தீபக், ஜெயமூர்த்தி
2015
□

161

ஆக்கிவைத்த உணவை எல்லாம் உனக்கே இடவேண்டும். நீ பாக்கி வைத்த சோற்றை உண்ணும் பாக்கியம் பெற வேண்டும். அவள் அவனிடம் தன் கனவுகளை கற்பனைகளை விளக்குகிறாள். உன் நினைவுகளின் சாளரத்தில் நின்றுகொண்டிருக்கும் என்னை ஒரு நொடியேனும் உற்றுக் கவனிக்கக்கூடாதா என்பதே அவள் எதிர்பார்ப்பு. பெண்களின் கனவுகளைப் பெண்கள் எழுதும்போது தான் துல்லியம் துலங்கும். ஆண் பார்வையில் எழுதுகையில் அப்படி இப்படியாக மாறும் என்பது உண்மைதான். ஒரு ஆண் தனக்குத் துணையாகும் பெண், எப்படித் தேவை? என எண்ணு கிறானோ, அதைப் பெண்ணே சொல்வதாகச் சொல்லியிருக்கிறேன். இது, பெண் குரலில் ஆண் சொல்லிய ஆண் விருப்பம்.

●

உன்னை நினைத்தாலே
உயிர் உருகி வழியுதடா – உன்
கண்ணைப் பார்த்தாலே
கடல் அலையும் உறையுதடா

நீ
என்னை அள்ளிக் கொண்டுபோகும்
திருடன் தெரியுமடா

உன்
அன்பில் எந்தன் நெஞ்சம்தானே
அழகாய்த் தொலையுதடா
அழகாய்த் தொலையுதடா

●

உந்தன் வீட்டு வாசல் வந்து
கோலம் இட வேண்டும் – உன்
ஓரப் பார்வை ஓயாமல் என்
தேகம் தொட வேண்டும்

நீயே எந்தன் வீட்டுக்காரன்
நினைத்தே தொழ வேண்டும் – உன்
மீசை குத்தும் வலியை வாங்கி
மெலிதாய் அழ வேண்டும்

ஆக்கி வைத்த உணவை யெல்லாம்
உனக்கே தர வேண்டும் – நீ
பாக்கி வைத்த உணவை உண்ணும்
பெருமை பெற வேண்டும்

●

நீயே எந்தன் மூச்சுக்காற்று
உள்ளே வர வேண்டும் – நீ
வெளியே செல்ல வேண்டும் என்றால்
நானே விட வேண்டும்

ஊரே கண்ணை வைக்கும் படிநான்
உன்னில் விழ வேண்டும் – உன்
ஓசை இல்லா முத்தத்தில் என்
கூச்சம் கெட வேண்டும்

காந்தம் போல என்னை ஈர்க்கும்
காதல் துணை வேண்டும் – உன்
கண்ணை உற்றுப் பார்த்துக்கொண்டே
போகும் நிலை வேண்டும்

வெத்துவேட்டு
மணிபாரதி
இசை: தாஜ் நூர்
குரல்: நின்சி வின்செண்ட்
2015

182

ஈசல் வெளவாலாகுமா? தூசி பாசியாகுமா? ஆகும் என்பதுதான் அவன் காதல் அவனுக்குச் சொல்லியிருக்கும் தகவல். தன்னை மாறுதலுக்கு உட்பட்ட பிரதேசமாக அவள் மாற்றிவிட்டாள் என்கிறான். எந்த நேரத்தில் எது நடக்கும் என யூகிக்க முடியாத சிக்கலுக்குள் அவள் தள்ளிவிட்டாள் எனத் தடுமாறுகிறான். ஆறடி மனிதனை ஆகாயமாக்கும் வித்தையை அவள் அவனுக்குக் காட்டுகிறாள். அவள் நினைவில் அவனுடைய நிழல்கூட வெளுத்துவிடுகிறது.

●

அடியே செல்லத்தங்கம்
அள்ளிக்கிட்டு போனீயே
வடிவா என்னக்கொன்னு
வச்சிப்புட்ட கொள்ளியே

ஒரு பார்வையால மணல நீ
கயிறாட்டம் திரிச்சிப்புட்ட
ஒரு ஜாடையால உசுர நீ
துணிபோல துவச்சிப்புட்ட

ஓ நெனப்புலதான்
ஏ நெழலக் கூட அட எம்மா எம்மா
வெளுத்துப்புட்ட

●

ஈசலா இருந்த என்ன
வெளவால மாத்திப்புட்ட
வாசலா கெடந்த என்ன
கோலமா போட்டுப்புட்ட

தூசியா பறந்த என்ன
பாசியா படிய விட்ட
கோரையா வளந்த என்ன
குடிசையா மெழுகிப்புட்ட

சொல்லவே வார்த்தயில்ல
செல்லமா அடிச்சிப்போற
சண்டாள கண்ணாலென்ன
சல்லடையா சலிச்சிப்போற

ஒட்டுனா ஓரம்போற
ஒதுங்குனா மீறிப்போற

●

காலடி பதியாமத்தான்
கண்மணி நீ நடக்க வச்ச
ஆறடி மனுசன் என்ன
ஆகாயம் ஆக வச்ச

வேறதும் நெனப்பு வல்ல
பைத்தியமாக வச்ச
வேண்டுற தெய்வம் போல
கேட்டத கொடுக்க வச்ச

கண்ணதான் மத்தாவச்சி
என்ன நீ கடஞ்சிபோற
கண்ணாடி வளவியாட்டம்
கைபட ஒடஞ்சிபோற

மங்கலா சிரிச்சிப்போற
மனசதான் அரச்சிப்போற

வெத்துவேட்டு
மணிபாரதி
இசை: தாஜ் நூர்
குரல்: நிவாஸ்
2015
□

183

அவனை அவள் குற்றவாளியாக்குகிறாள். செய்யாத குற்றத்துக்காக அவன் உறவுகளால் உதாசீனப்படுத்தப்படுகிறான். விளையாட்டுக் காக அவன் சொல்லி வந்த பொய்யை விபரீத வினையாக்கி விடுகிறாள் அவள். தன்னை நோகவும் தவறை நீங்கவும் இயலாத அவன், ஒட்டுமொத்த பெண்குலத்தையும் சாடுகிறான். ஒருத்தி செய்த தவறுக்கு ஊரைப் பழிப்பதுதான் எதார்த்தம். அப்பன் செய்த தவறுக்கு மகன் பொறுப்பேற்க வேண்டியதைப் போல, அந்த ஒருத்திக்காக அத்தனை பெண்களையும் பொறுப்பேற்கச் சொல்கிறான். குடிவெறியில் பெண்ணுறவுகளைக் குடை சாய்ப்பது ஆண்களுக்குக் கைவந்த கலை.

●

ஆறு கொளம் தேவயில்ல
அரளி வெதயும் தேவயில்ல
வீச்சருவா தேவயில்ல
வெட்டுக்கத்தியும் தேவயில்ல

ஒரே ஒரு வார்த்த போதும்
பொண்ணுக்கு – ஆள
காலி பண்ணி போயிடுவா
முன்னுக்கு

●

நெலத்துல நா நின்னுக்கிட்டே
நீச்சல் அடிக்கிறனே – தூக்குக்
கயித்துல நான் தொங்கிக்கிட்டே
பூச்சப் புடிக்கிறனே

வெளியில நா போட்ட வேசம்
வில்லங்கமா ஆச்சுங்க
கதயில ஏ முடிவு மட்டும்
கந்தலாச்சு பாருங்க

ஆச வச்ச பொண்ணு செஞ்ச
காரியம் – இது

நானே எனக்கு வச்சிக்கிட்ட
சூனியம்

அத்தனைக்கும் இருக்கு
மனசாட்சிதான் – நான்
தொட்டதாக சொன்னது
வெறும் பேச்சிதான்

●
பொதுவுல நான் தப்பே பண்ணாத
ஆளு தானேங்க – வெத்துப்
பெருமைக்காக சொன்ன பொய்யால்
வாடுறேனேங்க

கனவுலயும் பொண்ணத் தீண்டிப்
பாத்ததுமே இல்லிங்க
கவுத்துப்புட்டா அந்தப் பொண்ணு
நீதி நீங்க சொல்லுங்க

மோசம் செஞ்ச பொண்ணப் பேசும்
ஊருதான் – இந்த
மோசடியால் கெட்டது ஏம்
பேருதான்

தென்னமரத்துல காய்ப்பதில்ல
நுங்குதான் – ஏந்
தேவதையும் ஊதிப்புட்டா
சங்குதான்

வெத்துவேட்டு
மணிபாரதி
இசை: தாஜ் நூர்
குரல்: பிரபு
2015
□

184

நிச்சயமாகிவிட்டது. அவனுக்கும் அவளுக்கும் திருமணம் என்று தேதிகூடக் குறித்துவிட்டார்கள். மணநாள் நெருங்கிக் கொண்டிருக்கிறது. எப்படியெல்லாம் தனக்குத் தேவை என்று அவன் நினைத்தானோ அப்படியே அவள் இருக்கிறாள். அவனுக்கு சந்தோசம் தாங்கவில்லை. வரப்போகிறவள் தன்னை எப்படியெல்லாம் வாங்கிக்கொள்ளப் போகிறாள் எனத் தானே யூகிக்கிறான். அவன் பார்த்த அல்லது அவன் விரும்புகிற விதத்தில் அவளை அவன் வடிவமைக்கிறான். தன்னையே உலகம் என்று சொல்லப்போகிறவள் மனைவி அல்ல. விடியல் என்கிறான்.

●

என் வீட்டுக்கொரு தேவதை
இன்று கிடைத்தாளே
என் பாட்டுக்கொரு பூங்குயில்
மெட்டுக் கொடுத்தாளே

அன்பென்ற
சொல்லுக்கு அர்த்தம் வர
ஆனந்தம்
எல்லாமே அள்ளித் தர

குத்து விளக்கினை
ஏற்றி வைக்க
குங்கும நெற்றியுடன்
பூ மணக்க

சொந்தமும் பந்தமும்
என்னைச் சூழ்ந்திருக்க
சொல்லாத இன்பங்கள்
சேர்ந்திருக்க

●
கண்கள் விழித்ததும்
டீ கொடுக்க

என்னை எழுப்ப அவள்
போர் தொடுக்க

மெத்தை விரிப்பினை
கை மடிக்க
பின்பு குளித்து வர
சோப்பெடுக்க

ஈரம் முழுவதையும்
முந்தியிலே
ஒற்றி எடுத்திடுவாள்
அன்பினிலே

நாளும் பணிவிடை
செய்வதிலே
தாயை ஜெயித்திடுவாள்
உண்மையிலே

உள்ளதை உள்ளதுபோல்
பேசிடவும் – என்
உள்ளங்கை ரேகையைப்போல்
வாழ்ந்திடவும்

●

நித்தம் நடந்ததை
நான் சிரிக்க
சொல்லி முடித்து அவள்
தோள் அணைக்க

முத்தம் கொடுத்திட
நான் அழைக்க
வெட்கம் விரவி அவள்
வேர்த்திருக்க

கோபம் எதற்கு என்று
புன்னகையில்

கோலம் வரைந்திடுவாள்
கண் இமையில்

நானே உலகம் என்று
சொல்லும் அவள்
காதல் மனைவி அல்ல
என் விடியல்

பிள்ளைகள் பெற்று அதை
காத்திடவும் – நான்
இன்னமும் வெற்றிகள் பல
வாங்கிடவும்

அச்சாரம்
மோகன் கிருஷ்ணா.
இசை: ஸ்ரீகாந்த் தேவா
குரல்: விஜய் யேசுதாஸ்
2015
◻

185

மகனுக்குத் திருமணம் முடித்துவிட்டால் தன்னுடைய முழுக் கடமையும் முடியும் என நினைத்த தாய், மகனுடைய மணமேடையில் மரணமுறுகிறாள். அம்மாவின் பேச்சைத் துளியும் தட்டாத மகன் தலையில், இடிபோல் விழுகிறது அந்தச் சம்பவம். எதிர்பார்ப்புகளோடு மணமேடைக்குப் போன அவனுக்கோ அட்சதைகள் கண்ணீர்த் துளியாக மாறிவிடுகிறது. தாய், பேசி முடித்த பெண் தாரமாவதற்குள் அந்தக் கோரச் சம்பவம் நடந்துவிட, ஈர விழிகளோடு இடறிவிழுகிறான். என் மணமாலை அம்மாவின் பூத உடல்மீது போடுவதற்கா? என்று புலம்புகிறான்.

●

அம்மா என்வாழ்வே
நீ என்றுதானே உன்பிள்ளை
வாழ்ந்திருந்தேன் – இன்று
வேரோடு வீழ்ந்துவிட்டேன்

அம்மா உன் பேச்சும்
தேனென்று நானே ஓயாமல்
கேட்டிருந்தேன் – இன்று
தீ மூளத் தீர்ந்துவிட்டேன்

என்னில் சோகம் என்றால்
வந்து தேற்றும் அம்மா
இன்று நீயே சோகம்
தந்தாய் ஏனோ அம்மா

சின்னக் காயம் கண்டால்
கூட தேம்பும் அம்மா
இன்று காயம் செய்தே
விட்டுப் போனாய் அம்மா

●

மணநாள் அன்றுதான்
மகிழ்வாய் என்று நான்
எதிர்பார்த்தேனே அம்மா அம்மா

உனைநீ கொன்றுதான்
மடிவாய் என்று நான்
எதிர்பார்த்தேனா பேசு அம்மா

எதைக் கேட்டாலுமே
தரும் தாயே இதை
கேட்காமல் ஏன் கொடுத்தாய்
என்னை நாராக ஏன் கிழித்தாய்?

●

துணைநான் சேரவே
பெறுவாய் இன்பமே
எனப் பூத்தேனே அம்மா அம்மா

மலர்போல் நீயுமே
உதிர்ந்தாய் அய்யகோ
இனிமேல் நானும் ஏது அம்மா?

கூறச் சேலை அதே
கோடித் துணியானதே
என்னென்று நான் உரைப்பேன்
இல்லை நீ என்றா நான் நினைப்பேன்?

அச்சாரம்
மோகன் கிருஷ்ணா
இசை: ஸ்ரீகாந்த் தேவா
குரல்: நிவாஸ்
2015
◻

186

கொக்கோக நூலில் என்ன சொல்லப்பட்டிருக்கிறது என்பதை எல்லோரும் அறிந்திருக்க வாய்ப்பில்லை. ஆனால், கொக்கோக நூலில் உள்ளவை இதுதான் என யாரும் யூகிக்கலாம். இச்சைகளின் பட்டியலா? இளமையின் அட்டியலா? என ஆவலை மூட்டும் அந்த நூலை ஒரு முனிவர் எழுதினார் என்பதுதான் முதன்மைத் தகவல். நூல் எழுதிய முனிவரைப்போல் என்மீது கண்வைக்க வேண்டும் என்கிறாள் அவள். நவயுக ஒப்பனையில் நடனமிடும் அவள் தன் மேனியில் எங்கே சுகம் என்பதைக் கண்டுபிடிக்கச் சொல்கிறாள். அது, முனிவராலும் முடியாது என அவளே வேறொரு இடத்தில் சவாலும் விடுகிறாள்.

●

ஏ....
கொக்கோக முனிபோல
கண் வையடா - என்ன
கொத்திட்டு நீ போனா
தப்பில்லடா

கூத்தாடடா - கைய
கோத்தாடடா
நள்ளிரவில் நான் உன்னோட
சாப்பாடடா

●

அய்யோ நீ அஞ்சாம
என்னத் தொடுடா
ஆனந்தம் என்னான்னு
சொல்லிக் கொடுடா

எங்கே சுகம்
எங்கே சுகம் என்றே என்
மேனியில் கண்டு பிடிடா

பொத்திப் பொத்தி வச்சா
இல்லே இல்லே ஒண்ணும்

சுத்தி சுத்தி வந்தே
சூறையாடிப் போகவேணும்
என்ன....

ஒத்தி ஒத்தி வச்சா
இல்லே இல்லே செல்லம்
கத்திக் கத்தி சொல்லு
வேட்டையாட நேரங்காலம்
என்ன

●

செல்போனு நீ பேச
தேவ டவரு
என்னோட கைகோக்க
கூடும் பவரு

கண்ணாடி போல்
என் மேனி தான்
காணாமல் போனாலே
ரொம்பத் தவறு

பப்பி பப்பி சேமு
மிஸ்சி சிப்பி கேமு
மிட்டு மிட்டு நைட்டில்
நீயும் நானும் ஒண்ணு சேரும்
டீமு

செக்சி செக்சி பாமு
சிக்கிக்கிட்டே மாமு
இன்சு இன்சா என்ன
ஏலம்போடு கெட்டிடாது
நேமு

அச்சாரம்
மோகன் கிருஷ்ணா
இசை: ஸ்ரீகாந்த் தேவா, குரல்: நின்சி வின்செண்ட், 2015
◼

187

குறவன் குறத்தி ஆட்டம். அவன் குறவனாக அவள் குறத்தியாக அரிதாரம் பூசுகிறார்கள். காதல் ரசம் ஒரு கட்டத்தில் காம ரசமாக மாறிவிடுகிறது. இது கொச்சைத் தமிழல்ல. பச்சைத் தமிழ். சலவைக் கண்ணாலே கொலையும் செய்யாத என்பவளிடம், அளவே இல்லாமல் உன்னால் அவதிப்பட்டேன் என்கிறான் அவன். தாய் தந்தை தடுத்தாலும், உற்றவர் மற்றவர் தடுத்தாலும் உன்னை அடைந்தே தீருவேன் என்று தடையில்லாமல் காதலர்கள் தழுவிக்கொள்கிறார்கள்.

●

ஆண்: ஒன்ன விட மாட்டேன்
விட்டும் தர மாட்டேன்

ஒங்கப்பா கிட்ட சொன்னாலும்
ஒங்கம்மா கிட்ட சொன்னாலும்
கவல நா பட மாட்டேன்

பெண்: முன்ன வர மாட்டேன்
வந்தும் தொட மாட்டேன்

ஒங்கம்மா திட்ட வந்தாலும்
ஒங்கப்பா வெட்ட வந்தாலும்
கொமரி நா கெட மாட்டேன்

ஆண்: கண்ணுல நீதான் சொல்லுற சேதி
மனச அறுக்குதடி
தண்ணிய நீங்கி எங்கடி போவ
படகு நெனக்குதடி

பெண்: நீ வாராத கிட்ட கிட்ட
வந்து எண்ணாத என்ன ஒட்ட
நீ எப்போதும் ஒண்டிக்கட்ட
என்ன கேக்காத கும்மி கொட்ட

ஆண்: கூறச்சேல
கட்டிக்கிட்டா
கொறஞ்சா போகும்
சொல்லு புள்ள

பெண்: வாய நீயும்
பொத்திக்கிட்டு

நகந்து போனா
தொல்ல இல்ல

ஆண்: பொடவ கட்டி விடவே
பொறந்தேன் இந்தப் பயதான்

பெண்: திமிர வெட்டி விடவே
வளந்த பொண்ணு இவதான்

ஆண்: அடியே ஒன்னால
அளவே இல்லாம
அவதிப்பட்டேன் புள்ள

●

ஆண் : காத்த தாப்பா
போட்டு வைக்க
நெனக்க வேணாம்
சொல்லிப்புட்டேன்

பெண் : காத்து கருப்பா
நீயும் வந்து
கணச்சா கால
வெட்டி வப்பேன்

ஆண்: மயில் நீ தள்ளி இருந்தா
மழ நான் எங்க பொழிவேன்?

பெண்: நிழலா என்னத் தொடர்ந்தா
நெலம் நான் எங்க ஒளிவேன்?

ஆண்: சலவக் கண்ணால
கொலயும் பண்ணாத
சரியே இல்ல இல்ல

அச்சாரம்
மோகன் கிருஷ்ணா
இசை: ஸ்ரீகாந்த் தேவா
குரல்: எம்.ஆர்.கார்த்திகேயன், ஸ்ரீலேகா
2015
◻

188

ஒருவருக்கொருவர் ஒத்தாசை. அந்த உணர்வு நிலையே பேராசை. கண்களை மூடி மோனத்தை எய்துவதுபோலக் காதலைக் கூடி இருவரும் தங்களைக் கண்டுகொள்கிறார்கள். சிலாகிக்க இருவருக்குமே சிறப்புகள் உண்டு. ஆண் பெண் என்ற இடைவெளியைக் குறைத்துக்கொண்டு அல்லது இடைவெளியே இல்லையென்று ஆக்கிக்கொண்டு இணையத் துடிக்கிறார்கள். வார்த்தைகள் வந்தவழியே திரும்பிவிடுகின்றன. மௌனம் முத்தத்தமிழுக்கு முன்னுரை எழுதுகிறது.

●

பெண்: பேரழகைத்
திருடிடப் பிறந்தவன் நீதான்
பேசும் இரு
விழிகளை உடையவன் நீதான்

எதிரினில் எனைக் கொல்லும்
ஓர் இனியவனும் நீதான்
கனவிலும் கதை சொல்லும்
என் தலைவனுமே நீதான்

யாரிடமும் அறியாத
பெண்மையை
நீ பெறவே கொடுத்தேனே
என்னையே

தயங்குவதென்ன?
தளும்புவதென்ன?
இவளது இதயமும்
உனதென உணர்ந்திடு

●

பெண்: காற்றோடு கைவீசி
நீ போகும் போதெல்லாம்
அன்பே உன் நிழலென நானும்
விழுந்தேனே

ஆண்: ஏதேதோ நீபேசி
பாராட்டும் போதெல்லாம்
அன்பே உன் அழகிய சொல்லால்
உதிர்ந்தேனே

பெண்: உனைப் போலொரு ஆடவன்
யாரென்று மனம் உறைகிறதே
தடுமாறிடும் ஆசையில்
என்னுள்ளம் கரை புரள்கிறதே

ஆண்: காணாத அதிசயம் ஒன்று
கைசேர்ந்த நிலைமையில் இன்று
வேறென்ன நான் சொல்வது? சொல்வது?

ஆண்: உன் வீடு போலே ஓர்
பூந்தோட்டம் ஏது?
என்றே நான் மயங்குகிறேனே
மனதோடு

பெண்: உன் தோளில் சாய்ந்தாலே
சோகங்கள் அண்டாது
என்றே நான் உணருகிறேனே
உயிரோடு

ஆண்: குளிர்காலமும் ஆகிடும்
சூடாக உனை நினைக்கையிலே
திருநீறென மாறிடும்
மண்கூட கலந்திருக்கையிலே

பெண்: கேட்காத ரகசியமெல்லாம்
நீ பேசத் தொடங்கிய பின்னால்
நானென்னடா செய்வது? செய்வது?

அச்சாரம்
மோகன் கிருஷ்ணா,
இசை: ஸ்ரீகாந்த் தேவா
குரல்: சூரஜ், மகதி
2015
□

189

முதுமை, சிலருக்குத் தள்ளாமை. சிலருக்கு ஒவ்வாமை. இத்தனை வயதிலும் இளமையோடு இருக்கிறீர்களே என வயதானவரிடம் சொல்லும் போது உதிர்ந்த பல்லும் ஒட்டிக்கொள்ள, அவர் சிரிப்பதைப் பார்க்க முடியும். தனக்கு வயதாகிவிட்டதே என்பதை விடத் தன்னுடைய இளமை போய்விட்டதே என்னும் வருத்தம்தான் அவர்களை வாட்டுகிறது. அப்படி ஒரு முதியவர். மீண்டும் இளைஞனாகத் தன்னை உருமாற்றிக்கொள்ள பிரியப்படுகிறார். அவர் இளமையில் கண்டறியாத உண்டறியாத பலவற்றையும் பதம்பார்க்கிறார். அவருக்குத் துணைபுரியும் இளைஞனையும் தூக்கிவைத்துக் கொண்டாடுகிறார்.

●

மகாராஜா மகாராஜா
மகாராஜா மகாராஜா

உலகில் உள்ளதை எல்லாம்
உணரச் செய்திட வந்தாய்
கனவில் கண்டதை எல்லாம்
கையில் தந்திட வந்தாய்

எனது மனதிலே இளைய வயதுபோல்
தினமும் சிறகையே விரித்தேனே
உனது வருகையால் உலகில் மறுபடி
புதிய பிறவியும் எடுத்தேனே

உன்னால் உன்னால் ஆனேன்
இளைஞன் நான்

மகாராஜா மகாராஜா

●

பாதாளத்தில் அன்று
விழுந்துகிடந்தவன்
ஆகாயத்தில் இன்று
பறக்கிறேனேடா

சீசாவைப்போல் அன்று
உடைந்துகிடந்தவன்
பீசாவையும் இன்று
ருசிக்கிறேனேடா

வாலிபம்
உன்னிடத்தில் உன்னிடத்தில்
வந்ததென்று வந்ததென்று
வாழ்வதில் ஒன்றுமில்லை தீங்கடா

ஆயுதம் தந்துவிட்டு தந்துவிட்டு
உன்னிடத்தில் உன்னிடத்தில்
தோற்கின்ற காரணம் ஏனடா?

உன்பாதையில் செல்ல
கால் தாவிடும்
உன்பேர் சொல்லி
வாய் பாடிடும்

உன்னால் உன்னால் ஆனேன்
இளைஞன் நான்

●

தண்ணீருக்கே அன்று
தளும்பிக்கிடந்தவன்
பன்னீரிலே இன்று
குளிக்கிறேனேடா

சந்நியாசிபோல் அன்று
உலகை வெறுத்தவன்
உல்லாசியாய் இன்று
ஜொலிக்கிறேனேடா

பூமியில்
இன்பமுண்டு துன்பமில்லை
துன்பமில்லை ஆசைக்கு
எல்லை இங்கு ஏதடா

காசிக்கு
காவிகட்டிச் செல்லுகின்ற
செல்லுகின்ற காலத்தில்
எக்குத் தப்ப பாரடா

வேதாந்திபோல்
வாய் பேசாதடா
காட்டாறு நான்
நீ பூட்டாதடா

உன்னால் உன்னால் ஆனேன்
இளைஞன் நான்

மகாராஜா
மனோகர்
இசை: டி. இமான்
குரல்: கார்த்திக், சோலார்சாய், கார்த்திகேயன்
2011
☐

190

சில நூற்றாண்டாகப் புவி காணாத ஒரு புயலாக அவனை அவள் பார்க்கிறாள். அந்தப் புயல் இதயத்தை மோதி என்ன செய்கிறது, என்னென்ன செய்கிறது என்பதுதான் பாடலின் மையச்சரடு. மணல் மேடாக இருந்த என்னைச் சணல் கயிறாகத் திரித்துவிட்டதே காதல் என இருவரும் திகைக்கிறார்கள். அண்ட சராசரத்தையே ஆட்டிப்படைக்கும் காதலின் ஆணிவேரைப் பிடித்து ஆகாய ஊஞ்சலாடுகிறார்கள். நின்று நிதானிக்க நேரமில்லை. நெருப்பாய்ப் பற்றிக்கொள்கிறது நினைவுத்தீ.

●

ஆண்: மயக்கிப்புட்டாளே
என்ன மயக்கிப்புட்டாளே என்ன
சாச்சிப்புட்டாளே என்னன்பே

பெண்: மடக்கிப்புட்டானே
என்ன மடக்கிப்புட்டானே என்ன
சேர்ந்துவிட்டானே என்னன்பே

ஆண்: ஒரு சின்னப் பார்வையில்
என்னை சிக்க வைக்கிறாய் – வைத்து
செல்லம் கொஞ்சியே நெஞ்சை
சிக்கெடுக்கிறாய்

பெண்: இதழ் சொல்லும் வார்த்தையில்
என்னை நிக்க வைக்கிறாய் – நின்ற
பின்பு என்னையே கண்ணில்
சொக்கவைக்கிறாய்

●

பெண்: இரவேது? பகலேது?
உனைக் காணாமல் நலமேது?
மழையேது? வெயிலேது?
உனை சேராமல் சுகமேது?

ஆண்: ஒரு நாளல்ல இரு நாளல்ல
தினந்தோறும் நீ வேண்டும்
துளியாய் அல்ல நதியாய் அல்ல
கடல் போலே நீ வேண்டும்

பெண்: ஏதேதோ ஆசைகள்
என்னுள்ளே நீளுதே
போடாத கோலமும்
கால் போடுதே

●

பெண்: குளிர்காலம் எதற்காக?
மழை வீசாதோ குரல் கேட்டு
வெயில்காலம் எதற்காக?
அனலாகாதோ? உனைப் பார்த்து

ஆண்: சில நூறாண்டு புவி காணாத
புயல் மேகம் நீயென்பேன்
உனை ஆராயும் ஒரு மேதாவி
இனிமேலே நானென்பேன்

தீராத காதலே
கூடாமல் கூடுதே
வேதாளம் போலவே
நெஞ்சானதே

ரா ரா
சாண்டில்யா
இசை: ஸ்ரீகாந்த் தேவா
குரல்: நரேஷ், சின்மயி
2011
◻

191

கனவுகளை மீதம் வைக்க முடியுமா? அவ்வளவு ஏன், நம்முடைய கனவையே நம்மால் தொடர முடியுமா? நேற்று நள்ளிரவில் கண்டதை விடிந்ததும் சொல்ல முடிகிற நம்மால், அதே கனவை மறுநாள் கனவிடம் சொல்ல முடியாது. ஆனால், யார் யாரோ மீதம் வைத்த கனவுகளை உன் பார்வையில் தொடருகிறேன் என்கிறான் அவன். திருந்த வேண்டும். இனித் தவறே செய்யக் கூடாது என எண்ணும் அவனை அவள் நினைவுகளோ திருந்தவிடாமல் செய்கிறது. விடையை வைத்துக்கொண்டு கேள்விக்கு அலையும் கிறுக்குத்தனத்தைக் காதல் அவனுக்குக் கைமாத்து தருகிறது.

●

அழகழகாய்த் தெரிகிறதே
எதுவும் உன்போலவே
இருதயமும் அலைகிறதே
உனது கைசேரவே

விடுகதைகள் புரிகிறதே
விவரம் நீ சொல்லவே
புதிய திசை விரிகிறதே
எனது கால் செல்லவே

ஒரே ஒரு பார்வையில்
உயிரென வந்தாயே – புதுச்
சிறகையும் தந்தாயே

●

யார்யாரோ மீதம் வைத்த கனவுகளை
நீ வீசிய பார்வையில்
தொடருகிறேன்

ஏதேதோ பேசவந்து தயங்கியவன்
நீ பேசிய வார்த்தையில்
கவி புனைந்தேன்
அநியாயக் காதல்வந்து உறங்கவிடாமல்

அலைபாய வைப்பதென்ன
இரவினிலே?

ஒருநூறு ஆசைவந்து திருந்தவிடாமல்
சதிவேலை செய்வதென்ன?
பகலினிலே

நதியோடு போகும் இலையாக நானும்
மிதந்தேனே பூமியிலே

●

பூவோடு வாசம் என்று புலம்பியவன்
உன் வாசனை தீண்டிட
வசமிழந்தேன்

காலோடு பாதை என்று கிளம்பியவன்
உன் வீதியைச் சேர்ந்ததும்
வழிமறந்தேன்

உனைப்போலே யாருமென்னை ஒருநொடி கூட
அழகாகக் கண்டதில்லை
இதுவரையில்

தொழுவேனே நாளும் உன்னை கடவுளைப்போல
விலகாதே என்ன விட்டு
இனி உலகில்

ஒருபாதி நீயே மறுபாதி நானே
இணைவோமே வாழ்க்கையிலே

மதிகெட்டான் சாலை
ஜி. பட்டுராஜன்
இசை: ஸ்ரீகாந்த் தேவா, குரல்: ஸ்ரீகாந்த் தேவா
2011
◻

192

கடவுளை வேண்டினால் காரியம் சித்தியாகும் என்பது நம்பிக்கை. தனக்கு வேண்டியதைத் தரச்சொல்லி கடவுளை வேண்டிக் கொள்வது வழக்கம். அந்த இளைஞர்களோ தன்னுடைய நண்பனின் காதலைச் சேர்த்துவைக்கக் காவடி எடுக்கிறார்கள். அவர்கள் அவனுக்காக வேண்டிக்கொண்டிருக்க அவனோ அப்படி யெல்லாம் எதுவும் இல்லை. நான் காதலிப்பதாகச் சொல்வதை நம்பி வரம் தந்துவிடாதே என்கிறான். நட்புக்காக உயிரையே விடும் அவனுடைய உயிரின் உயிராக இருக்கும் காதலைக் காப்பதும் சேர்ப்பதும் உன் பொறுப்பு என்கிறார்கள் அவர்கள். கடவுளுக்கு உள்ள வேலைப் பளுவில் இதையெல்லாம் கவனிக்க வேண்டி இருப்பதுதான் காலத்துயரம்.

●

எல்லோரையும் சேத்துவைக்கும்
ஆறுபடையப்பா ஏ நண்பனைதான்
ஏன் ஏன் தனியா தவிக்கவிட்டா?

●

ஆறுபடையப்பா
அன்பாலே உலகை ஆள்பவனே
பழனிமலையப்பா
பழமுதிர்சோலை நடந்து வந்தோம்

வினையெல்லாம் நொடியில் தீர்க்கும்
உலகின் முதல்வா
உனைக்காண உடனே சென்று
வருவோம் குழுவா

சிவன்மகனே அரோகரா
சரவணனே அரோகரா
நகைமுகனே அரோகரா
நவயுகனே அரோகரா

● மலையேறி வருவோர்க்கெல்லாம்
மறவாமல் தருவாய் நன்மை
அதை நாங்கள் அறிவோமடா
முருகா....

மனதோடு நுழைந்த காதல்
மறையாமல் இனிதே சேர
அருள் நீயும் புரிவாயடா
திருத்தணி மருகா....

சின்னப் பயல்கள் சொல்லுவதை நீ
செவியில் கேட்காதே
உண்மை இல்லாக் காதல் எதையும்
அறவே சேர்க்காதே

சிவன்மகனே அரோகரா
சரவணனே அரோகரா
நகைமுகனே அரோகரா
நவயுகனே அரோகரா

● திருநீறை இடுவோர்க்கெல்லாம்
வரம்கோடி தருவாய் என்றே
உனைத்தேடி அடைவோமடா
குமரா...

உயிர்க்காதல் உறவை நீங்கி
உடன் சேர்ந்த நட்பைப் போற்றும்
இவன்சோகம் தனை தீரடா
அருள்தரும் சிகரா...

சொல்லாத் துயரம் இதயத்துக்குள்ளே
அணிந்தேன் பலவேசம்
இல்லா உறவை இணையக் கேட்டு
இடுவார் கரகோஷம்

சிவன்மகனே அரோகரா
சரவணனே அரோகரா
நகைமுகனே அரோகரா
நவயுகனே அரோகரா

சகாக்கள்
முத்துக்குமாரசாமி
இசை: ஸ்ரீ.எம். அழகப்பன்
குரல்: ஹரிச்சரண், முகேஷ்
2011

193

அறிவியலுக்கு அப்பாற்பட்ட சில ஐதீகங்களை நாம் வைத்திருக் கிறோம். அவற்றில் ஒன்று, புரையேறினால் நம்மை யாரோ நினைப்பதாகச் சொல்லப்படுவது. அறிவியலுக்கு அது புறம்பாய் இருந்தாலும் அன்புக்கு அது பொருத்தமுடையதே. அப்படியேனும் ஒருவரை நினைத்துக்கொள்ளும் வாய்ப்பு ஏற்படுகிறது. அவனுக்குக் காதல். அவள் நினைவுகளோடு அவன் குடித்தனம் நடத்துகிறான். அந்த நினைவுகளால் அவன் இயல்பை இழந்து தவிக்கிறான். அடிக்கடி புரையேறுகிறது. புரையேறும் போதெல்லாம் அவள் தன்னை நினைப்பதாக நினைக்கிறான். எனக்கும் இப்படியே என்று அவளும் அவனோடு இணைந்துகொள்கிறாள். புரையேறுவதையும் காதலாகப் புரிந்துகொள்ளலாம் போல.

ஆண்: நீ என்னை நினைக்கிறியா
பொரையேறுதே
நான் உன்னை நினைக்கையிலே
தடுமாறுதே

வந்துதொடும் உன்னழகு
வம்பு செய்தே
தங்கிவிடு என்னுடனே
என்று சொல்லுதே

தள்ளி இருந்தும் கொள்ளையிட்டதே
கொள்ளை அழகே

ஆண்: நான் கேட்கும் பாடல் எல்லாம்
நீதானே நீயே தானே
உன்பேச்சிலே நான் கேட்கிறேன்
சங்கீதச் சாரலை

பெண்: நான் வாங்கும் மூச்சுக் காற்றும்
நீதானே நீயே தானே
உன்கண்ணிலே நான் பார்க்கிறேன்
தெய்வீகத் தேடலை

ஆண்: மறுபடியும் மண்ணில்
பிறந்ததுபோல்
உணருகிறேன் சின்னக்
குழந்தையைப்போல

பெண்: தனிமையில் சிரிப்பதும்
தவித்திட நினைப்பதும்
எதற்கெனத் தெரியாதா?
எதுவென்று புரியாதா?

●

ஆண்: நீ சூடும் பூவுக்கெல்லாம்
வாசங்கள் கூடச் செய்வேன்
உன்வாசனை என்மீசையில்
நீங்காமல் நீளவே

பெண்: நீ போடும் ஆடைக்கெல்லாம்
நானென்னை நூலாய் நெய்வேன்
உன் ஆடையில் என் மேனியும்
மூடாமல் மூடவே

ஆண்: உதடுகளால் உன்னை
நகலெடுப்பேன்
உறவுகளால் தொட்டு
அலங்கரிப்பேன்

பெண்: இரவென்ன? பகலென்ன?
இனி இந்தத் துயரென்ன?
நெருக்கத்தில் இருப்போமா?
உறக்கத்தை மறப்போமா?

சகாக்கள்
முத்துக்குமாரசாமி
இசை: ஸ்ரீ.எம். அழகப்பன்
குரல்: ரஞ்சித், மதுமிதா
2011
▢

194

கூடிக்களித்த இளைஞர்கள் ஒரு கட்டத்தில் போகக்கூடாத இடத் திற்குப் போகிறார்கள். அது வளர்ந்தவர்கள் வந்துபோகிற வாலிப நிலையம். கைக்காசுக்காக கண்ணியத்தை விட்டுத்தரும் ஒருத்தியின் சொப்பன மாளிகை. அந்த அனுபவம் அவர்களுக்கு மிரட்சியை ஏற்படுத்துகிறது. கரித்துண்டில் மீசை வரைந்து கண்ணாடியில் பார்த்துக்கொண்ட அவர்கள், ஆணாவதும் ஆளாவதும் வேறென் பதை விளங்கிக்கொள்கிறார்கள். அவளோ வந்தவர்களை ஆளாக்கு வதைவிட பாழாக்குவதிலேயே குறியாயிருக்கிறாள். வயதுக்கு வராத இளைஞர்களும் வரம்புகளை மீறுகிறார்கள்.

●

பெண்: கண்டாங்கிச் சேல
கையோட சேர
கொண்டாந்த காச நீ
கொடுடா பைய்யா

முந்தான மேல
முந்நூறு ஆச
உண்டாகும் போது நீ
தொடுடா பைய்யா

இது தவறு இல்ல தவறு இல்ல
தத்தளிக்க வாடா
ஒரு ஒளிவு இல்ல மறைவு இல்ல
ஒத்துக்கொள்ளடா

வெள்ளாவிக் கண்ணுல
வெட்கத்த நீ தின்னுடா
முட்டாயிக் கையில
முத்தமிட்டுக் கொல்லுடா

●

ஆண்: மூடி போட்டு மறைக்கிற
முழுசும் காட்ட மறுக்கிற
தேடிவந்த எங்கள நீ
தேதிபோலக் கிழிக்கிற

பெண்: ஊதக் காத்து வீசல
ஊரு இன்னும் தூங்கல
போத ஏறிப் போன நீங்க
பொலம்புறது தாங்கல

ஆண்: வேகத்தோட வந்த நாங்க
வேர்வத் தீயில
வெலகி நீயும் போவதென்ன?
தீரு ஆவல

பெண்: பொறுமையில்லா மனுசனுக்கு
ஏது நிம்மதி?
பொறுத்திருந்தா போறவர
இருக்கு சங்கதி

ஆண்: உன்னோட
வெட்டிக்கத இப்ப எதுக்கு
வந்தார
வாழ வக்க நேரம் ஒதுக்கு

●

பெண்: கோலம் போட வாசலு
கூவத்தானே சேவலு
தாவி நீங்க தழுவும் போது
நானும் கூட ஏஞ்சலு

ஆண்: மாமன் பொண்ண புடிக்கல
மாடி வீடும் புடிக்கல
சாமக்கோழி கூவும் போது
சாதம் கூட புடிக்கல

பெண்: நாடகத்த மேட ஏத்த
வேணும் ஒத்திக
ரகசியத்த புரிஞ்சிகிட்டா
நெதமும் பண்டிக

ஆண்: சாதகத்த பாத்து நாங்க
ஏரு பூட்டல
சாயங்கால அறுவடய
இன்னும் பாக்கல

பெண்: பொல்லாத
உங்ககிட்ட வித்த இருக்கு
தீண்டாம
தீராதுங்க மெத்தக் கிறுக்கு

ஆண்: ஒய்யாரமாக உல்லாசமாக
சந்தோசமாக நீ விளையாடவா
எப்பாட்டு கானா நிப்பாட்டுவேனா
ஒண்ணோடு ஒண்ணா நீ உறவாடவா

கலகலக்குற
கன்னிவெடி நீதான்
மினுமினுக்குற மினுக்குற
செப்புச் செலையா

சொக்காம சொக்குற
சொக்கம் தங்கம் நிக்குற
கட்டாமக் கட்டுற
கண்டதெல்லாம் கேக்குற

சகாக்கள்
முத்துக்குமாரசாமி
இசை: ஸ்ரீ.எம். அழகப்பன்
குரல்: அனந்து, சுசித்ரா
2011
◼

195

கைப்பிடிக்குள் உலகம் சுருங்கிவிட்டது. தேச எல்லைகளைத் தகவல் தொழில்நுட்ப சாதனங்கள் தவிடுபொடியாக்கிவிட்டன. எதற்காகவும் யாருக்காகவும் காத்திருக்க வேண்டியதில்லை. கண்ணி மைக்கும் நேரத்திற்குள் கடலை, மலையை, காற்றைக் கடந்து விடலாம். அறிவியல் வழங்கியிருக்கும் இந்த அற்புத சாதனங்கள் இளைஞர்கள் கையில் என்னவாக இருக்கின்றன? எதற்காகப் பயன் படுகின்றன? அவர்களே அதனைச் சொல்கிறார்கள். அவர்களுக்கு விதி எல்லாம் விலக்காகிறது. வீதியெல்லாம் கிழக்காகிறது. காதல் கருவிகளைக் கற்பனைக் குருவிகள் கொத்திக்கொண்டு பறக்கின்றன.

●

வெளையாட்டா பேசிப்போம்
வெளையாட்டா பாத்துப்போம்
வெளையாட்டா லல்வு பண்ணிப்போம்

செல்ஃபோனில் பேசிப்போம்
ஆர்குட்டில் யோசிப்போம்
பேஸ்புக்கில் கூடு கட்டுவோம்

அடங்காம நாளெல்லாம்
கொக்கரிப்போம்
அரசாங்கப் பேருந்தில்
சொக்கி நிப்போம்

நேரத்த மறந்திருப்போம்
தோப்போரம்
வெட்கத்த துறந்திருப்போம்

●

கண்ணோடு கண்ணாக
காதல எண்ணாம
என்னங்க கொடுமையிது

நெஞ்சோடு நெஞ்சாக
நேசமும் இல்லாம
திக்கெட்டும் திரிகிறது

வீதிக்கு வீதி ஜோடிய தேடி

போறது காதலில்ல
வயசோட தொல்லடா

நாளுக்கு நாளு நேசமும் கூட
நாடக மாயிடுச்சி
நிஜமேதும் இல்லடா

ராமன் காதல் கொண்டது
சீத்தாவின் சேல மேல இல்லடா

ராதை நேசம் கொண்டது
கிருஷ்ணாவின் லீலைக்காக இல்லடா

●

மெய்யேதும் இல்லாத
காதலின் கச்சேரி
சட்டென்று முடிந்துவிடும்

தப்பேதும் செய்யாத
காதலே மண்மீது
என்றென்றும் தொடர்ந்துவரும்

அன்பான காதல் அம்மாவப்போல
எப்போதும் நெஞ்சுக்குள்ள
நிலையாகத் தங்குமே

பொய்யான காதல் தண்ணீரப் போல
நிற்காது ஓரிடத்தில்
அலைபாய எண்ணுமே

கம்பன் பாடி வச்சது
இந்நாளில்
காத்தில் போன செய்திடா

கண்ணதாசன் சொன்னதும்
கண்முன்னே
நாமும் காணும் பொய்யிடா

சகாக்கள்

முத்துக்குமாரசாமி

இசை: ஸ்ரீ.எம். அழகப்பன், குரல்: ரஞ்சித், முகேஷ், 2011

□

196

வேறு வேறு திசையில் நடந்துகொண்டிருந்தவர்கள், ஒரு புள்ளியில் வந்து சேருகிறார்கள். உன்னை நானும் என்னை நீயும் வந்தடையத்தான் இந்தப் பயணமா? என்று கேட்டுக்கொள்கிறார்கள். அவனிடம் அவளும் அவளிடம் அவனும் சொல்லிப் பரிமாறிக் கொள்ள எவ்வளவோ இருக்கின்றன. புரிதலுக்குப் பின் ஏற்படும் உறவின் இறுக்கத்தில் அவர்களின் இதயங்கள் தளர்ந்துவிடுகின்றன. பார்வையில் ஆண் மழை, ஈரமாக்கும் வாழ்நாளை என்கிறாள் அவள். ஆசைகள் தூண்டிலே, நீயும் நானும் மீன்களே என்கிறான் அவன்.

●

ஆண்: கோடி கோடி ஆசைகள்
உன்னைக் காணும் வேளையில்
அழகின் அழகை அறிந்தேனே நானும்
தெரியும் எதுவும் உனைப்போலவே

பெண்: கண்கள் தூங்கப் போவது
கனவில் உன்னைக் காணவா?
இரவோ பகலோ எனக்கேதும் இல்லை
பிறந்தேன் உலகில் உனைச்சேரவே

●

ஆண்: வாழ்விலே கோடி மின்னல்
உன்னைக் கண்ட பின்புதானே
பூசினாய் வண்ணம் என்னில்
வானவில்லைப்போல நானே

பெண்: வாலில்லாத பட்டம் போலவே
நானும் இன்று மாறிப்போன
கோலம் நீயும் பாரடா

பார்வையில் ஆண்மழை
ஈரமாக்கும் என் நாளை

யுகபாரதி ● 441

ஆண்: சூரியன் தேவை இல்லை
காலை நேரம் நீயும் வந்தால்
ராத்திரி தேவை இல்லை
உந்தன் மார்பில் சாய்ந்துகொண்டால்

பெண்: ஓய்வில்லாத பூமி போலவே
நாளும் உன்னை ஆசை சுற்ற
காதல் கூடும் நெஞ்சிலே

ஆசைகள் தூண்டிலே
நீயும் நானும் மீன்களே

காவலர் குடியிருப்பு
ஏ.எம்.ஆர். ரமேஷ்
இசை: ஜேம்ஸ் வசந்தன்
குரல்: ஷரத், பிரியாஹேமேஷ்
2009

197

முரட்டுத்தனமான காதல் பெண். கெஞ்சிக்கொண்டிருந்த அவள் பொறுக்க மாட்டாமல் ஒரு சூழலில் மிஞ்சிவிடுகிறாள். என்னைத் திருமணம் செய்துகொள்ள நீ சம்மதிக்காவிட்டால் நடப்பதே வேறு என்று அதட்டும் தொனியில் அவள் ஆசை நெஞ்சம் அடம்பிடிக்கிறது. கனவுத் தொட்டிலில் கிடந்திருந்த அவள் காதல் குழந்தை, வேக நடை பயின்று வேறொன்றைச் சேர்கிறது. மறைத்து வைத்த மௌனங்கள் வெளிப்படும்போது இப்படியான விபரீத வார்த்தைகள் வந்து விழுகின்றன அவளிடமிருந்து.

●

எனக்கெல்லாமே நீதான்
ஏத்துக்கடா
எட்டிப்போகாம ஜோரா
பாத்துக்கடா

ஒனக்காகப் பொறந்தேனே
என்ன மாருல சேத்து
அணைச்சிக்கடா

எதுக்கு நழுவுற
என்னாத்துக்கு வெலகுற
கண்ணாலம்
பண்ணிக்கலாம் வா

●

பத்திரிகையும் வச்சி இருக்கு
பட்டுப்புடவ கட்டியிருக்கு
மஞ்சக்கயிறு தட்டிலிருக்கு
தங்கச்சரடும் செஞ்சி இருக்கு

ஊரெல்லாம் கூட நல்வாழ்த்துப் பாட
பூமால நீ போட
எண்ணமிருக்கு ஏக்கமிருக்கு
வம்பு எதுக்கு?

வந்து தாலிய நீயா
கட்டு கட்டு - இல்ல
நாங்கட்டுவேனே தொட்டு தொட்டு

●
வெள்ளிக்கொலுசு சலசலக்க
அந்திப்பொழுது கதவடைக்க
கன்னிப்பருவம் கலகலக்க
மெட்டி ஒலியும் கத படிக்க

பாலாட தேங்க மேலாட நீங்க
தூங்காம கை தாங்க
கண்ணு செவக்க கட்டி அணைக்க
மெத்த விரிக்க

சுதி தன்னால ஏறும்
தத்தளிக்க – உடல்
வெந்நீரா மாறும் புல்லரிக்க

●
இன்ப இரவு முடிவதில்ல
கண்ட கனவும் கலைவதில்ல
கட்டிலறையில் தடையுமில்ல
உள்ள வரையில் கவலையில்ல

ஆறேழு குழந்த அரசாங்கம் திருந்த
தருவேனே நீ ஏந்த
அஞ்சுவதென்ன? கெஞ்சுவதென்ன?
கொஞ்சுவதென்ன?

நீ இல்லாமப் போனா
வாழ்க்க இல்ல – ஒனச்
சேராததாலே தூக்கம் இல்ல

முதல் காதல் மழை
மதிவாணன் கே.ஆர்.
இசை: சாணக்யா
குரல்: சைந்தவி
2010
□

198

இரவு விடுதிக்குப் புதிதாக அறிமுகமாகும் இளம்பெண். நகரத்தில் இருந்து பெருநகரத்திற்கு அவள் குடும்பம் குடிபெயர்கிறது. அதுவரை உலகின் இன்னொரு பகுதியைப் பார்த்திராதவள் பட்டென்று மயங்குகிறாள். பரபரப்பு மிகுந்த பெருநகரச் சூழல் அவளுக்கு மதுவையும் மற்ற சில விஷயங்களையும் பழக்கப்படுத்துகிறது. அவள் தன்னை இழந்துவிட நேரும் அந்தச் சூழலுக்காக எழுதப்பட்ட பாடல் இது. எல்லாம் சரியே என்னும் கூட்டத்தைச் சேர்ந்த ஒருத்தியின் குரலில் இரவு வாழ்க்கையை எழுதியிருக்கிறேன்.

●

சுகவாசி சுகவாசி
விடியிற வரையிலும் சுகவாசி
எனை வாசி எனை வாசி
அழகிய விழிகளில் எனை வாசி

உறங்காத கண்களினாலே
ஓடி வந்து தொட யோசி
இதுபோல இன்பமும் ஏது
ஏந்திக்கொள்ளு விலை பேசி

●

ஊரே கண்களை மூடும்
நள்ளிரவோடு
நாமோ கண்ணுறங்காமல்
கற்பனையோடு

வாசம் தென்றலைச் சேரும்
முப்பது நாளும்
ஆசை சொல்வதைக் கேட்டால்
தேய்ந்து போகாது தேகம்

நிலவோடு பழகாத
ராத்திரிப் பொழுதில் சுகமேது?
அழகோடு கரைவோமே

ஒவ்வொரு நொடியும் உறங்கிடாது

தள்ளி இருக்காமல்
தன்னை மறக்காமல்
வெலகாத போதை நிலையாகிப்போக
நேசம் கொள்வோம் வா

●

நேற்றை எண்ணுவதாலே
நிம்மதி இல்லை
நாளை என்பதும்கூட
நிச்சயம் இல்லை

ஆடு இப்பொழுதே நீ
புன்னகையோடு
யாவும் கைகளில் சேரும்
தேங்கிப் போகாமல் ஓடு

உறவாட பயந்தாலே
வாங்கிய பிறவி பயனில்லை
களவாடத் துணிவோமே
பூமியில் எதுவும் தவறே இல்லை

எல்லைகள் மீறு
இல்லை தகராறு
எதுவான போதும் எதிர் நீச்சல் போடு
சோகம் இல்லை வா

ஈசன்
சசிக்குமார்
இசை: ஜேம்ஸ் வசந்தன்
குரல்: சுசித்ரா, மால்குடி சுபா
2010
□

199

சித்தர்கள் பற்று அற்றவர்கள். மண், பொன், பெண் மூவாசையையும் முற்றாகத் துறந்தவர்கள். இந்த உலகின் கேடுகளுக்கெல்லாம் மூலக் காரணமே இந்த மூன்றும்தான் என்று முழக்கமிட்டவர்கள். அவர்கள் பெண்ணைப் படுகுழி என்றும் தப்பிக்க முடியாத தண்டனை என்றும் விரித்துக் கூறியதைச் சுருக்கமாக அவன் சொல்கிறான். அவனை ஒரு பெண் ஏமாற்றிவிடுகிறாள். சிறு வயதில் அவன் தாய் அவனுக்குச் செய்துவிட்ட துரோகத்தையும் அப்போது நினைத்துப்பார்க்கிறான். பெண் என்றாலே துரோக மிழைப்பவர்கள் என்னும் தவறான புரிதல் அவனுக்குள் புகுந்து விட, போதும் போதும் என்று தனது போதாமைகளை வரிசைப் படுத்துகிறான்.

●

அன்பில்லாம கரஞ்சது போதும்
ஆசைத் தீயில் எரிஞ்சது போதும்
தேடித் தேடி தொலஞ்சது போதும்
தேதித் தாளா கிழிஞ்சது போதும்

நாளும் இந்த உலகில்
பெண்ணாலே பட்டது போதும்
காணும் எல்லா உயிரும்
அவளாலே கெட்டது போதும்
போதும்

●

பேசிய பேச்சைக் கேட்டு
பிரியமே வைத்தது போதும்
பூசிய மையைப் பார்த்து
புன்னகை இழந்தது போதும்

சூடிய பூவைப் போல
வாடியே போனது போதும்
மூடிய சேலை யாலே
முகவரி மறந்தது போதும்

தேவதை என்றே நம்பி
நாம் தீமையைப் புகழ்ந்தது போதும்
காதலின் பெயரைச் சொல்லி
வீண் வேதனை அடைந்தது போதும்

புதையல் அவளே என்று
நாம் பூஜியமானது
போதும் போதும்

●

வஞ்சனை செய்யும் பெண்ணை
கொஞ்சியே நின்றது போதும்
இம்சைகள் செய்யும் பெண்ணை
இன்பமே என்றது போதும்

உள்ளமே இல்லா பெண்ணை
செல்லமே என்பது போதும்
வெட்கமே கொள்ளா பெண்ணை
சொர்க்கமே என்பதும் போதும்

கண்ணே மணியே என்று
நாம் காயம்பட்டது போதும்
அவளால் இந்த மண்ணில்
நாம் கண்ணீர்விட்டது போதும்

மனதைத் திருடும் பெண்ணால்
நாம் மரணம் தொட்டது
போதும் போதும்

மந்திரப் புன்னகை
கரு.பழனியப்பன்
இசை: வித்யாசாகர்
குரல்: ஜேசி கிஃப்ட், மாயா
2010
◻

200

காதலித்தவள் விட்டுப் பிரிந்துவிட்டால் வாழ்வே கேள்விக்குறி யாகிவிடுகிறது. ஆண் மனது காதல் தோல்வியை அவ்வளவு எளிதாக எடுத்துக்கொள்வதில்லை. பெண்ணால் நேர்ந்துவிட்ட இப்பெரும் சேதத்தை எதைக்கொண்டு ஈடு செய்வது எனத் தெரியாமல் அவன் திணறுகிறான். முழுதும் தொலைத்த அகதியைப் போல அவன் தன்னை எண்ணுகிறான். எப்போது கை நீட்டினாலும் ஏந்திக்கொண்டவள் சட்டென்று விலகிவிட, கைகொடுக்க ஆளில்லாத கவலையில் கண்ணீர் உகுக்கிறான். வாழ்வே மாயம் என்னும் நிஜப் படத்தைக் காதல் தோல்வி காண்பிக்கிறது.

●

எல்லாமே எல்லாமே
பொய்யாகிப் போனாலே
நீயென்ன? நானென்ன?
நாளும் மண்மேலே

கண்ணாலே கண்ணாலே
சோகங்கள் தந்தாளே
வாழ்வென்ன? சாவென்ன?
ஏந்திக் கொண்டாலே

பெண் என்றால் தெய்வம் என்று
இதுவரை நினைத்தேனே
நான் இன்று துன்பம் என்று
இருதயம் உணர்ந்தேனே

●

வாங்காதெல்லாம்
நீ வாங்கித் தந்தாய்
என் வாழ்வைக் கூட
ஏன் வாங்கிப் போகின்றாய்?

நீரோடை தந்தாய்
நீராடச் சொன்னாய்
நீந்தாத என்னை
வேரோடு சாய்க்கின்றாய்

புதையல் கிடைத்த
குழந்தையைப் போல
மகிழ்ந்து கிடந்தேன்
உனைச்சேர

முழுதும் தொலைந்த
அகதியைப் போல
உடைந்து சரிந்தேன்
விடை கூற

சிந்தனை செய்
யுவன்
இசை: தமன்.எஸ்
குரல்: நவீன்மாதவ்
2008
◻

201

அது ஒரு களிப்புக்கூடம். பெண்களால் நிறைந்த அந்தக் கூடத்துக்குள் சில இளைஞர்கள் நுழைகிறார்கள். அது, ஆடற் கூடமா, பாடற் கூடமா? என அறிவதற்குள் அவர்களைச் சூழ்ந்து கொள்ளும் பெண்கள் தங்களுக்குரிய விலைப்பட்டியலைக் காட்டு கிறார்கள். பல நாள் பட்டினியிலிருந்த இளைஞர்கள் அந்தப் பட்டியலைப் பார்த்ததும் பதைபதைக்கிறார்கள். இருப்புக்குள் பசியைப் போக்கும் இயலாமையில் அவர்கள் தலைகுனிய பாடல் தொடங்குகிறது. ஆவி நிலைத்திருக்க, தங்களைக் கூவிக் கூவி விற்கும் அப்பெண்களை ஆவலோடு அணுகுகிறார்கள். சொற்ப காசில் சொர்க்கத்தை வாங்குகிறார்கள். சுந்தரப் பெண்களுக்கோ அன்றைய சோற்றுக்கான உலை கொதிக்கிறது.

●

நான் காக்கிநாடா கட்ட
நீ ஜாட பேசி ஒட்ட – ஒரு
ஊசி நூல கட்ட
வா கொண்டாட

நான் ரெண்டுகாலு தட்ட
நீ காதலோட முட்ட – உடல்
வேர்வ தீய கொட்ட
வா பந்தாட

ஏ
வாடா நீ வந்துவிடு
வம்பு பண்ணாதே
தாடா நீ தந்துவிடு
தள்ளி நிக்காதே

சூடா நீ சொக்கவய்யி
தப்பிச்செல்லாதே
தோடா நீ தொட்டுக்கொள்ளு
ஒத்தி வைக்காதே

●
கண்ணுமுழி சிரிப்பில
கன்னக்குழி மடிப்புல
இன்பங்கள எடுத்துக்கோ மடிமேல

பத்துவிரல் சொடக்குல
பஞ்சவர்ண இடுப்புல
துன்பங்கள துவச்சிக்கோ துணிபோல

கைமேல் கைமேல்
தந்தால் மொத்தத்துல
தீப்போல் தீப்போல்
தீர்ப்பேன் பக்கத்துல

●
சந்திரன புடிக்கல
சூரியன புடிக்கல
ஒன்ன மட்டும் புடிக்குதே எதனால?

கத்திச்சண்ட புடிக்கல
பக்திப்படம் புடிக்கல
முத்தம் வைக்கப் புடிக்குதே எதனாலே?

இங்கே இங்கே
வந்தா நஷ்டம் இல்ல
எங்கே எங்கே
ஆடை இஷ்டம் இல்ல

சிந்தனை செய்
யுவன்
இசை: தமன்.எஸ்
குரல்: சுசித்ரா
2008
◻

202

கொள்ளையடித்து வாழ்வை மேம்படுத்திக்கொள்ளலாம் என நினைக்கும் இளைஞர்கள் சிலர் கூட்டாகச் சேர்கிறார்கள். வெவ்வேறு வாழ்வுமுறையைக் கொண்டிருந்த அவர்களுக்குத் தாங்கள் குற்றச் செயலில் ஈடுபடுவதில் ஒருவித தயக்கம் ஏற்படுகிறது. வாழ்வின் தேவை ஒரு பக்கம் இழுக்க, ஒழுக்கக் கோட்பாடுகள் இன்னொரு பக்கம் இழுக்க, எப்பக்கம் போவதென்று யாருக்கும் புரியவில்லை. முதலில் துணிபவனுக்கு சகாயம் கிடைக்கும். அந்த சகாயம் நீதியின்பாற்பட்டதல்ல. தேவைகளின் வீரியத்தைப் பொறுத்தது. அந்த ஒருவன் எல்லாக் குற்றங்களையும் நியாயப்படுத்துகிறான். வேட்டையாடியே இரையுண்ணும் சிங்கம் என்கிறான். பட்ட வேதனையிலிருந்து விடுபட இதுவே வழியென்கிறான்.

●

தப்பும் இல்லை சரியும் இல்லை
எவனும் இங்கே புத்தன் இல்லை போ
சட்டம் இல்லை திட்டம் இல்லை
எதுவும் இங்கே குற்றம் இல்லை போ

நீதி இல்லை நியாயம் இல்லை
பாவம் இல்லை துரோகம் இல்லை போ
நேர்மை மட்டும் வாழ்க்கை என்றால்
இன்பம் என்றும் இல்லை இல்லை போ

வெட்கம் இல்லை
துக்கம் இல்லை போ

●

நெஞ்சத்தில் வஞ்சம் கண்டேன்
துன்பத்தில் என்னைக் கண்டேன்
கண்ணுக்குள் முள்ளைக் கண்டேன்
கண்டேன்

தண்ணிக்குள் வேர்க்கக் கண்டேன்
இரத்தத்தில் சீற்றம் கண்டேன்

யுகபாரதி ● 453

மொத்தத்தில் எல்லாம் கண்டேன்
கண்டேன்

மண்ணிலே இந்த மண்ணிலே
யாருமே இல்லை இல்லை சுத்தமே
தப்பிலே செய்யும் தப்பிலே – இந்த
வாழ்க்கையில் எல்லாம் இன்றே உண்டு
நாளை இல்லை போ

●

தித்திக்கும் வாழ்க்கை என்று
சித்தத்தில் வருத்தம் அன்று
வெற்றிக்குப் பதிலைச் சொன்னேன்
இன்று

திக்கெட்டும் சோகம் என்று
எண்ணத்தில் குழப்பம் அன்று
பக்கத்தில் வெளிச்சம் ஒன்று
இன்று

பொய்யிலே சொல்லும் பொய்யிலே
உண்மையே என்னை வந்துசேருதே
இல்லையே தொல்லை இல்லையே – இந்த
உலகமே சுற்றும் நாளை உண்டு
நீயும் இல்லை போ

சிந்தனை செய்
யுவன்
இசை: தமன்.எஸ்
குரல்: ராகுல் நம்பியார்
2008
□

203

பெண் என்றாலே காத தூரம் ஓடக்கூடிய ஒருவன். ஆஞ்சநேய பக்தனாகத் தன்னைச் சொல்லிக்கொள்கிறான். உடனிருக்கும் நண்பர்கள் காதலித்தால்கூட சிவசிவா என்று கன்னத்தில் போட்டுக்கொள்கிறான். காதல் என்றாலோ பெண் என்றாலோ அவனுக்குக் கசப்பு. அந்தக் கசப்பு ஒருசமயத்தில் மருந்தாகிறது. அவனுக்குள் ஒருத்தி வந்துவிடுகிறாள். அவனுடைய ஆஞ்சநேய பக்தன் வேசம் அம்பலப்பட்டுப் போகிறது. தன்னை வசீகரித்து விட்ட ஒருத்தியால் தன்நிலை மறந்தவனாகிறான். அழகிய கொடுமைக்கு உள்ளாகிறான். வானவேதங்களை எல்லாம் படித்துத் தெளிந்தவர்கள்கூட அவள் வாளிப்பான அழகைப் பார்த்தால் வசமிழந்துவிடுவார்கள், நான் எம்மாத்திரம் என்று ஒதுங்கி நின்றிருந்தவன் ஒப்புதல் வாக்குமூலம் தருகிறான்.

●

மேலே மேலே தன்னாலே
என்னக் கொண்டு போனாளே
அந்தப்புள்ள கண்ணாலே
நெஞ்ச அள்ளிட்டாளே

ஆளத் தின்னு போறாளே
ஆட்டம் போட வச்சாளே
அந்தரத்தில் என்னத்தான்
பத்த வச்சிட்டாளே

அவ தூரம் நின்னா தூறலு
ஏம் பக்கம் வந்தா சாரலு
அவளாலே நான் ஆனேன் ஈசலு

அவ மேலே ரொம்ப ஆவலு
அதனாலே உள்ளே மோதலு
அவ என்னோட காதல் ஏஞ்சலு

வா ராசா ராசா
வழியெல்லாம் ரோசா ரோசா
ஏ லேசா லேசா
ஆகாதே நீயும் லூசா லூசா

●
அவ ஒரு அழகிய கொடும – அத
புலம்பிட புலம்பிட அரும – நெதம்
என்னப் பாத்ததும் ஏறிப்போச்சு
பெரும

அவ ஒரு வகையில இனிம – அத
அறிஞ்சிட அறிஞ்சிட புதும – எனத்
தொட்டுப் பேசிட கூடிப் போச்சு
தெறம

அவ நேருல வந்தா போதும்
தெருவெல்லாம் தேரடியாகும்
அவ கண்ணாலே
பேசும் தீபம்

●
கடவுள துதிப்பவன் இருப்பான் – கொண்ட
கடமய மதிப்பவன் இருப்பான் – அட
அவளப் பாத்திட எல்லாத்தையும்
மறப்பான்

ஒலகத்த ரசிப்பவன் இருப்பான் – எந்த
உணவையும் ருசிப்பவன் இருப்பான் – அவ
கூட நின்னவன் தன்னத் தானே
எழப்பான்

அவ ஒருமுறை வச்ச காரம்
ஏ உசுருல நித்தம் ஊறும்
அவ தீராத நீராகாரம்

இது கதிர்வேலன் காதல்
எஸ்.ஆர்.பிரபாகரன்
இசை: ஹாரீஸ் ஜெயராஜ்
குரல்: கார்த்திக்
2014
□

204

ஊர்ப்புறங்களில் அம்மிகளில் துவையல் அரைப்பதைப் பார்த்திருக்கிறோம். அரைத்த துவையலை அழகுக் கைகளால் கீழே சிந்தாமல் வழித்தெடுப்பது தனிக்கலை. அந்தக் கலையழகைப் போலத் தன்னுடைய உயிரையே அவன் வழித்தெடுத்துவிட்டான் என்றாள் அவள். அவனும் அவன் பங்குக்கு அவளைக் கருவேலங் காடென்றும் கிளிவாழுங் கூடென்றும் சொல்லிவைக்கிறான். மாறி மாறி ஒருவரை ஒருவர் தாலாட்டிக்கொள்கிறார்கள். நீ காற்று. ஆனால், உற்றுப்பார்த்தால் உள்ளம் வேர்க்கிறது என்கிறான். வயக்காட்டுச் சேற்று வாசமும் கருவாட்டுச் சாறு வாசமும் அவர்கள் காதல் அரங்கத்தில் கமகமக்க ஆரம்பிக்கிறது.

●

ஆண்: சரசர சரவெடி
அழகுல வெடிச்ச நீ வெடிச்ச வெடிச்ச
சிரிக்கிற சிரிப்புல
மனசையும் மடிச்ச

பெண்: சரசர சரவெடி
கனவுல வெடிச்ச நீ வெடிச்ச வெடிச்ச
நெனக்கிற நெனப்புல
வயசையும் ஒடிச்ச

ஆண்: பொட்டக்காடும் பூ பூக்க
நீ நெருக்கடி நெருக்கடி கொடுக்குற
சட்டப்பூவும் தேனூற
சந்தோசந் தார

பெண்: பட்டாம்பூச்சி நானாக
நீ அடிக்கடி அடிக்கடி ரசிக்கிற
வெட்டுப்பாற பாலூற
கொண்டாட வார

ஆண்: வளையலு தொலஞ்சதப் போல – ஏன்
ஒதட்ட நீ சுழிச்சிட்டுப் போற

பெண்: தொவயலு அரச்சதப் போல – நீ
உசுரையே வழிச்சிட்டுப் போற

ஆண்: கருவேலங் காடே
கிளிவாழுங் கூடே

நெடுநாளா ஆசவச்சேன்
நெஞ்சிக்குள்ள
அதத்தாண்டி வேற ஒன்னும்
சொல்ல இல்ல

பெண்: நான் சாயங்காலம்
வந்து வீசும் காத்து
நான் உத்துப் பாக்க
போவ நீயும் வேத்து

வெகுதூரம் போகவேணும்
அட நீயும் நானும் கையக்
கோத்து

பெண்: மழையோட வாசம்
அதுதானே நேசம்

வயக்காட்டு சேறு வாசம்
ஆசையாச்சு
கருவாட்டு சாறு வாசம்
காதலாச்சு

பெண்: நான் வைக்கப்போரு
இல்ல வாழத்தோப்பு
நீ கிட்ட வந்தா
இல்ல பாதுகாப்பு

ஒண்ணாகச் சேரும் போது
நமக்குள்ளே வேணாம்
கேப்பு கேப்பு

இது கதிர்வேலன் காதல்
எஸ்.ஆர். பிரபாகரன்
இசை: ஹாரீஸ் ஜெயராஜ்
குரல்: கே.கே., ஸ்ரீலேகா, எம்.கே.பாலாஜி, 2014

205

நிலவு தேயும். சூரியன் தேயுமா? தேயும் என்கிறான் அவன். நிலவாக அவள் கிடைத்த காரணத்தால் சூரியனான நான் தேய்கிறேனே, இந்த ஒரு சான்று போதாதா சூரியன் தேயுமென் பதற்கு என்கிறான். அவள் புன்முறுவலில் சோம்பல் முறிக்கிறான். அவள் குரலைக் கைப்பேசியில் பதிந்துவைத்து நினைக்குந்தோறும் நிகழ்ச்சி நடத்துகிறான். 'இலையும் தீண்டாத கனி நீ. நான் சுவைக்கும் நாள் கிட்டும் பொறு நீ' என்கிறான். இலையும் தீண்டாத கனியென்றால் அது என்ன கனியென்று அவன் இதயக் கனிக்குத்தான் தெரியும். ஆசை, விழித் திரையில் காதல் படம் வரைகிறது.

●

விழியே விழியே
திரை விரிகிறதே – உனைப்
பார்த்திடும் வேளையிலே

அதிலே அதிலே
படம் வரைகிறதே – மனம்
சேர்ந்திடும் ஆசைகளே

கதிரவனாகத் திரிந்த பகல்
நிலவெனத் தேயவும் துணிந்ததடி
கருநிறமாக இருந்த நிழல்
உனதொரு பார்வையில் வெளுத்ததடி

அன்பே உனைப் பார்ப்பதும்
அனுபவமே
உன்னால் உயிர் போவதும்
சுகம் சுகமே

●

எதை நீ சொன்னாலும்
வியப்பேன்
உன் அழகை கையேந்தி
ரசிப்பேன்

அடம் நீ செய்தாலும்
பொறுப்பேன்
உன் குரலை செல்ஃபோனில்
பதிப்பேன்

பொழுதும் உன்னோடு
இருப்பேன்
புன் சிரிப்பில் சோம்பல்கள்
முறிப்பேன்

●

இலையும் தீண்டாத
கனி நீ
நான் சுவைக்கும் நாள் கிட்டும்
பொறு நீ

விரல்கள் மீட்டாத
இசை நீ
மெல்லிசையாய் என்காதல்
வசம் நீ

தவமே செய்யாத
வரம் நீ
பெண் கடலே முத்தங்கள்
இடு நீ

இது கதிர்வேலன் காதல்
எஸ்.ஆர்.பிரபாகரன்
இசை: ஹாரீஸ் ஜெயராஜ்
குரல்: ஆலாப்ராஜு
2014

□

206

காதல் சரி. காதல் தவறு. இரண்டு எதிரெதிர் அணிகள். இரண்டு அணிக்கும் ஆட்கள் இருக்கிறார்கள். இரண்டு அணியிலும் வேட்பாளர்கள் இருக்கிறார்கள். இரண்டு அணிகளும் போட்டி யிடுகின்றன. எந்த அணி ஜெயிக்கும் என்பது எல்லோரும் யூகிக்கக் கூடியதே. காதல் சரி என்கிற கட்சியும் காதல் தவறு என்கிற கட்சியும் பாட்டுச் சண்டை போடுகிறது. முடிவில் பல்லாக்கு தேவதைகள் பவனிவரும் வீதியில் பாவாடை ராட்டினங்கள் சுற்றத் தொடங்குகின்றன.

●

பல்லாக்கு தேவதைய
பார்வையில புள்ளி வச்சேன்
பாவாட ராட்டினத்த
பக்கத்துல சுத்த வச்சேன்

லவ்வு ஒரு ஃபீலு – நா
சொல்லுறத கேளு – அட
லல்வே வேணாமின்னா – அது
பப்பி பப்பி சேமு

கண்டாங்கிச் சேலயநா
காலையில கிள்ள வச்சேன்
கண்ணாடி தாவணிய
மாலையில துள்ள வச்சேன்

மனசு ஜிலுஜிலுக்க
வயசு கிளு கிளுக்க
கொலுசு ஜலஜலக்க
குலுங்க வேணுன்டா

ஏ குத்து டப்பாங் குத்து
ஒன் இஷ்டம் போல சுத்து
நீ குத்து கும்மாங் குத்து
கூட பொண்ணு வந்தா கெத்து

●

பல்லாக்கு தேவதைய
பார்வையில தள்ளி வச்சேன்
பாவாட ராட்டினத்த
பாக்காம நா எட்டி வச்சேன்

என்னாத்துக்கு லவ்வு – அது
வேணாம் வேணாம் மாப்பு – நீ
லவ்வ நம்பிப் போனா – அட
தானா வரும் ஆப்பு

கண்டாங்கிச் சேலய நா
காரணமா திட்டி வச்சேன்
கண்ணாடி தாவணிய
காரியமா ஒத்தி வச்சேன்

தலையும் கிறுகிறுக்க
ஒடலும் படபடக்க
இதயம் தடதடக்க
கலங்க வேணான்டா

ஏ குத்து டப்பாங் குத்து
நீ போயிடுவ இத்து
ஏ குத்து கும்மாங் குத்து
பொண்ணு போவா ஒன்ன வித்து

●

மாசம் பூரா மார்கழி
ஒனசேர நீயும் காதலி
சூப்பர் மேனப் போலநீ
உருமாற தேவ பைங்கிளி

ஊரு சொல்ல மீறி
ஓயாம பொய்யக் கூறி
போவாளே பொண்ணு
நம்ம காலவாரி

சீனிக் கண்ணுக்காரி
சிங்கார சொல்லுக்காரி
வந்தாலே போகும்
மானம் கப்பல் ஏறி

ஏ தில்லே தில்லே தில்லே
டே வேணாம் அந்தத் தொல்லே
ஏ இல்லே இல்லே இல்லே
ஓம் போக்கு நல்லா இல்லே

இது கதிர்வேலன் காதல்
எஸ்.ஆர்.பிரபாகரன்
இசை: ஹாரீஸ் ஜெயராஜ்
குரல்: ஜேசி ஃகிப்ட், வேல்முருகன், ஜெயமூர்த்தி
2014
☐

207

தோல்வியைக்கூட கொண்டாடுவார்களா? கொண்டாடுகிறான் அவன். காத்திருந்து செய்த காதல் கைவிட்டுப்போனதற்கு இத்தனை மகிழ்ச்சியடைகிறான். எனில், அவன் காதல் பொய்யா யிருக்கவேண்டும் அல்லது அவனைக் காதலித்தவள் பொய்யா யிருக்க வேண்டும். விட்டது தொல்லை என்று அவன் விலகு கிறான். தாடியோ சோகமோ வளர்க்காமல் அடுத்த காதலுக்கு ஆள் தேட ஆரம்பிக்கிறான். அதுமட்டுமல்ல, காதல் தோல்வியடையும் பிறருக்கும் அதன் சாதகங்களை சொல்லித் தருகிறான்.

●

பஸ்ஸ்டாப்புல போய் நிக்க வேணாம்
செல்லுக்கு ரீ-சார்ஜு பண்ண வேணாம்
எப்போ நீ வருவேன்னு பாக்க வேணாம்
இனி சாரியே கேட்க வேணாம்

ஏன்னா காதல் புட்டுக்கிச்சி
ஏன்னா காதல் புட்டுக்கிச்சி

ஐஸ் கிரீம்மு கடையில வழிய வேணாம்
அப்பாவ பாத்ததும் மறைய வேணாம்
கிஸ்ஸு நீ தாயேன்னு கொழைய வேணாம்
கிறுக்காட்டம் நா அலைய வேணாம்

ஏன்னா காதல் புட்டுக்கிச்சி
ஏன்னா காதல் புட்டுக்கிச்சி

●

காதல் போல உலகத்துல
வேற ஒண்ணு இல்லடா
வெற்றி தோல்வி பாக்க அது
பரீட்ச பேப்பர் இல்லடா

ஒருத்தனுக்கு ஒருத்தியெல்லாம்
அந்தக் கால ரீலுடா

ஒருத்தரோட முடிஞ்சதுன்னா
அதுல காதல் ஏதுடா?

பழகுனவ விட்டுப் போனா
பார்ட்டி வச்சி கொண்டாடுடா
அடுத்தவள காதல் செய்ய
உடனே ரெடியாகுடா

●

பாதிப் பேரு கொழப்பத்துல
காதல் செய்வ தென்னடா?
மொத்த வாழ்வ அடகுவச்சி
மூழ்கிப் போற தென்னடா?

விரும்புனது கெடைக்கலன்னா
வேற ஒண்ண தேடுடா
கெடைக்கிறத விரும்புறதில்
தப்பு ஏது சொல்லுடா?

ஒருமொறதான் வாழ்க்க – இத
ஒழுங்கா வாழ்ந்து மடியாதடா
பலதடவ காதல் செஞ்சி
புதுசா வாழ்வோமடா

பப்பாளி
ஏ.கோவிந்தமூர்த்தி
இசை: விஜய் எபினேசர்
குரல்: வேல்முருகன்
2014

□

208

கடற்கரையில் சில வயதான பெண்மணிகள் ஜாதக ஏடுகளை முன்னே பரப்பிக்கொண்டு அமர்ந்திருப்பார்கள். காற்றுவாங்க வருகிறவர்களுக்குக் கைரேகை பார்க்க விருப்பமிருக்குமா? எனத் தெரியாது. ஆனால், அந்தப் பெண்மணிகளின் நம்பிக்கைக்கு உதவி செய்ய, அவர்களிடம் காதலிப்பவர்கள் கைரேகை பார்க்கும் காட்சியை நாம் பார்த்திருக்கிறோம். காதல் கைகூடுமா? என்பது கைரேகையில் தெரியாது. அவன் அவளைக் காதலிக்கத் தொடங்கி யிருக்கிறான். நாளை என்னாகும் என்று கைரேகை பார்த்ததில்லை. என்றாலும், என்னோடு நீ இருந்தால் எதிர்காலம் சோகம் இல்லை என்கிறாள். விழிகளின் ஜாதகம் விசித்திரமானது.

●

ஆண்: ஏதேதோ ஏதேதோ
ஏக்கங்கள் உன்னாலே
எல்லாமே நீ என்று
சொன்னேனே தன்னாலே

பெண்: எங்கே நீ போனாலும்
வந்தேனே பின்னாலே
கல்லான நானுந்தான்
பூத்தேனே கண்ணாலே

ஆத்தி ஆத்தி
அடி ஆத்தி

●

ஆண்: என்னாகும் நாளையின்னு
கைரேக பாத்ததில்ல
என்னோட நீயிருந்தா
எதிர்காலம் சோகம் இல்ல

பெண்: கல்யாண வீட்டுக்கெல்லாம்
முன்னால போனதில்ல
ஒத்திக பாக்க இப்போ
போறேனே என்ன சொல்ல

ஆண்: சாமிக்குக்கூட முன்ன
வெரதம் நான் இருந்ததில்ல
ஒன்னாலே தானே இப்போ
ஒழுங்காவே பசிக்கவில்ல

ஆத்தி ஆத்தி
அடி ஆத்தி

பெண்: எப்போது தூறுமுன்னு
வானிலை கேட்டதில்ல
மனசோட நீ கலந்தா
மழைமேகம் தேவையில்ல

ஆண்: பொண்ணுங்க பின்னாலநா
முன்னால போயிருக்கேன்
என்ன நீ பாத்த பின்னே
முழுசா நா மாறிப் போனேன்

பெண்: அம்மாவே எல்லாமுன்னு
நெனப்போட இருந்த என்ன
அம்மாவா ஆகச் சொல்லி
அநியாயம் நீயும் பண்ண

ஆத்தி ஆத்தி
அடி ஆத்தி

பப்பாளி
ஏ. கோவிந்தமூர்த்தி
இசை: விஜய் எபினேசர்
குரல்: ரஞ்சித், ஹரிணி
2014

209

மாவட்ட ஆட்சியராகும் கனவிலிருக்கிறான் அவன். சராசரிக்கும் கீழாகப் பொருளாதாரத்தில் பின் தங்கிய அவன், கல்வியை நம்பு கிறான். போராட்டமே வாழ்க்கை என்பதைப் புரிந்துகொண்டவன் தேர்வென்னும் போர்க்களத்திற்குத் தயாராகிறான். 'கற்பி ஒன்றுசேர் போராடு' என்று சட்டமேதை சுட்டிக்காட்டியதை வேறு வேறு வாக்கியங்களாக வடிவமைக்கிறான். ஏட்டுப்பாடம் ஒன்றாலே பெறலாம் நெஞ்சில் உள்ளொளி. தவறைத் தாண்டிச் செல்லாமல் தலைமுறை பெறுமா? நல்வழி என்கிறான். தலைமுறை இடைவெளியையும் கல்வி தகர்க்கும்.

●

காலம் நமது கையிலே
கவலை எதற்கு நெஞ்சிலே
வாழும் வரையில் துணிந்தால்
வருமே மாற்றம் நம்மிலே

நாமே நம்மை நம்பாமல்
நடந்தால் வெற்றி வாராதே
நம்மைத் தவிர யாரென்று
நினைத்தால் துன்பம் சேராதே

கல்வி என்னும் கடவுள்
அதை நீ என்றும் வணங்கு
உன்னை மட்டும் நம்பி
செயலை உடனே தொடங்கு

சுற்றும் இந்த பூமிக்கு
ஓய்வும் உண்டா நீயே சொல்
எட்டுத் திக்கும் உன்பேரை
எழுதி வைக்க இன்னும் செல்

●

கல்வி அதனை நம்பினோர்
உலகில் உயரக் காண்கிறோம்
கல்வி பயில அஞ்சினால்
கவலை அதைத்தான் சேருவோம்

ஏட்டுப்பாடம் ஒன்றாலே
பெறலாம் நெஞ்சில் உள்ளொளி
தவறைத் தாண்டிச் செல்லாமல்
தலைமுறை பெறுமா நல் வழி

வேர்வை சிந்தும் மனிதன்
பெறுவான் வெற்றி உண்மையில்
தேர்வை வெல்லும் மனிதன்
தலைவன் ஆவான் பூமியில்

●

ஆசை அதை நீ வெல்லவே
அறிவை முதலில் நம்படா
மூழ்க மூழ்க எம்பியே
முன்னே வருவது பந்தடா

ஏதும் இல்லை என்றாலும்
எதுவும் செய்ய எண்ணடா
பாதை ஒன்றைத் தேடாமல்
புதிய பாதையில் செல்லடா

தென்றல் காற்றும் ஒருநாள்
புயலாய் வீசும் அல்லவா
எண்ணும் எதையும் உடனே
செய்தே உலகை வெல்ல வா

வாடிப் போனால் வாராதே
வாழ்வில் பூவின் வாசங்கள்
தேடித் தேடி முன்னேறு
தேய்ந்தே போகும் சோகங்கள்

பப்பாளி
ஏ. கோவிந்தமூர்த்தி
இசை: விஜய் எபினேசர், குரல்: எல்.ஆர். கார்த்திகேயன்
2014

210

தங்கைக்கு அண்ணன் அறிவுரையாகச் சொல்லிய அந்தக்காலப் பாட்டொன்றின் அடியைப் பின்பற்றி சிந்தித்த முயற்சி இது. மனைவி வீட்டிற்குப் போகிற கணவன் அங்கே எப்படியெல்லாம் நடந்துகொள்ள வேண்டும், எப்படியெல்லாம் நடந்துகொள்ளக் கூடாது எனப் பாசம் பாடம் நடத்துகிறது. வீட்டோடு மாப் பிள்ளையாக இருப்பவர்கள் கவனிக்க வேண்டியவை என்னென்ன என்பதுதான் சூழலின் சுருதி. கொஞ்சம் மிகையும் கொஞ்சம் அங்கதமும் சுவாரஸ்யத்திற்காகச் சேர்க்கப்பட்டது.

●

மனைவி வீட்டில் வாழப்போகும்
பையா – மாப்பிள்ள பையா

சில புத்திமதிகள
சொல்லுறேன் கேளு மெய்யா
சில புத்திமதிகள
சொல்லுறேன் கேளு மெய்யா

அதிகம் படித்த ஆணாக
இருந்தாலும் – அங்கே
அறிவைக் காட்டக் கூடாது
ஒரு நாளும்

●

முறுக்கிவிட்ட மீசைய நீ
நறுக்கணும் – அவங்க
முன்னால நீ பொறுமையாக
இருக்கணும்

மாமியார மாமனார
மதிக்கணும் – நீ
மானம் ரோசம் வெட்கத்தையும்
துறக்கணும்

அவங்களோட பேச்ச நீதான்
அனுசரிக்க வேணும் – ஓம்
வால நீயும் அவங்ககிட்ட
சுருட்டணும்

●
எதையும் தாங்கும்
இதயத்தோட நில்லடா – ஒன்ன
ஏளனமா பேசினாலும்
கேளுடா

தவறு இல்ல அவங்க
வீட்டில் தங்குடா நம்ம
தலை யெழுத்தும்
மாறுமின்னு நம்புடா

ஊரு பேசும் கேலி
அத ஒதுக்கித் தள்ள வேணும் நீ
வாழ்க்க பூரா அவங்களையே
துதிக்கணும்

●
அடுத்தவங்க போல
வாழ எண்ணாதே – நீ
எதுத்துப் பேசி பொழப்ப
கெடுத்துக் கொள்ளாதே

மறந்தும்கூட மச்சான் கிட்ட
மோதாதே – ஓங்
கொழுந்தியாள பாத்து சிரிச்சி
வைக்காதே

திட்டு வாங்கினாலும்
அத தொடச்சிப் போடவேணும் – நீ
கடைசி காலம் வரைக்கும் அங்க
நடிக்கணும்

பப்பாளி
ஏ. கோவிந்தமூர்த்தி
இசை: விஜய் எபினேசர்
குரல்: மகிழினி மணிமாறன்
2014
❏

211

வீட்டுப்பாடமே விருப்பப் பாடமாக மாறுகிறது அவனுக்கு. அவளுக்கும் சம்மதம் என்று அறிந்தபோது அடங்கிக் கிடந்த இதயம் ஆயிரம் இறக்கைகளோடு ஆகாயம் ஏகுகிறது. அவள் இருந்தால் நெற்றியில் சூரியன் முளைக்கிறதாம் அவனுக்கு. நெற்றியில் சூரியன் முளைத்தால் என்னாகும் என அவனுக்குத் தெரியும். ஆனால், காதல் அப்படியெல்லாம் அவனைக் கருத வைக்கிறது. அவன் இப்படி எண்ண, அவளோ சூடமாய் இருந்த நான் அணையா விளக்காகிவிட்டேன் என்கிறாள்.

●

நீ என் அருகே இருக்கையிலே
நெற்றியில் சூரியன் முளைக்கிறதே
கொஞ்சம் விலகி நடக்கையிலே
குளிரும் தண்ணீர் கொதிக்கிறதே

உன்னைத் தொட்ட காற்று என்னைத்
தொட்டுப் போனால் மின்சாரம்
உன்னை மட்டும் எண்ணிக்கொண்டே
செத்துப் போனால் சந்தோசம்

காதல் கயிற்றிலே
எனைக் கட்டிப் போகிறாய்
மோதும் நெனப்பிலே
எனைக் குத்திக் கொல்கிறாய்

ஏனோ இது ஏனோ
அதை நீயே சொல்லடா
ஏனோ இது ஏனோ
அது காதல் தானடா

●

காற்றில் சூடமாய்
இருந்தேனே நான் முன்புதான்
அன்பே உந்தன் அன்பிலே
அணையா விளக்கு இன்று நான்

செய்தித் தாளைப்போல்
கிடந்தேனே நான் முன்புதான்
கண்ணே உந்தன் கண்களால்
கவிதைத் தொகுப்பு இன்று நான்

ஓர் ஒற்றை நொடியில் மாறுதல்
உன்னால்தானே சாத்தியம்
நான் உந்தன் மடியில் சாய்ந்துதான்
உயிர் விட்டாலும் பாக்கியம்

●
வீட்டுப் பாடமாய்
இருந்தேனே நான் முன்புதான்
அன்பே உந்தன் அன்பிலே
விருப்பப் பாடம் இன்று நான்

காட்டுப் பூவைப்போல்
கிடந்தேனே நான் முன்புதான்
கண்ணே உந்தன் கண்களால்
கனகாம்பரமாய் இன்று நான்

நான் புலவன் போல உன்னிடம்
பல பொய்கள் சொல்வேன் கேளடி
நீ வெளியே செல்லும் வேளையில்
உன் நிழலாய் வந்தேன் பாரடி

பப்பாளி
ஏ. கோவிந்தமூர்த்தி
இசை: விஜய் எபினேசர்
குரல்: கார்த்திக், ஸ்வேதா மேனன்.
2014
◻

212

நிழல் ஒன்று சுழலுக்குள் சிக்கிக்கொள்கிறது. நுரையாய் இருந்தால் பரவாயில்லை. நொடித்து வெடித்து கரையொதுங்கிவிடலாம். ஆனால், அவனோ நிழல். பெரும் வெள்ளத்தில் மிதக்கப் படகில்லாமல் மூழ்கத் தொடங்குகிறான். இரண்டு பேருக்கும் இடையிலே கிழிக்கப்பட்ட பிரிவு என்னும் கோட்டைப் பிரியம்தான் அழிக்க வேண்டும். என்ன செய்ய? வாய்ப்பில்லை என்றான நேரத்தில் அவன் வாரி எறிகிறான் வருத்தக் கற்களை.

●

நான்
என்னைத் தொலைத்தேனே
எதற்காக?

நீ
என்னுள் நுழைந்தாயே வதைத்தாயே
அதற்காக

●

கனவினில்
கூட நீயும் தோன்றிடாதே
தொல்லை என்பேனே

இருவரும்
போகும் பாதை வேறு வேறு
உண்மை சொல்வேனே

காதல் சுழலினிலே
வாடும் உயிர்நிழலே

●

எனதுயிர் தேடும் அழகிய காதல்
உன்னோடு ஏது கிளியே?
நதியினில் மீன்கள் அழுதிடும் ஓசை
கேட்காது நாளும் வெளியே

தாளம் இல்லாத
ஓர் பாடல் போல நானும்
மாறித்தானே போனேன்

நான் தீர்ந்துபோன
தேதியாக ஆனேன் உலகினிலே
போதும் கவலைகளே

●

எரிமலையோரம் சுடுகிற தீயை
உன்னாலே நாளும் உணர்ந்தேன்
முகவரி கூட மறந்தவனாக
இப்போது நானும் அலைந்தேன்

காதல் பொல்லாத
ஓர் பூதம் போல வேடம்
போட வேகும் தேகம்

தீராத காதல்
தீர்ந்திடாமல் வாழும் உயிரினிலே
தேங்கும் மனதினிலே

மயங்கினேன் தயங்கினேன்
எஸ்.டி.வேந்தன்
இசை: கண்ணன்
குரல்: விஜய் பிரகாஷ்
2012

□

213

கோவில் திருவிழா. கொண்டாட்ட மனநிலை. ஊர் ரெண்டுபட வில்லை. என்றாலும், கூத்தாடிகள் குஷியாயிருக்கிறார்கள். கரகத்திற்குப் பேர்போன பிரதான ஆட்ட நாயகி களத்தில் இறங்குகிறாள். திடல் முழுக்கத் திரண்டிருக்கிறார்கள் மக்கள். கடல் அலைபோல் தலைகள். கைதட்டல்களின் ஓசையில் வாத்தியக்காரர்களின் வாசிப்பு மங்கலாகிறது. முப்பாலிலே மூழ்கு தப்பில்லடா. மூழ்காவிட்டால் வாழ்வில் உப்பில்லடா என்கிறாள் அவள். பூசைக்கு வந்தவர்கள் அவள் சொல்கேட்டு ஆசைக்கு இணங்கும் அவலம் நிகழ்கிறது. பாவம் அவர்கள், நெய்விளக்கை ஏற்ற வந்து பொய் விளக்கில் பொசுங்கிப்போகிறார்கள்.

●

ஆடிவரும் தேரா ஆடுங்கடா
ஆச ஊற ஊற
பாடுவத நீங்க பாடுங்கடா
காலம் தீர தீர

ராகம் பாத்து சுதி பாத்து
பாட்டு படிக்காத
நேரம் பாத்து எடம் பாத்து
கூத்து அடிக்காத

வேலியிலே காத்து நிக்காதடா
வாழாமலே வாழ்வில் கிக்கேதடா

●

ஆண்: சேவல் கூவும் வேளையில
தூங்குவோம் வேலயில்ல
சாமக் கோழி கூவயில
கூடுவோம் கேள்வியில்ல

பாயாம நதி நிற்பதில்ல
பாய்வோமே கர மீறிச்செல்ல
காணாத சுகம் ஒண்ணுமில்ல
வாழ்வோமே வரும்நாள வெல்ல

ஓடாமலே
ஆறு வத்தாதுடா
தேடாமலே
ஏதும் சிக்காதடா

●

பெண்: கூரச்சேல மூடயில
கூறுடா ஆசைகள
கோலம் போடும் ராத்திரியில்
காணுடா லீலைகள

தீராத சுகம் இங்கிருக்க
தேடாதே அத வேற எங்கும்
தேங்காத சுவை இங்கிருக்க
தேயாதே தருவேனே தங்கம்

முப்பாலிலே மூழ்கு
தப்பில்லடா
மூழ்காவிட்டா வாழ்வில்
உப்பில்லடா

மயங்கினேன் தயங்கினேன்
எஸ்.டி. வேந்தன்
இசை: கண்ணன்
குரல். முகேஷ், சின்னப்பொண்ணு
2012
☐

214

முறைப்பெண். முறையில்லாமல் நடந்துகொள்கிறாள். விலகிச் செல்லும் அவனுக்கு விருப்பமில்லை. நேரடியாகவும் மறைமுகமாகவும் எத்தனையோ வார்த்தைகளில் ஜாடைகளில் சொல்லியாயிற்று. ஆனாலும், அவள் பசியடைத்த நெஞ்சம் கேட்க மறுக்கிறது. அடைந்தே தீருவது என்னும் ஆவேசத்தில் அவள் இருக்கிறாள். அவனுக்கோ காரியக் கடன்கள் நிறைய இருப்பதால் கடந்து போகிறான். போகிறவனை வம்புக்கிழுத்து அவள் சந்தேகத்திற்கு பதில் சொல்ல வேண்டுகிறாள். சில கேள்விகளை பதில்களுக்குப் பிடிப்பதில்லை.

●

வா மாமா வா மாமா
வயசுபுள்ள கூப்புடுறேன்
வா மாமா

ரா மாமா ரா மாமா
வாசலநான் தாண்டிவந்த
தேன் மாமா

இருட்டையும் பகலா
காட்டுவேன் – பட்ட
பகலையும் இருட்டா
மாத்துவேன்

வரமொற இல்ல எனக்கு – ஒரு
அதிசயம் இருக்கு உனக்கு
என்ன பலமொற பாத்தாலும்
தீராது கணக்கு ...

●

அணுஅணுவா ரசிக்கலேன்னா
அழகு எதுக்குங்க? – நீங்க
ஆசைதீர அணைக்கலேன்னா
பொழுதும் எதுக்குங்க?

இச்சு முத்தம் கொடுக்கலேன்னா
இளம எதுங்குங்க? - நீங்க
உச்சுக்கொட்டி ருசிக்கலேன்னா
உதடு எதுக்குங்க?

மூடாம மூடும் முந்தான தேனில்
மூழ்காத ஆளு யாரு? யாரு?
சூராதி சூரன் ஆனாலும் கூட
எம்பேச்ச கேட்பான் பாரு பாரு

●

செலவழிக்க முடியலேன்னா
காசு எதுக்குங்க? - எங்க
சிலுமிஷத்தில் மயங்கலேன்னா
மனசு எதுங்குங்க?

பரவசமா குடிக்கலேன்னா
பாலு எதுக்குங்க? - நீங்க
ராத்திரிய ஜெயிக்கலேன்னா
கால எதுக்குங்க?

எத்தனயோ ஆசைகள்
உள்ளிருக்கும் போதிலே
என்னதுக்கு போடுற நீயும் பூட்டு

கட்டிலையும் போடலாம்
கண்டபடி ஆடலாம்
மொத்தத்துல மேனியில் தீய மூட்டு

சூரன்
பாலுநாராயணன்
இசை: பாலாஜி.
குரல்: சுர்முகி, வித்யாலஷ்மி, ரீட்டா
2014
□

215

மறக்க முடியுமா? ஓடக்கரையில் ஓடித் திரிந்ததும் ஊஞ்சல் கயிற்றில் ஆடிக்களித்ததும். ஒரு காலம்வரை நமக்குள்ளே நடமாடிக்கொண்டிருந்த குறும்புத்தனங்கள், வயதாக வயதாக வற்றிவிடுகிறது. வெவ்வேறு காரணங்களுக்காக வெவ்வேறு பிரயத்தனங்களுக்காக நம்மிடமிருந்து இற்றுவிட்டாலும் செத்துவிடுவதில்லை. அய்யனார் கோயில், அயிரை மீன், சிட்டுக்குருவிகள், சிநேகித்த கிராமம் என அலையலையாய் வந்துமோதும் ஞாபகங்களை அவள் நினைவூட்டுகிறாள். உண்டிவில்லும், உப்பு மாங்காவும், கொடுக்காப்புளியும் அவள் உதட்டிலிருந்து உதிர்ந்து விழவே இல்லை.

●

அய்யனார் குதிரையில
அயிரமீன் தூண்டிலுல
ஆசையோ நெஞ்சுக்குள்ள
டும் டும் டும் டும்

கோலமோ வாசலில
குருவியோ கிளைகளில
கேட்குதே காதுக்குள்ள
டும் டும் டும் டும்

செந்தாமர குளத்துக்குள்ள
கட்டிவெல்லம் கரும்புக்குள்ள
சில்லுவண்டு அரும்புக்குள்ள
கூத்துபோட

யாரும் அறியாம சிரிக்குது
வயசுப்புள்ள

●

ஓடக்கரையில் ஓடித் திரிஞ்சோம்
ஊசி மழையில் கூடி நனைஞ்சோம்

அந்த ஆலமர ஊஞ்சல் ஏறி
ஆகாசத்த தொட்டோமே

சோளக்காட்டு பொம்மமேல
சூட்டுக்காய வச்சோமே

அதுபோல் அதுபோல்
இனிவருமா?

●

நடையும் மாறியதேன்?
நகம்கூட தேய்வது ஏன்?
அதிகாலை சூரியனாய்
உனது நிறமும் கூடியதேன்?

சிறு
உண்டிவில்ல கொண்டுவந்து
உப்பு மாங்கா அடிச்சோமே
கப்பிக்கல்ல தூக்கிவீசி
கொடுக்காப்பள்ளி பறிப்போமே

போதும் போதும் என்று
பொழுதுகள ரசிச்சோமே

சூரன்
பாலுநாராயணன்
இசை: பாலாஜி.
குரல்: ஹரிணி
2014
◻

216

காால்பந்தாட்ட வீரனாக வரவேண்டும் என்பது அவன் இலட்சியம். அதற்காகத் தன்னையே வருத்திக்கொண்டு பயிற்சிகளை மேற்கொள்கிறான். பாசாங்கில்லாத பயிற்சியும் முடிவுறாத முயற்சியுமாய் அவன் செல்லும் பாதையில் ஒருத்தி குறுக்கிடுகிறாள். அவனுக்கு அவளைப் பிடித்திருக்கிறது. காதலிக்க இது சந்தர்ப்பமில்லை எனத் தயங்கியவனை, களவாணிப் பயலே என்றழைத்து கந்தர்வக் காதலை கவனப்படுத்துகிறாள்.

●

பெண்: ஒரு களவாணிப் பயல நானும்
காதல் செஞ்சேனே – அவ(ன்)
நெனப்பால நெதமும் நூலா தேகம்
மெலிஞ்சேனே

ஆண்: போகையில திரும்பி ஒருதடவ
சிணுங்கயில கலஞ்சேன்
வயசுப்புள்ள

வாடி ஏஞ் செல்லம்
ஒன்ன பிரிஞ்சா
நானில்ல

பெண்: பகலிருக்கு இரவிருக்கு
இவ முழுக்க முழுக்க
ஒனக்கு

ஆண்: எடமிருக்கு எதமிருக்கு
தொடு, தொணக்கி இருப்பேன்
துணிபோல

●

பெண்: ஆனாலும் ஒனக்கு
அநியாயக் குறும்பு

ஆண்: பாவாடத் தளும்பா
இருப்பேனே விரும்பு

பெண்: நீங்காம மூச்சுக்குள்ள
நெருப்ப ஏ(ன்) ஊத்துற?

ஆண்: காங்கேயம் காளயென்ன
கரப்பானா மாத்துற

பெண்: மொகம் செவப்பா மலர்ந்திருப்பா
இவ கொடுப்பா எடுப்பா
மிடுக்கா

ஆண்: வலவிரிப்பா என பறிப்பா
சொகம் இனிப்பா கசப்பா
புளிப்பாடி?

●

பெண்: ஓரளவு எனக்கு
அழகான இடுப்பு

ஆண்: சீரழிவு முழுக்க – ஓஞ்
சிரிப்போட சிறப்பு

பெண்: வேரோட பூப் பறிக்க
வருவாயா ராத்திரி?

ஆண்: சூடான நீ எனக்கு
சுடிதாரு போக்கிரி

பெண்: கதவடைச்சா எதுகிடைக்கும்?
அத நெனச்சிக் கெடந்தேன்
மயங்க

ஆண்: வலவிரிச்சா பசியெடுக்கும்
கொடு, வளையல் கொலுசு
நொறுங்காம

லீ
பிரபுசாலமன்
இசை: டி.இமான், குரல்: மதுஸ்ரீ, நரேஷ்
2007

□

217

நகரத்தில் வாழும் நவநாகரிக இளைஞர்கள். எதையும் மேம் போக்காகப் பார்ப்பவர்கள் என எண்ணத்தக்க தோற்றமுடைய வர்கள். வசதியான வீட்டுப் பிள்ளைகளல்ல. நடுத்தர வர்க்கம்தான். ஆனால், அவர்களுடைய அன்றாடச் செயல்பாடுகள் என்பது பக்குவப்பட்ட நிலையில் உயர்ந்த இலட்சியத்தை எட்டிப்பிடிக்கும் வகையில் அமைந்திருக்கின்றன. அகத்தின் அழகு முகத்தில் தெரியும் என்பதற்கு மாற்றாக அவர்களின் சிந்தனைத் தெளிவு சிலிர்க்க வைக்கிறது. மேம்போக்கு என்பது பார்வையில் பிடிபடுவது இல்லை.

•

ஜெனிலா ஓ ஜெனிலா
மெலினா ஓ மெலினா

ஒரு செண்டிமீட்டர்
நம்பிக்கையும் போதும்
ஒரு மில்லிமீட்டர்
புன்னகையும் போதும்

நிலவும் நீரும்
கடலும் காற்றும்
நமது பேரை அரங்கேற்றும்

•

சுடாத சூரியன்
சுற்றாத பூமி
வராத மாமழை
வற்றாத ஆறு

எங்கேயும் உண்டென்றால்
கண்டுபிடி - அதில்
எப்போதும் சந்தோச
கொட்டமடி

நாக்கு இருப்பது
சுவைப்பதற்கு – நீ
நம்பு நண்பா பொதுவாக

கைகள் இருப்பது
அணைப்பதற்கு – நீ
அன்பைப் பொழிடா அழகாக

●

தொடாத வானவில்
தூங்காத பூக்கள்
கெடாத வாலிபம்
தோற்காத நாட்கள்

கண்ணீரை விட்டுவிட்டால்
உள்ளபடி – இரு
கைசேரும் அத்தனையும்
நல்லபடி

நேற்று நடந்ததை
நினைத்திருந்தால்
நாளை என்பதும் பிழையாகும்

காத்துக் கிடந்திடு
கிடைக்கும் வரை
யாவும் உலகினில் நலமாகும்

லீ
பிரபுசாலமன்
இசை: டி. இமான்
குரல்: கே.கே., ஷாலினி
2007
◻

218

தந்தையைப் போல் தன்னை வளர்த்து ஆளாக்கிய அந்தப் பெரியவரே அவனுக்கு உயிர். அவர் சொல்லைத் தட்டுவதென்றால் சாவதற்குச் சமம் எனக் கருதக்கூடிய ஒருவன். அவருக்கும் அவன் மீது அலாதியான அன்பு. தன்னுடைய பலமே அவன் என்று தற்பெருமை கொள்கிறார். உயிர் என்று ஒருபோதும் உன்னைச் சொல்லமாட்டேன் என்கிறார். ஆமாம், உயிர் என்றால் விடவேண்டுமே என அவரே கூறும்போது அவன் கண்கள் ஈரக் கவிதையை எழுதிக்கொள்கின்றன.

●

பாட்டு ஒண்ணு
கட்டு கட்டு தோழா
நீ காலு கையத் தட்டு தட்டு ஜோரா

வேலியில்லாக் காத்தப்போல
ஓடு எங்கும் ஓடு
தார தப்பு தேவயில்ல
போடு ஆட்டம் போடு

சிவனும் சக்தியும் சேந்தா
மாஸுடா
எதுத்து நின்னா எவனும்
தூசுடா

●

ஆளு அம்பு சேனை எல்லாம்
தேவயில்ல நீயும் நின்னா
எதையும் வெல்வேன் இனிமேல்
நானடா

மீசை வச்ச தாயைப் போல
பேசுகின்ற தெய்வம் நீயே
எதிரே நிற்கும் இமயம்
நீயடா

எனை நானே பார்த்துக் கொள்ள
கிடைத்தாயே நீயும் இங்கே
அதனாலே தானோ உன் மேல்
தனிப் பாசம்?

உனக்குள்ளே என்னை நீயும்
அடைகாக்கும் அன்பைப் பார்த்து
வருங்கால நட்பும் கூட
நமைப் பேசும்

●

வீர தீர சூரர்க்கெல்லாம்
வேர்த்துப் போகும் உன்னைக் கண்டால்
உனைப் போல் இல்லை ஒருவன்
மண்ணிலே

நாடு வீடு காடு எல்லாம்
நான் கடந்து போனால்கூட
தொடரும் உந்தன் நினைவோ
நெஞ்சிலே

உயிர் என்று உன்னை நானே
ஒரு நாளும் சொல்ல மாட்டேன்
உயிர் என்றால் என்றோ ஓர் நாள்
பிரிவாயே

ஒரு போதும் உன்னை நானும்
விடமாட்டேன் தோற்றுப் போக
ஜெயிப்போமே நாம இந்தப்
புவி மேலே

ஜில்லா
ஆர்.டி.நேசன்
இசை: டி. இமான்
குரல்: ஷங்கர் மகாதேவன், எஸ்.பி.பி
2013
◻

219

தான் வாழ்ந்துவரும் பகுதியில் உள்ளவர்கள் தன்னை கவனித்து தனக்கு ஓர் அடையாளத்தைத் தர வேண்டும் என அவன் விரும்புகிறான். காலகதியில் அவனுடைய அந்த எண்ணத்தை ஈடேற்றும் வாய்ப்பு அவளுக்குக் கிடைக்கிறது. தன் எண்ணம் தன் செயல் இரண்டையும் புரிந்துகொண்ட அவளை அவனுக்குப் பிடித்துப்போகிறது. தாயிடமும் காணாத பாசத்தை அவள் தனக்குத் தந்துகொண்டிருப்பதாக நெகிழ்கிறான். இதற்கு முன்பு இருந்தேன். இப்போதுதான் வாழ்கிறேன் என்கிறான்.

●

சுடச்சுட தூறல்
பொழிவது நீதான்
தொடத் தொடத் தீயாய்க்
குளிர்வதும் நீதான்

எதிர்பாராத பூகம்பம்
நீயேதான்
என்னை நான் காணும்
ஆரம்பம் நீயேதான்

முன்னிருப்பதும் நீதான்
பின்னிருப்பதும் நீதான்
என்ன சொல்வது எந்தன் நெஞ்சிலே
உள்ளிருப்பதும் நீதான்

சிக்கவைப்பதும் நீதான்
சிக்கெடுப்பதும் நீதான்
என்ன செய்வது என்னை இப்படி
கத்த வைப்பதும் நீதான் நீதான்

●

என்னிடமுள்ள கெட்டதை நீ விலக்கி
நல்லதையே கொடுத்தாய் தேவதையே
நானே என்னைத் துறந்தேனடி
நீயே உண்மை உணர்ந்தேனடி

என்ன நினைத்தாலும்
சொல்லி விடுவேனே
இப்பொழுது ஏனடி
தயங்குகிறேன்?

சொல்லெல்லாம்
நீயாகிப் போனாயடி

அன்னையிடம் கூட இப்படி ஓர் பாசம்
கண்டதில்லை நான் எனப் புரிகிறதே
வாழ்வெல்லாம் நீ என்று
ஆனாயே

எப்பவும் உன்னை எண்ணியே கண்ணுறங்கி
எத்தனையோ தினங்கள் ஆகியதே
பூவே முன்பும் இருந்தேனடி
ஆனால் இன்றே வாழ்ந்தேனடி

உன்னை ஒரு பாதி
என்று நினைக்காமல்
அத்தனையும் நீ என
நினைப்பதிலே

நாள் எல்லாம்
தீர்ந்தாலே சந்தோஷம்

தொல்லை என நீயும் என்னை நினைத்தாலே
நிம்மதியை நீ பெறத் துணை புரிந்து
சாவேன்நான் சேர்ந்தாலும்
சந்தோஷம்

கேடி பில்லா கில்லாடி ரங்கா
பாண்டிராஜ்
இசை: யுவன்சங்கர் ராஜா,
குரல்: யுவன்ஷங்கர் ராஜா
2013
◻

220

சாராயத்தில் ஏது போதை? அந்தக் கண்கள் தன்னைக் கண்டவுடன் கால்களுக்குத் துணையாகிறதே புதிய பாதை. குடைசாய்க்கும் அன்பினால் தன்னை நேராக்கும் அவளை நினைத்து அவன் கூத்தாடுகிறான். நடையில் உடையில் ஜடையில் என சகலத்திலும் தன்னை அவள் காந்தமாக இழுத்துவிட்ட கற்பனையை உகுக்கிறான். வீதியே தேராகிறது. விட்டில் பூச்சியும் பூவாகிறது. அவள் விழிகள் பொருத்திய சின்ன வெப்பத்தில் அவன் ஊதுபத்தி வாசமாகிறான்.

●

கொஞ்சுங்கிளி பாட வச்சா
கும்மாளமும் போட வச்சா
வீதியிலே ஆட வச்சாடா

கோயிலுல கூடம் வச்சா
கொண்டையில பூவும் வச்சா
பார்வையில காந்தம் வச்சாடா

வெட்கம் அத தள்ளி வச்சா
வில்லங்கமா புள்ளி வச்சா

அத்தனையும் சொல்லி வச்சாடா
அந்தப்புள்ள ஏனோ
அப்படியே கொள்ளி வச்சாடா

●

ஊதுபத்தி போல என்ன
வாசம் வீச வச்சா
தன்னந்தனியாக என்ன
தானே பேச வச்சா

சூரியனப் போல அவ
கண்ணுலதான் பாக்கயில
சூரத் தேங்கா ஆனேன்டா

கட்டிவச்ச பூவெடுத்து
கூந்தலுல வக்கையிலே
நாரா நானும் போனேன்டா

490 ● பாட்டு புஸ்தகம்

ரெட்டக்கிளி தீப்பெட்டியா
நெஞ்சுக்குழி பத்திக்கிச்சி
வேற ஒண்ணும் வேணான்டா

ஆயுசுக்கும் அந்தப்புள்ள
ஒண்ணு மட்டும் போதுமுன்னு
ஜோரா வாழ்ந்து சாவேன்டா

●

போகையில அந்தப்புள்ள
பொன்னு மாரி
பொக்குன்னு சிரிக்கையில
முத்து மாரி

கால்கொலுச பாக்கையில
வெள்ளி மாரி

போடா அவமாரி
யாரு பொழிவா? யாரு பொழிவா?
பூமியில காதல் பூமாரி

கத்திரி வெய்யிலு
உச்சியில வீச
அப்படி குளிரும்
அந்தப்புள்ள பேச

சாராயத்தில் ஏது போத?
அந்தப்புள்ள பாத்தா
சட்டுன்னுதான் மாறும் பாத
தானே தன்னானே

முன்னாலநா காமராசு
அந்தப் புள்ளயால
இப்ப நானும் தேவதாசு
தான தந்தனன்ன நானே

கேடி பில்லா கில்லாடி ரங்கா
பாண்டிராஜ்
இசை: யுவன்சங்கர் ராஜா, குரல்: வேல்முருகன்
2013
◻

221

இனி வருங்காலங்களில் அரசியல்வாதிகள் தங்கள் தேர்தல் அறிக்கையில் அறிவிக்கப்போகும் இலவசப் பட்டியல் இது. மக்க ளாட்சித் தத்துவத்தை ஒருசில சுயநலவாதிகள் எப்படியெல்லாம் தங்கள் தேவைக்கும் ஆசைக்கும் திசைதிருப்ப எண்ணுகிறார்கள் என்பதை அவர்கள் பாடுகிறார்கள். தான் ஜெயித்து மக்களைத் தோற்கடிக்கும் இந்திய ஜனநாயகத்தை எள்ளலோடு சொல்லி யிருக்கிறோம். நம்ப முடியாத வாக்குறுதிகளை வாரி வழங்கத் திட்டமிடும் கட்சிகள், இப்பட்டியல் குறித்தும் பரிசீலிக்கலாம்.

●

உள்ளத நான் சொல்லப்போறேன்
கேட்டுக்கங்க அண்ணாச்சி
ஜெயிச்சி போனவங்க
சொன்னதெல்லாம் என்னாச்சி?

நல்லதே செய்வோமுன்னு
ரீலுதான் விட்டாங்க
ஊழலச் செய்ய மட்டும்
கூட்டணி வச்சாங்க

அவங்க தப்புன்னுதான்
இவங்க சொன்னாங்க
வசனம் பேசிப் புட்டு
அதையே செஞ்சாங்க

எல்லாருமே ஃபோர்ட்டுவென்டிதான்
பாழாச்சே நம்ம கன்ட்ரிதான்

●

எங்களுக்கு வாய்ப்புதந்தா
நல்லா வேல பாப்போங்க
ஒங்கவீட்டுப் புள்ளபோல
ஓடி வந்து கேப்போங்க

வீட்டுக்கே சரக்குவரும்
வேதனையும் வேணாங்க

லைசென்ஸ்ஸ காட்டச்சொல்லி
நச்சரிக்க மாட்டோங்க

கரண்டு பில்லு எல்லாம்
கட்டவே வேணாங்க
செல்லுக்கு ரீ-சார்ஜையும்
நாங்களே செய்வோங்க

வேணுமின்னு நீங்க கேட்டா
லஞ்சத்தில் பங்கு
தாறோங்க

●

டீசலு பெட்ரோல் எல்லாம்
ஓசியிலே தாறோங்க
புள்ளைங்கள ஸ்கூலுக்குத்தான்
கூட்டிக்கிட்டு போவோங்க

எங்கயும் போயிக்கலாம்
டிக்கெட்டே இல்லீங்க
வாரத்துல அஞ்சு நாலு
லீவு விடச் சொல்வோங்க

சமையல் செய்ய வேணாம்
சோறூட்ட வாரோங்க
எல்லாமே இலவசந்தான்
கும்மாளம் போடுங்க

வீட்டுக்கொரு ஏரோப்பிளைன
பட்ஜெட்டா தாக்கல்
செய்வோங்க

கேடி பில்லா கில்லாடி ரங்கா
ஆர்.பாண்டிராஜ்
இசை: யுவன்சங்கர் ராஜா
குரல்: சத்யன்
2013

222

காதலிப்பதால் வீட்டுத் திண்ணையும் அரசவைக் கட்டிலாகும் என்கிறான் அவன். அரசவையில் உள்ள முரசுக் கட்டிலில் தூங்கிய மோசிக்கீரனார் போல அவனும் காதலென்னும் நேசக்கட்டிலில் நீட்டிப் படுக்கிறான். இருமல் சத்தத்தில் இசை கேட்கவும் தெருவிளக்கில் நிலாப் பார்க்கவும் அவன் காதல் அவனுக்குக் கற்றுத்தருகிறது. கற்பனைகளில் தாய்ப்பால் குடிக்கும் நினைவுக் குழந்தைகள், போஷாக்காக வளரும் என்பதைப் புரிந்துகொள்ள முடிகிறது.

•
மெல்லச் சிரித்தால் காதல்தான்
மின்னல் அடித்தால் காதல்தான்
கண்கள் இமைத்தால் காதல்தான்
கைகள் சேர்த்தால் காதல்தான்

துள்ளிக் குதித்தால் காதல்தான்
தொட்டு அணைத்தால் காதல்தான்
முத்தம் கொடுத்தால் காதல்தான்
மூச்சைப் பறித்தால் காதல்தான்

ஆதலால் ஆதலால்
காதல் செய்வீர் காதல் செய்வீர்

•
காதலித்துப்பார் காலம் வென்றிடும்
தெருவிளக்கெங்கும் நிலாத் தென்படும்
காதலித்துப்பார் பாடப்புத்தகம்
கவிதைத் தொகுப்பாகும்

காதலித்துப்பார் வேர்வை மின்னிடும்
இருமிய சத்தம் இசை ஆகிடும்
காதலித்துப்பார் பூமி மொத்தமும்
புதிதாய் உருமாறும்

காதலித்துப்பார் உண்மையில்
கைது செய்யலாம் காற்றையும்
காதலித்துப்பார் நண்பனே
வாழத்தோன்றுமே நாளையும்

தேவதைகளின் ஆசிதானே
காதலென்று கூறுகின்றேன்

●

காதலிப்பதால் வானவில்லை நீ
குடைகளுக்குள்ளே நாளும் வைக்கலாம்
காதலிப்பதால் மூளை எங்கிலும்
குடையும் சந்தோஷம்

காதலிப்பதால் வீட்டுத் திண்ணையும்
அரசவைக் கட்டில் போல மாறிடும்
காதலிப்பதால் தேக செல்களில்
பரவும் மின்சாரம்

காதலிப்பதால் கங்கையும்
வந்து சேருமே கோப்பையில்
காதலிப்பதால் புன்னகை
நீளமாகுமே வாழ்க்கையில்

சாலைக் கற்களும் சாமியாய்
மாறலாமே காதல் செய்தால்

ஆதலால் காதல் செய்வீர்
சுசீந்திரன்
இசை: யுவன்ஷங்கர் ராஜா
குரல்: யுவன்ஷங்கர் ராஜா
2012
◻

223

நட்பு வேறு. காதல் வேறு. இரண்டையும் குழப்பிக்கொள்ள வேண்டியதில்லை. ஓர் ஆண், ஒரு பெண் மீது கொள்வது நட்பாகவும் இருக்கலாம். காதலாகவும் இருக்கலாம். நட்பைக் காதலென்றோ காதலை நட்பென்றோ புரிந்துகொள்ளலாகாது. இந்த விவாதம் காலந்தோறும் இருந்துவருவது. இந்தப் பாடலிலே இரண்டிலுமுள்ள ஒற்றுமைகளை உரைத்திருக்கிறோம். காதலில் நட்பும் உள்ளது. நட்பே காதலாகும். நட்பைத் தவிர்த்துக் காதல் கிடையாது. நட்பின் நீட்சிதான் காதலென்று சொல்லப்படுகிறது. அதேபோலக் காதலின் நீட்சிதான் காமம் என்கிறார்கள்.

●

அலை பாயும் நெஞ்சிலே
கோடி ஆசைகள் மச்சி மச்சி
அதைக் கூறவே
வார்த்தை ஏது மச்சி?

நட்பிலே
காதல் தோன்றினால் யோகம்
காதலைச்
சேர்ந்தால் கூடுமே யாவும்

இங்கே இங்கே இங்கே

●

நீ சொல்லாத போதும்
உனைக் கையோடு தாங்க
ஒரு நட்பில்லையேல்
நலம் உன்னோடு சேராதே

யார் சொன்னாலும் கூட
நிழல் மூழ்காது நீரில்
அதைப்போல் இங்கு காதல்
உயிர் போனாலும் போகாதே

தொடங்கிய அறிமுகம்
தொடர்கிறதே - சிறு
குமிழ் இது கடலென

விரிகிறதே
தயங்கிய இருவிழி
உடைகிறதே – இரு
இருதய இடைவெளி
குறைகிறதே

அதனாலே நட்பிலே காதல்
உண்டு உண்டு உண்டு

●

நீ முள் மீது தூங்க
உனை முந்தானைப் பாயில்
படு என்கின்றதே
அதன் பேர் இங்கு காதல்தான்

நீ தன்னாலே ஏங்க
உனைத் தன்னோடு சேர்த்து
பயன் செய்கின்றதே
அதன் ஆரம்பம் காமம்தான்

அடி முதல் முடி வரை
அரும்பிடுதே – விரல்
தொடுவதும் சரியென
குழம்பிடுதே

ரகசிய மொழிகளும்
புரிந்திடுதே – உடல்
முழுவதும் வியர்வையில்
வழிந்திடுதே

அதனாலே காதலில் காமம்
உண்டு உண்டு உண்டு

ஆதலால் காதல் செய்வீர்
சுசீந்திரன்
இசை: யுவன்ஷங்கர்ராஜா
குரல்: உதித் நாராயணன்
2012
□

224

எப்போது சொல்வாள் என அவன் ஏங்கிக்கொண்டிருக்கிறான். எப்போது மழைவரும் என்று ஏங்கிக்கொண்டிருந்தவனுக்கு அடைமழை பெய்ததுபோல அவள் அன்புத் தூறல்களை அள்ளிக் கொண்டு வருகிறாள். நித்திய மழையாக அவள் நெருங்கிவந்ததை அவன் இதயம் பத்தியம் எதுவுமில்லாமல் ஏந்திக்கொள்கிறது. என்ன சொல்வாள் என்றிருந்தவனுக்கு அவள் என்னென்னவோ சொல்ல தாவிக்குதிக்கிறாள். தத்தளிப்பில் பறக்கிறான். மனமெனும் மண்டபத்தில் திடுமெனப் புகுந்தவன் நீ என்று அவள் சொல்வதில் சொக்கிவிழுகிறான். பெண் குரலின் பிரியம் இது.

●

சொல்ல வந்தேன்
சொல்லாத ஆசையெல்லாம்
சொல்ல வந்தேன்

கேட்க வந்தேன்
கேட்காத காதல் கதை
கேட்க வந்தேன்

நான் நிலமாக நின்றேன்
நீ மழையாக வந்தாய்
நான் கண்மூடிக் கிடந்தேன்
நீ கனவாக நுழைந்தாய்

என் அன்பே
என் அன்பே பேரன்பே
என் உயிருக்குள் புது சுகம்

●

காதல் பூக்கும் அழகான பூங்கா
இருதயம் என்பதிலே சந்தேகமாய்
பூத்த பின்பும் உதிராத பூவாய்
உயிர் காதல் வாழ்கிறதே சந்தோஷமாய்

மனமெனும் மண்டபத்தில்
திடுமெனப் புகுந்தவன் நீயல்லவா

உறவென்னும் உலகத்தில்
உனக்கே உகந்தவள் நானல்லவா

சக்கரையில் செய்த இதழ்
சந்தனத்தில் செய்த உடல் எனதல்லவா
இந்த நொடி வந்த சுகம்
அத்தனையும் என்னுயிரே உனதல்லவா

நீ வேறு நான் வேறு இனியில்லை
இந்த உலகத்தில் உன்னைவிட
உயர்வேதுமில்லை

●

ஈர இதயம் வறண்டு விடாமல்
உன் நினைவின் மழையால் நான் நனைப்பேன்
தூரப் பயணம் போய் வரும்போது அசதியில்
உன் மடிமேல் நான் துயில்வேன்

உச்சி வெயில் நேரத்தில்
உன்னுடைய நிழலில் இளைப்பாறுவேன்
அடைமழை காலத்தில்
கதகத மார்புக்குள் குடியேறுவேன்

இமைகளில் முடிகொண்டு
இதயத்தின் நடுவினில் உனைத் தேடுவேன்
சிறு சிறு புன்னகையால்
சிந்தனையில் காதல் விதை நான் தூவுவேன்

நீ
கொஞ்சம் பூ கொஞ்சம் தீ என்பேன்
உன் உதடுகள் எழுதட்டும்
உணர்ச்சியின் விடை

சுழல்
ஆர்.ஜெயக்குமார்
இசை: எல்.வி.கணேசன், குரல்: சாதனாசர்கம்
2011

□

225

அலையில்லாத கடல் செய்து அதில் அவளை நீந்தவிட்டுக் கரையில் இருந்து பார்க்கிற காதலை அவன் சொல்கிறான். ஒரே வண்ணத்தில் இந்த வெண்ணிலவை எத்தனை நூற்றாண்டுகள் பார்த்துக்கொண்டிருப்பது. நீ சரியென்று சொல். வெண்ணில விற்கு வேறு வண்ணம் பூசுகிறேன் என்கிறான். சின்னச் சின்னக் குறும்படங்களைக் காதலின் கண்கள் ஓட்டிப் பார்க்கின்றன. தணிக்கைக் குழு தடைவிதிக்கக் கூடிய காட்சிகளை, தவிக்கும் ஆண் இதயம் தனியாகப் பார்த்துக்கொள்கிறது.

●

சொல்ல வந்தேன்
சொல்லாத ஆசையெல்லாம்
சொல்ல வந்தேன்

கேட்க வந்தேன்
கேட்காத காதல் கதை
கேட்க வந்தேன்

நான் நிலமாக நின்றேன்
நீ மழையாக வந்தாய்
நான் கண்மூடிக் கிடந்தேன்
நீ கனவாக நுழைந்தாய்

என் அன்பே
என் அன்பே பேரன்பே
என் உயிருக்குள் புது சுகம்

●

காதல் பூக்கும் அழகான பூங்கா
இருதயம் என்பதிலே சந்தேகமாய்
பூத்த பின்பும் உதிராத பூவாய்
உயிர் காதல் வாழ்கிறதே சந்தோஷமாய்

வெண்ணிலவை வண்ணமாக்கி
உன்னுடைய பேர் சூட்டிக் கொண்டாடவா

ஓடுகின்ற மேகங்களில்
உன்னை நானும் ஏந்திக்கொண்டு ஊர் சுற்றவா

அலைகளை அள்ளிவிட்டு
மலர்களைக் கொட்டி வைத்து கடல் செய்யவா
அதில் உன்னை நீந்த விட்டு
கரையினில் நின்று கொண்டு நான் பார்க்கவா

நீ வேறு நான் வேறு இனியில்லை
இந்த உலகத்தில் உன்னைவிட உயர்வேதுமில்லை
●
ஈரக் கூந்தல் உலர்த்திடும்போது
ஒரு துளி தெறித்தால் நான் கண் விழிப்பேன்
தூரப் பயணம் போய்வரும் போது
அசதியில் உன் மடிமேல் நான் துயில்வேன்

உச்சி வெயில் நேரத்தில்
உன்னுடைய நிழலில் இளைப்பாறுவேன்
அடைமழை காலத்தில்
கதகத மார்புக்குள் குடியேறுவேன்

இமைகளில் மூடிக்கொண்டு
இதயத்தின் நடுவினில் உனைத் தேடுவேன்
சிறு சிறு புன்னகையால்
சிந்தனையில் காதல் விதை நான் தூவுவேன்

நீ
கொஞ்சம் பூ கொஞ்சம் தீ என்பேன்
என் உதடுகள் எழுதட்டும்
உணர்ச்சியின் விடை

சுழல்
ஆர்.ஜெயக்குமார்
இசை: எல்.வி.கணேசன்
குரல்: ஹரிகரன்
2011
◻

226

நண்பர்கள் கூடியிருந்தால் அவர்களின் உற்சாக வெள்ளத்தை ஒருவராலும் கட்டுப்படுத்த முடியாது. கண்ணில் கண்டதைக் கைப்பிடிக்குள் கொண்டுவர அவர்கள் கனாக் காணுவார்கள். எல்லைகளே இல்லாத வெளி அவர்கள் விழிகளுக்குத் தென்படும். கட்டுப்பாடுகளே இல்லாத காற்றாக அவர்கள் தங்களைக் கருதிக் கொள்வார்கள். சேட்டையின் தேனடையில் மொய்த்திருக்கும் ஈக்களை அவர்களுடைய சந்தோசப் பொழுதுகள் சரியாகப் பார்ப்பதில்லை. ஒரு நாளில் ஏழேழு ஜென்மங்களை வாழ எத்தனிக்கிறார்கள்.

•

வா நண்பா வா
வா செல்வோம் வா
வா நண்பா வா
பேர் சொல்வோம் வா

தத்தித் தாவும்
வேலையில்லையே
கட்டுக்காவல் ஏதுமில்லையே

நம்மைப் போல
யாருமில்லையே வா வா
எல்லைமீறு பாவமில்லையே
அன்பைத் தேடு சேதமில்லையே

கண்ணை நீங்கி
காட்சியில்லையே வா வா

•

காற்றுக்கில்லை
கட்டுப்பாடு வட்டமிடு வட்டமிடு
காலம் வந்து கையில் சேரும் நம்பிவிடு

யாரும் இங்கே
சொந்தம் என்று சொல்லிவிடு
நேற்று இல்லை நாளை இல்லை விட்டுவிடு

நீங்காத சேட்டைகளால்
தேங்காமல் கொண்டாடுவோம்
தூங்காத நீரோடை போல்
தோற்காமல் கூத்தாடுவோம்

●

வானவில்லில்
ஏழு வண்ணம் உள்ளவரை உள்ளவரை
வாழ்வில் என்றும் வாட்டமில்லை மண்ணிலே

பூமிப் பந்து
நானும் இங்கு சுற்றும்வரை சுற்றும்வரை
ஆசை வந்து தாளம் தட்டும் நெஞ்சிலே

ஈரேழு ஜென்மங்களை
ஓர்நாளில் நாம் வாழுவோம்
கூடாத சோகங்களை
கூண்டோடு தீ மூட்டுவோம்

சுழல்
ஆர்.ஜெயக்குமார்
இசை: எல்.வி.கணேசன்
குரல்: பென்னிதயாள், சுவி
2011
□

227

சலவை செய்த சிரிப்பில் சகல அழகையும் தொலைக்கிறேன் என்கிறாள் அவள். அது என்ன சலவை செய்த சிரிப்பு? உன் இலவம்பஞ்சு மேனியில் என் இளமை முழுவதும் தொலைக்கிறேன் என்கிறான் அவன். ஒருவரை ஒருவர் சீண்டிக்கொண்டே தங்களை சிங்காரித்துக்கொள்கிறார்கள். வெட்கத்தின் உருச்சொல்லாகவும் கருச்சொல்லாவும் 'ச்சீ' அமைகிறது. காதல் மிகுதியாகையில் மரியாதையை எதிர்பார்ப்பது ஏற்புடையதல்ல.

●

பெண்: ச்சீ ச்சீ ச்சீ ச்சீ
என்ன பழக்கம் இது?
சின்னப் புள்ள போல

ஆண்: பித்துப் பிடிக்கிறதே
தொட்டு விட்டதாலா

வம்பு பண்ணுவ நீ
வம்பு பண்ணுவ - அடி
எப்பவுமே இப்படித்தான்
ரொம்பப் பண்ணுவ

பெண்: கிச்சு பண்ணுவ
கிச்சு கிச்சு பண்ணுவ
என்ன அங்க இங்க
தொட்டுத் தொட்டு தப்பு பண்ணுவ

ஆண்: என்ன பண்ணுவ?
இப்போ என்ன பண்ணுவ?
உன்ன என்னென்னமோ
பண்ணப்போறேன் என்ன பண்ணுவ?

பெண்: ச்சீ ச்சீ ச்சீ ச்சீ

●

ஆண்: என்னுடைய ஆச
எட்டித் தொடத் துடிக்க
உன்னுடைய ஆச
தட்டிவிட நெனக்க

நம்முடைய ஆச
நிக்குதடி தவிக்க

பெண்: என்னுடைய தேகம்
ஒத்தையில படுக்க
உன்னுடைய தேகம்
தொந்தரவு கொடுக்க
நம்முடைய தேகம்
வெக்கத்துல வெடிக்க

ஆண்: உன் கொலுசு
மணிபோல – நான்
சிணுங்கி சிணுங்கியே கெடக்க

பெண்: என் வயசு
பதநீரு – நீ
கலந்து கலந்து தேன்குடிக்க

ஆண்: நீ அள்ளி எடுக்க
நான் கிள்ளிக் கொடுக்க அடி
மொத்தத்துல தூக்கம் கெட்டு
கண்ணு செவக்க

பெண்: ச்சீ ச்சீ ச்சீ ச்சீ

●

ஆண்: நள்ளிரவு நேரம்
வெண்ணிலவு தொளைக்க
நந்தவனப் பூவ
வண்டுவந்து தொளைக்க
வந்துவிடு நீயும்
என் உயிரை தொளைக்க

பெண்: நெத்தி முடி ஓரம்
நித்திரையத் தொலைக்க
நெஞ்சுக் குழி ஓரம்
நிம்மதியத் தொலைக்க
அள்ளித் தருவேனே
அத்தனையும் தொலைக்க

யுகபாரதி ● 505

ஆண்: ஓம் எலவம்
பஞ்சு உடம்பில் - ஏ
இளம முழுவதும் தொலைக்க

பெண்: ஓ சலவ
செஞ்ச சிரிப்பில் - நான்
சகல அழகையும் தொலைக்க

ஆண்: நீ உன்னத் தொலைக்க
நான் என்னத் தொலைக்க
அடி மெத்தையில ரெண்டு பேரும்
செத்துப் பொழைக்க

பெண்: ச்சீ ச்சீ ச்சீ ச்சீ

மஜா
ஷாஃபி
இசை: வித்யாசாகர்
குரல்: ஹரிணி, ஷங்கர் மகாதேவன்
2005

228

உறவுகள் நம்மைவிட்டு விலகும் போது வலி உண்டாகும். அந்த வலியை வார்த்தைக்குள் கொண்டுவர யாராலும் முடிந்ததில்லை. அந்த விநோதக் காயத்திற்கு ஒரே ஒரு மருந்துதான் உண்டு. அது, காலம். காலமும் ஆற்றாவிட்டால் அது போய்முடியும் இடம் மரணம். சிறுவயதில் இருந்தே அவர்களை உறவாக எண்ணிய அவனைவிட்டு அவர்கள் விலகுகிறார்கள். அவர்களைத் தவிர வேறு ஒருவரையும் அறியாத அவன் வேதனையில் விம்முகிறான். அவர்கள் செய்ததைச் சொல்லிக்காட்டுகிறான். அவர்களுக்கு அவன் செய்ததைச் சொல்லாமல் காட்டுகிறான்

●

போதுமடா சாமி
நான் வச்ச பாசம்
வேகுதடா பூமி
எல்லாம் வெளி வேசம்

விதி வச்ச தீயில - மனம்
கசங்கிப்போனதே
விழி ரெண்டும் நீருல - உயிர்
பொசுங்கிப்போனதே

கண்ணோரம் கண்ணீர் என்றால்
சோகம் இல்ல
கண்ணீரே கண்கள் என்றால்
ஏது சொல்ல?

●

பூமரத்தில் கூடுகட்டி
பூங்குருவி வாழயிலே
வேரறுந்து போனதுன்னா
வேதனைதான் பூமியிலே

பாவப்பட்ட ஜீவன்
ஆகிப்புட்டேன் நானே

ஏகப்பட்ட சோகம்
தேடிக்கிட்டேன் வீணே

புலிவேசம் போட்டதென்ன?
பூனக்குட்டி
அத நானும் காத்ததென்ன?
வேலி கட்டி

●

கோடமழ தூறயிலே
வாங்கிவந்தேன் கோலப்பொடி
வீடுவந்து பாக்குறப்போ
காணலையே வாசப்படி

ஊதுவத்தி வாசம்
வீசும் கொஞ்ச நேரம்
வானவில்லின் ஜாலம்
வாழும் கொஞ்ச நேரம்

அடிமாடா ஆகிப்போனேன்
யாருமில்ல
அடப் போடா வாழ்ந்து ஒண்ணும்
ஆவதில்ல

மஜா
ஷாஃபி
இசை: வித்யாசாகர்
குரல்: கைலாஷ் கெர்
2005
□

229

கார்த்திகையும் மார்கழியும் தைமாதத்தைக் கைநீட்டி அழைக்கின்றன. அவள் கார்த்திகையாகிறாள். அவன் மார்கழியாகிறான். இரண்டுபேரும் கூடிக்கொள்ளும் காதல் தையைக் கலக்க விரும்புகிறார்கள். சிலநேரம் கனவில் வருகிறாய். சிலநேரம் கனவாகவே வருகிறாய். சிலநேரம் நினைவில் நிற்கிறாய். சிலநேரம் நினைவையே தின்கிறாய் என மாறி மாறி இருவரும் மனதையும் உறவையும் மைதீட்டுகிறார்கள்.

●

ஆண்: கார்த்திகையானவளே – காதல்
காவியமானவளே

பெண்: மார்கழியானவனே – காதல்
மாநிலமானவனே

இமை முதல் இதழ் வரை
உன்னோடு அரங்கேறும்

ஆண்: தலை முதல் இடை வரை
என்னோடு கரைமீறும்

பெண்: மௌனம் திறந்தேன்
மனதில் உறைந்தேன்
மாலை தரவே நீவா நீவா..

●

ஆண்: சிலநேரம் கனவில் வந்தாய்
சிலநேரம் கனவைத் தந்தாய்
இமைமீது உன்னைச் சூடினேன்

பெண்: சிலநேரம் நினைவில் நின்றாய்
சிலநேரம் நினைவைத் தின்றாய்
அலைபாயும் நெஞ்சை மூடினேன்

ஆண்: ஏனோ?
எப்போதும் கோபத்தில் தீயை
என்மீது நீ ஊற்ற

பெண்: ஏனோ?
அப்போதும் நேசத்தில் ஆசை
கற்பூரம் நீ ஏற்ற

ஆண்: நட்பானது நன்றானது
அன்பாலே ஒன்றானது

ஆண்: இதுபோல இனிமை இல்லை
இதுபோல கொடுமை இல்லை
இருவேறு உலகம் நீயடி

பெண்: அலைபாய இதயம் இல்லை
நிலைமாற தடயம் இல்லை
மலரோடு கலகம் ஏனடா?

ஆண்: ஏதோ?
கள்ளூறும் தேகத்தில் காயம்
இல்லாமல் நான் ஏங்க

பெண்: ஏதோ?
உள்ளூறும் தாகத்தில் மோகம்
உண்டாகி நான் தேங்க

ஆண்: என் ஆசைகள் என்னானது?
உன் தேவை என்றானது

இன்று
முத்துராமன்
இசை: தேவா
குரல்: ஹரீஷ் ராகவேந்திரா, சுஜாதா
2003
□

230

ஒரு துளியில் ஆரம்பித்து ஒரு துளியில் முடிகிறோம் எனக் கண்ணதாசன் ஒரு மேடையில் சொல்லிய தகவலை வாசித் திருந்தேன். நீரில் தொடங்கி நீரில் முடியும் மனித வாழ்வை அவரைவிட சுருங்கச் சொல்லியவர் எவருமில்லை. அவர் சொல்லி இருந்த அந்தத் தகவலை முன்வைத்தே இப்பாடலை ஆக்கத் துணிந்தேன். மூன்று பங்கு நிலத்தையும் நீர் முந்தியாகச் சுற்றிக் கொண்டிருக்கிறது. அந்த முந்தானையின் காவலில்தான் மனிதர்கள் தங்கள் தாய்மைக்கான தடயத்தைப் பெறுகிறார்கள். இது ஒரு விருந்துப்பாடல். நண்பர்கள் மது அருந்தியபடி கப்பலில் நடத்தும் கேளிக்கை நேரம். உள்ளேயும் நீர். வெளியேயும் நீர். உலகமே நீர்க் கோலமாகிறது.

●

பொன்மாலை நேரம்
பூங்காற்றில் ஈரம்
நுரைப்பூவில்
தேனைத் தேடலாம்

பிறை நிலா நிலா
தினம் உலா உலா வந்து
நெஞ்சைத் துழாவிடுதே

மணிப் புறா புறா
திரு விழா விழா தந்து
கண்ணில் உலாவிடுதே

●

துளி நீரிலே உருவாகினோம்
முந்தானை நீரில் பசியாறினோம்
விழி நீரிலே துயர் மீறினோம்
இதழ் நீரில் காதல் பரிமாறினோம்

பூவின் முகம் இலை நீரிலே
வானக் குமிழ் குடை நீரிலே

நாளும் ஓடும் தேகம்
வேர்வைப் பூவைச் சூடும்
ஆற்று நீரில் வானம்
ஆயுள் ரேகை தேடும்

நிலமே நிலமே
நீர்க் கோலமே

•

கடல் நீரிலே அலையாடினோம்
மழை நீரை ஏந்தி விளையாடினோம்
பனை நீரிலே தடுமாறினோம்
பன்னீரைத் தூவி உறவாடினோம்

தாகங்களால் தடம்மாறினோம்
மேகங்களாய் நிலை மாறுவோம்

ஆழமான பாசம்
ஈர வாடை வீசும்
ஓடும் ஓடை நீரில்
நாணல் ஆசை பேசும்

திருநாள் திருநாள்
தினந்தோறுமே

இன்று
முத்துராமன்
இசை: தேவா
குரல்: கார்த்திக்
2003
◻

231

தாய் தந்தையை இழந்துவிட்ட அவன் தாத்தாவின் பராமரிப்பில் வளர்கிறான். அவனே உலகம் என்று அவர் இருக்கிறார். தன்னையும் தன் தலைமுறையையும் அவனே மீட்டெடுக்கப்போகிறவன் என்பது அவர் சித்தம். அவனைக் கொஞ்சித் தாலாட்டுகிறார். ஆகாய நிலவைவிட அகிலத்தில் உள்ள அத்தனையையும்விட அவனே அவருக்கு அழகு. படித்துப் பட்டம் பெற்று வையமே திரும்பிப் பார்க்கும் வகையில் அவன் வளரவேண்டுமென விரும்புகிறார். வங்கக்கடலை சின்னக் குவளையில் அள்ளுகிறது அவர் பாசம்.

●

ஆகாச நிலவுதான்
அழகா தெரியல
ஆணி முத்து அதுவுமே
அழகா தெரியல

ஒன்னப்போல அழகுதான்
ஒண்ணுமில்ல ஒலகுல
ஒட்டு மொத்த அழகையும்
கொண்ட நீ ஏ உசுருல

சாமி கொடுத்த வரமே
நீதானே எனக்கு ராசா
நின்னு வாழ்ந்து காட்டவேணும்
இந்தப் புவியில் ரொம்பப் பெருசா

●

சூரியனக் கேளு
வாங்கி நான் தருவேன்
சந்திரனக் கேளு
கொண்டு நான் வருவேன்

வங்கக் கடல நீ
சின்னக் குவளையில்
மொண்டு வரச் சொல்லு
செஞ்சிடுவேன்

சிங்கம் சிறுத்தைய
ஒத்த அடியில
கொன்னு வரச் சொல்லு
செஞ்சிடுவேன்

ஒலகே அழிஞ்சாலும்
ஒன நான் காத்திடுவேன்
என்னோட பெரும என்ன?
உன்னுருவில் பாத்திடுவேன்

●

எப்பவுமே நீதான்
என்னோட ஆவி
பட்டம் பல வாங்கி
ஆகணும் மேதாவி

ஒன்ன விட ஒரு
சொத்து சொகம் இந்த
மண்ணில் இல்லையின்னு
சொல்லிடுவேன்

கண்ணுமணியென
ஒன்ன நெனச்சி நான்
கையில் எடுத்துதான்
கொஞ்சிடுவேன்

எதையும் ஒனக்காக
சுளுவா செஞ்சிடுவேன்
ஒத்த நொடி பிரியச் சொன்னா
ஏறந்தே போயிடுவேன்

மஞ்சப்பை
ராகவன்
இசை: என்.ஆர். ரகுநந்தன்
குரல்: எஸ்.பி.பாலசுப்ரமணியம்
2014
□

232

வானம் குட்டையென்றும் பூமி தட்டையென்றும் சொன்னால் விஞ்ஞானம் நம்மை விபரீதமாகப் பார்க்கும். ஆனால், அதையே அவர்கள் சொன்னால் காதல் என்று கண்ணைச் சிமிட்டும். கூடைப்பந்து பூமிப்பந்தாகிறது அவர்களுக்கு. கோழி றெக்கையை வானவில்லென்று குறிக்கிறார்கள். நூல்கண்டு கோலி குண்டாகிறது. பட்டுப்பூச்சி பட்டம் ஆகிறது. ஆனதாகவும் போனதாகவும் அவர்கள் பேசிக்கொள்ளும் பொய்யில் பிரியம் தலைவாரிக்கொள்கிறது.

●

பெண்: பாத்து பாத்து
ஒன்னப் பாத்து
வானம் குட்டையாச்சு

பூத்து பூத்து
கண்ணு பூத்து
பூமி தட்டையாச்சு

ஆண்: ஒன்னப் பாத்து தானே
நெழலும் வெள்ளையாச்சு
ஆச கூடிப் போக
அணிலும் சிங்கமாச்சு

பெண்: தாலி செய்ய
சொல்லு நீயும்
தேவ இல்ல வெட்டிப்பேச்சு

●

ஆண்: கோழி றெக்க ஒன்னப் பாத்து
வானவில்லு ஆனேன்
கொஞ்சம் நேரம் ஒன்னப் பேசி
கண்ணதாசன் ஆனேன்

பெண்: கூடப் பந்து நீயும் தீண்ட
பூமிப் பந்து ஆனேன்

கூரு கத்திக் கண்களால
ஊது வத்தி ஆனேன்

ஆண்: நூலுக் கண்டு ஒன்னால்
கோலி குண்டு ஆனேன்

பெண்: பாத மண்ணு ஏனோ
பூசு மஞ்சள் ஆனேன்

ஆண்: ஜோடியாக நீயும் சேர
பட்டுப்பூச்சி பட்டம் ஆனேன்

ஆண்: நேத்து ஒன்னப் பாத்த பின்பு
தூங்கலான்னு போனேன்
கனவில் நீயும் தொரத்தி அடிக்க
தோத்துதானே போனேன்

பெண்: கூத்து நீயும் போடுறேன்னு
கோபமாகிப் போனேன்
கொஞ்சிடாமப் போனியேன்னு
சாப்பிடாமப் போனேன்

ஆண்: ஒன்ன எண்ணித்தானே
ஒல்லியாகிப் போனேன்

பெண்: புள்ளி நீயும் வைக்க
கோலமாகிப் போனேன்

ஆண்: கூடுவிட்டு கூடுபாய
கோக்கு மாக்கு ஆகிப்போனேன்

மஞ்சப்பை
ராகவன்
இசை: என்.ஆர். ரகுநந்தன்
குரல்: ஹரிகர சுதன், வந்தனா
2014

233

நகரத்திற்கு வருகிறார் கிராமத்து தாத்தா. அடுக்கக வாழ்க்கை அவருக்குப் புதிது. கதவை மூடிக்கொண்டு வாழும் கார்ப்பரேட் சமூகம் அவருக்கு அந்நியமாகப்படுகிறது. வீட்டு வாசலில் கயிற்றுக் கட்டிலில் தூங்கிப் பழகிய அவருக்கு ஏசியும் ஃபேனும் என்னவோ போலிருக்கிறது. அவர், கிராமத்தில் இருந்தது போலவே இங்கேயும் நடந்துகொள்கிறார். அது, அருகிலுள்ள வீட்டுக்காரர்களுக்கு அவஸ்தையாகிறது. மெய்யான பாசத்தில் எல்லோரையும் ஈர்க்கும் அவரை, குழந்தைகள் விளையாட்டு பொம்மையாக்கி வேடிக்கை காட்டுகிறார்கள்.

●

அய்யோ அய்யோ
தாத்தாவோட
அலம்பல்தானே தாங்கல

டையோ டையோ
டையர டையோ
அவரே ஸ்டைலு ஆம்பள

ஊரப் பாத்து நடுங்கல
ஒலகப் பாத்தும் மயங்கல
அவரப்போல ஒருத்தர இந்த
சென்னை சிட்டி
பாக்கல

●

நீச்சல் கொளத்தில்
துணிய தொவச்சி
காயத்தானே போட்டாரு

எதுத்த வீட்டுக்
கதவையும் தட்டி
எரவல் கொழம்பு கேட்டாரு

யுகபாரதி ● 517

யாரும் இங்க ஒறவுதான்
அவரப் பொறுத்த வரையில
பட்டிக்காட்டு மனசுதான்
எதையும் மறைக்கத் தெரியல

ஏ தன்னப்போல
பிறர எண்ணும் தாத்தா ஹூட்டி
ஓயல

●

ஆலாப் பறந்து
அலுப்பில்லாம
வீட்டு வேல செய்வாரு

அருவித் தண்ணிய
குடிச்ச ஆளு
வாட்டர் கேனா ஆனாரு

ஆல மரத்துக் குருவிய
அவரால் பாக்க முடியல
கால நீட்டி ஒறங்கவும்
கயித்துக் கட்டில் கெடைக்கல

ஏ.. ஆனா கூட
தாத்தாவோட சேட்ட மட்டும்
கொறையல

மஞ்சப்பை
ராகவன்
இசை: என்.ஆர். ரகுநந்தன்
குரல்: லஷ்மன், ஹரீஷ், ரிஷி, வைசாலி
2014
□

234

உள்ரே கூடி நின்றாலும் அந்த ஒருத்தி எங்கே என்று அவனுடைய கண்கள் தேடுகின்றன. அவள் உள்ளங்கை ரேகையில்தான் தன்னுடைய ஆயுள் ரேகை ஓடுவதாகவும் யூகித்துக்கொள்கிறாள். மழை பொழிகிறது. துளிகளைத் துடைத்தெடுக்க அவள் கைகள் வராதா என ஏங்குகிறான். அவள் வசிக்கும் தெருவிற்குள் நடந்துபோகையில் வசமாகும் நடுக்கத்தைக் காதலென்று கணிக்கிறான்.

●

சட்டெனத் தூறலும்
கொட்டிய தெப்படி – உயிர்
மொத்தமும் உன்னிடம்
ஒட்டிய தெப்படி

அடி, காதல் வந்த பின்னாலே
இரு கண்ணும் தீயாய்
எரியுதடி

சிறு பிள்ளைபோலே நான் துள்ள
என் இதயம் ஆனது
தவிடுபொடி

●

இதயம் என்பது
எனக்கும் உண்டென
தெரிந்துகொண்டதே உன்னால்தான்

எதையும் உன்னிடம்
பகிர்ந்து கொள்ளவே
விரும்புகின்றதே நெஞ்சம்தான்

நிழல் மட்டும் தொடந்து வந்த
நிலமை மாறிப் போனதே
நிஜம் உன்னை நெருங்கி நிற்க
வயது கோலம் போடுதே

இப்படியும் நான் ஆவேனா?
மொத்தமும் மாறிப் போவேனா?
கற்பனையும் நான் செய்வேனா?
கண்டபடி பொய் சொல்வேனா?

யாரைக் கேக்க கைகள் கோக்க
நீயில்லாமல் வாழ்வேனா

●

உனது புன்னகை
உரசிச் செல்கையில்
உதிருகின்றதே காயங்கள்

உனது மெல்லிய
விரல்கள் தொட்டதும்
நிகழுகின்றதே மாயங்கள்

எதைக் கண்டும் பயந்ததில்லை
இதற்குமுன்பு நானுமே
உனைக் கண்டு பதட்டம் ஒன்று
வருவதென்ன நாளுமே

எத்தனை பெண்கள்
நின்றாலும் என்விழி உன்னைத்
தேடுதடி

தந்தது போதும்
என்றாலும் இன்னமும் காதல்
கேட்குதடி

அடியே எந்தன் ஆயுள்ரேகை
உந்தன் கைகளில் ஓடுதடி

மஞ்சப்பை
ராகவன்
இசை: என்.ஆர். ரகுநந்தன், குரல்: கார்த்திக்
2014
◻

235

காதலித்து கலப்பு மணம் புரிந்துகொண்ட அவர்களை உறவுகள் ஒதுக்கி வைக்கின்றன. பெற்றவர்களும் பிணக்கிலிருந்து விடுபட வில்லை. அந்தச் சூழலில் அவள் கர்ப்பமுறுகிறாள். ஆயிரம் உறவுகள் இருந்தும்கூட அநாதைகள் போலப் பெருநகரத்தில் அவர்கள் தனித்து விடப்படுகிறார்கள். ஆறுதலாகப் பேசவும் ஆளில்லாத சமயத்தில் பக்கத்து வீட்டிலிருக்கும் ஒரு பெரியவர் அவளுக்கு சீமந்த ஏற்பாட்டைச் செய்கிறார். உலகமே உறவாக இருக்கும்போது ஏன் உடைகிறாய் மகளே என்பதாக உருகுகிறார். ஓடை வற்றிவிட்டதே என ஓடம் உடைந்துவிடுவதில்லை. தண்ணீர் வரும்வரை காத்திருக்கிறதே அப்படி இரு என்று சமாதானப்படுத்துகிறார்.

●

அன்புதான் இருக்கையில
கவல எதுக்கு தாயீ?
அநாதை யாருமில்ல
மனசுல வையி தாயீ

காத்துக்கு மரமிருக்கு
கடலுக்குமே அலையிருக்கு
ஊத்துக்கு மணலிருக்கு
உனக்குமொரு ஒறவிருக்கு

கண்டத எண்ணிக் கலங்கி நின்னா
கண்ணே சங்கடம் – நீ
நல்லத எண்ணிப் பொறுத்திருந்தா
ஊரே உன்னிடம்

●

போற வழி போயிருந்தா
புன்னகையும் கூடவரும்
வேதனய வீசிடு நீ
வெற்றி ஒன்னத் தேடிவரும்

சோலயில பூவிருந்தா
வண்டு அத நாடிவரும்

சொல்லும்படி வாழ்ந்திடு நீ
சோகமெல்லாம் ஓடிவிடும்

ஓட வத்திப் போனதுன்னா
ஓடம் எங்க போகுது
தண்ணிவரும் நாள்வர
காத்து தானே கெடக்குது

கலங்காம இருந்தாலே
கெடையாது தீது

•

நாருலதான் வாசனைய
தேடுவது ஞாயமில்ல
வானவில்ல தூறலின்றி
கண்டவங்க யாருமில்ல

ஆசையது தீரும்வர
வாழுவது வாழ்க்கையில்ல
அன்பு கொண்ட நெஞ்சினிலே
துன்பம் என்றும் சேர்வதில்ல

சேத்துக்குள்ளும் தாமர
உள்ளத நீ பாத்திடு
என்ன நடந்தாலுமே
உள்ளவர சிரிச்சிடு

துணிஞ்சே நீ நடபோடு
தொடராது கேடு

மஞ்சப்பை
ராகவன்
இசை: என்.ஆர். ரகுநந்தன்
குரல்: கிருஷ்ணராஜ்
2014
◻

236

தென்மாவட்டங்களில் சேவல் சண்டை என்பது கலாச்சார நிகழ்வாகப் பார்க்கப்படுகிறது. ஜல்லிக்கட்டுக்கு உள்ள அதே விதமான முக்கியத்துவம் சேவல் சண்டைக்கும் தரப்படுகிறது. உயிர்களை வதைப்பதாக ஒரு குரல், வழக்கு மன்றங்களில் வாய்தா வாங்கிக்கொண்டிருந்தாலும் அது, எங்கள் உரிமை என்று தென் தமிழர்கள் தெரிவிக்கிறார்கள். சேவல் சண்டையை (சண்டைக் கோழிகளை) வாழ்வாகப் பார்க்கும் அவர்கள் போட்டியைப் போர்க்களமாகப் புரிந்துகொள்கிறார்கள். அடக்குதலை முடக்கு தலை வேரறுப்போம். குருதி மழையில் பூரிப்போம் என வன் முறையைப் பறைசாற்றுவது அவர்களுக்கு வழக்கமாகிறது.

●

வாழ்க்கை ஒரு போர்க்களம்
வேட்டையாடிப் பார்க்கணும்
போராடி வெல்லடா
போட்டி போட்டுக்கொள்ளடா

அடக்குதலை முடக்குதலை
வேரறுப்போம், குருதி மழையில்
பூரிப்போம்

பட்டாக்கத்தி பாய்த்திடுங்கள்
போ போ போ ரணகள நொடிகள்

எதிலுமே தோல்வி கூடாதடா
எமனையும் வெற்றி நீ கொல்லடா
சாதனையிலே வேதனைகள் முடியும்
வரும் தலைமுறை என் பெயரால் நிமிரும்
வெல்வோமே வீழாமல்
வெல்வோமே வீழாமல்

போராடி வா – இது
ஆடுகளம் ஆடுகளம்

•

கூண்டோடு கருவறுப்பேன்
போரின் முடிவில் கூத்தாடி
வலி ருசிப்பேன்
பகை முற்றையில் என் எதிரினில்
எதிரிகள் பொடிபடவே

இனி ஏதும் இல்லை வழிமுறை
அழித்திடவே
என் வீரம் உன்னை வேரறுத்து
கொள்ளி வைக்குமே

தலைகள் சிதறும்
இது பகைவனை அறுத்திடும் அறுவடை
சினத்தால் செருக்கைத் துடை
திசை எட்டும் நாம் சேர்ப்போம் கூட்டமே
பறந்தோடிடும் வாட்டமே

இது சரித்திரம்
படைத்திடும் கரும்படை
எழுந்தால் நொறுங்கும் தடை

உயிர்விட்டும் நாம்
காப்போம் மானமே
கைகூடிடும் காலமே

•

போராடினால் நாம் வெல்லலாம்
வான் வீதியில் கால் வைக்கலாம்
பூலோகமே பேர் சொல்லலாம்
சாகாமலே நாம் வாழலாம்

இவன் முகம் பெருமை அடைந்திடும்
மனதில் புதிய ஒளி பரவும்
கவலை பறந்திடுமே
வென்றேன் இப்போதே

விலகிடு நீ இனிமேல்
எனைத் தொடாதே

ஒரு கையில் கறிச்சோறு
மறு கையில் தரமான பீரு
கரையோரம் தனி வீடு
கதை பேசுவேன் என் ஜோடியோடு

நான் ஆணையிட மாறிடுமே அடடா
நடைபாதையில் மலர் தூவிடடா
இவன் யார் எனப் புகழ் பாடிடடா
கைகொள்ளாத காசடா

வரலாற்றில்
வைத்திடுவோம் தடமே
தயங்காமல்
எதையும் தருவோம் நாமே

அவளுடன் என் காதலைப் பாரடா
எனை நோக்கிப் பெண் சொந்தம்
இது போதுமடா போதுமடா

ஆடுகளம்
வெற்றிமாறன்
இசை: ஜி.வி.பிரகாஷ்
குரல் : யோகி.பி
2010
☐

237

கண்களில் கஞ்சாத் துகள்களை வைத்துக் காண்பவரை போதை யேற்றும் அவளுக்கு அவளைப் பற்றி அதீத மதிப்பீடு. தன்னை விஞ்சவும் மிஞ்சவும் ஆளில்லை என்கிறாள். அவளைக் கடந்து யாருமே செல்ல முடியாதென்னும் இறுமாப்பை அவளுடைய அழகு அவளுக்கு வழங்கியிருப்பதாகக் கருதுகிறாள். அவளுடைய வாதம் விவாதத்துக்குரியது. காமம் இன்றி உலகமில்லை. காமமே உலகை இயக்குகிறது என்கிறாள். நாய்வாலைப் போல் நிமிர்த்த முடியாத அவள் சதைத் தத்துவங்கள் சபையைச் சேர்கின்றன.

●

நான் அலிபாபா தங்கம்
யாரும் ஒரசாத அங்கம்

நான் தமிழ்நாட்டு ஜனத்தோட
மகராணிங்க – ஒங்க
நடு ராவ அழுக்காக்கும் தலகாணிங்க

நான் தாராவி சிட்டு வா
தாரேனே தொட்டு – இவ
ஆளான காட்டேறிங்க

நான் செழிப்பான சமஸ்தானம்
விரிக்காத ஜமுக்காளம்
வெலக்காம விளையாடுங்க

நான் இனிப்பான மனஸ்தாபம்
இயல்பான முதல்பாவம்
மறுக்காம மலை ஏறுங்க

●

நீரில்லை என்றாலே
நீந்தாது மீனப்பா
பெண்ணில்லை என்றாலே
உன் வாழ்க்கை வீணப்பா

பேரின்பம் என்னோடு – நீ
கூடிக்கூடிக் கூடிப் பாரப்பா.

கால் போகாம பாதை இல்ல
சேராம கையும் இல்ல
தீராத ஆசை வாங்குடா

தேர் ஓடாம வீதி இல்ல
கேளாம சேதி இல்ல
நீங்காம காமம் தேடுடா

உள் நரம்பெல்லாம்
அழகாக சுகம் தேடிக்கோ
உடல் கூட்டில் குடியேறிக்கோ

●
பொன்மேகம் சிந்தாமல்
மண்வாசம் ஏதப்பா
பெண்தேகம் இல்லாமல்
வந்தோரும் யாரப்பா
உண்டான எல்லாமே உன்

ஆசைக்காக ஆடிப் பாடப்பா
நீ பண்பாட்ட பேசிப் பேசி
புண்ணாகிப் போவதென்ன
கொண்டாடு நாளும் வாழ்க்கையில்

நீ சத்தோடு வாழத் தேவை
எப்போதும் காமப்பாலே
தப்பாம மூழ்கு வேர்வையில்

நாய் வால் போலே
உயிர்க் காமம் நிமிராதது
உடல் பூக்கள் உதிராதது

பொல்லாதவன்
வெற்றிமாறன்
இசை: ஜி.வி.பிரகாஷ், குரல்: சுசித்ரா, 2007
□

238

ஆங்கிலத்தில் பிரபலப்பட்டிருக்கும் ஒரு வடிவத்தைத் தமிழுக்குக் கொண்டுவந்து அதை நம்முடைய கிராமங்கள் வரை சேர்ப்பித்த பெருமை மலேசியத் தமிழர்களுக்கு உரியது. அதிலும், குறிப்பாக யோகி.பி.யை அறியாதவர்களே இல்லை எனலாம். ரீமிக்ஸ் என்னும் தளத்தில் அவர் தனித்துத் தெரிபவர். எழுபது எண்பது களில் வெளிவந்த பிரபலமான பாடலை எடுத்துக்கொண்டு அதன் இசையமைப்பை நவீனக் கருவிகளால் அலங்கரித்து வருகிறார். இது ஏற்புடையதில்லை எனப் பலரும் கோஷமிடுகிறார்கள். இப்பாடலை மீள்பதிவு செய்ய வந்த எஸ்.பி.பாலசுப்ரமணியம் அவர்களேகூட இப்பாடலுக்குப் பிறகே ரீமிக்ஸ் பாடலுக்கான கண்டனத்தைத் தெரிவித்தார். தமிழ் ராப் எழுதுவது எளிதல்ல. ஆங்கிலக் கட்டுக்கு தமிழ்ச் சந்தத்துக்குப் பழகிய சொற்களைப் பயன்படுத்துவது நெருக்கடி நிறைந்த சவால்களில் ஒன்று.

எங்கேயும் எப்போதும்

தமிழ் ராப்

●

எனக்கே எனக்கா
சிவப்பா மை கிளிக்குட்டி
பொறந்தாளே
தோடா சூடா அணைச்சுப் பாரு
நாளும் மோதி மோதி உட்காரு
நெருப்பாகி போகுதே வா புள்ள
இனி சகலமும் உண்டு
சச்சரவில்லை

மச்சி நீ மச்சி நான்
வா முங்கலாம் பீரிலே
ஒட்டுதம் சோக்கு
எச்ச டீ நீக்கு

கிடைச்சாச்சு கைக்காசு
கடங்காரன் மூஞ்சிலே வீசு

●

அடங்காத ஆசை துடிக்க
ஐம்புலனும் போர் போர் தொடுக்க
கட்டுப்பாடுகள் விட்டுப்போச்சு
கனவில் தினசரி மன்மதக் காட்சி
ஆப்பிள் பழுத்து ஆடை குலுங்க
அருகில் வருவதேன் என்னை விழுங்க

தொடு படு நடு கொடு கொக்கோகம்
இருவரும் இணைந்திட அப்பாலும்
தளும்பி வருகிறது முப்பாலும்
நீ காம தேவனின் சாராயம்

தீயே நில் நீயே நீயே
மோகப் பேயே
உப்பில்லா உணவும் தப்பு
செக்ஸில்லா காதல் தப்பு
உடலைக் கடந்து உயிரைத் திறந்து
வளரும் காதல் அழிவது ஏது?

●

எனைநீ தொடும் வேளையில்
குளிரில் நதியாகிறேன்
தினம்நான் விடும் மூச்சிலே
உடலைக் கரை ஏற்றுவேன்

உன் வாசனை என் கூந்தலில்
என் வாசனை உன் மீசையில்

பொல்லாதவன்
வெற்றிமாறன்
இசை: ஜி.வி.பிரகாஷ்
குரல்: யோகி.பி, சுனித்தா சாரதி
2007

□

239

பார்வைகளில் எத்தனை வகை? கிட்டப்பார்வை தூரப்பார்வை இரண்டை மட்டுமே நாமறிவோம். ஆனால், காதல்வயப்பட்டவர் களுக்கோ ஆயிரம் பார்வைகள். உற்றுப்பார்ப்பது, உறுத்தப் பார்ப்பது, எட்டிப்பார்ப்பது, ஏக்கத்தோடு பார்ப்பது, கிட்டப் பார்ப்பது, கிறங்கப் பார்ப்பது என, பார்ப்பதை அவர்கள் வகை தொகையாக வைத்திருப்பார்கள். அந்த வகைகளை எல்லாம் சொன்னால் எப்படியிருக்கும் என எண்ணியதன் விளைவே இப் பாடல். பார்க்காதே என ஆரம்பித்து, எப்படிப் பார்க்க வேண்டும்? என அடுக்குகிறார்கள். பார்த்துப் பத்திரமாய் இருங்கள் என்று சொல்வதைப் போலவும் அவர்கள் நம்மை ஒருமாதிரியாகப் பார்ப்பது போலவும் இருக்கிறது.

●

பெண்: பாக்காத பாக்காத
அய்யய்யோ பாக்காத

நீ பாத்தா பறக்குறேன்
பாத மறக்குறேன்
பேச்ச கொறக்கிறேன்
சட்டுன்னுதான்

நான் நேக்கா சிரிக்கிறேன்
நாக்கக் கடிக்கிறேன்
சோக்கா நடிக்கிறேன்
பட்டுன்னுதான்

இந்த ஒரு பார்வயால
தானே நானும் பாழானேன்

●

பெண்: எப்பப் பாரு ஒன்ன நெனச்சி
பச்சப்புள்ள போறேன் எளச்சி

ஆண்: கண்ணுக்குள்ள வச்சிப் பாக்கும் ஒறவா
உள்ளவர ஒன்ன பாப்பேன் தெளிவா

பெண்: செக்க செவந்து நா
போகும்படிதான் தன்ன
மறந்து ஏம் பாக்குற?

ஆண்: என்ன இருக்குது
ஏங்கிட்டேன்னு என்ன
முழுங்க நீ பாக்குற?

பெண்: இந்த ஒரு பார்வயால
தானே நானும் பாழானேன்

●

ஆண்: எட்டிப் பாத்தா என்ன தெரியும்
உத்துப் பாரு உண்மை புரியும்

பெண்: தள்ளியிருந்து நீ பாத்தா சரியா?
பக்கத்துல வந்து பாரேன் மொறையா?

ஆண்: என்னத்துக்கு என்ன
பாக்குறேன்னு அப்ப
திட்டிப்புட்டு போனவ

பெண்: கட்டிக்கொள்ள ஒன்ன
பாக்குறேனே கூறப்
பட்டு எப்ப வாங்குவ?

ஆண்: இந்த ஒரு பார்வயால
தானே நானும் பாழானேன்

வருத்தப்படாத வாலிபர் சங்கம்
பொன்ராம்
இசை டி.இமான்
குரல்: விஜய் யேசுதாஸ்., ஏ.வி.பூஜா
2013
□

240

அரங்க மனநிலைக்கு ஏற்ப சில பாடல்கள் அமையும். வெகுசன ரசிகனை எளிதாகச் சென்றடையக்கூடிய அவ்வகையான பாடல்கள் சம்பந்தப்பட்ட திரைப்படத்தின் வெற்றிக்கு உதவி புரியும். வெற்றிக்கு உதவி புரியும் என்பதைவிட பெருவெற்றிக்கு உதவி புரியும். அப்படியாக அமைந்த பாடலான இது, வணிக சினிமாவின் கணக்குகளை எல்லாம் உடைத்தெறிந்தது என்று கூடச் சொல்லலாம். தியேட்டரில் திரையே கிழியும் அளவுக்கு விசில் சத்தமும் கைதட்டலும் கிடைத்தன. காரணம், என்னவென்று அறிவதற்கு இடமில்லாத வெற்றிகளைக் காலம் வழங்குகிறபோது அதை அமைதியாக ரசிப்பதைத் தவிர வேறு எதுவும் சொல்வதற்கில்லை. வெற்றிக்கான விதிகளை வரையறுப்பதும் சாத்தியமில்லை.

•

    ஊதா கலரு ரிப்பன்
    உனக்கு யாரு அப்பன்?
    சொல்லடி அவனுக்கு நான்
    சலாம் போடணும் – நீ
    சொல்லடி அவனுக்கு நான்
    சலாம் போடணும்

    ரோஜா கலரு பொம்மி
    உனக்கு யாரு மம்மி?
    நில்லடி அவளுக்கு நான்
    சபாஷ் போடணும் – நீ
    நில்லடி அவளுக்கு நான்
    சபாஷ் போடணும்

•

    மத்தவங்க நடந்து போனா
    வீதி வெறும் வீதி – நீ
    தெருவில் நடந்து போனா எனக்கு
    சேதி தலைப்பு சேதி

மத்தவங்க சிரிப்ப பாத்தா
ஓகே வெறும் ஓகே – நீ
சிரிச்சி பேசும் போது எனக்கு
வந்திடுதே சீக்கே

மத்தவங்க அழகு எல்லாம்
மொத்தத்துல போரு போரு
சிங்காரி ஓம் அழகுதானே
போதயேத்தும் பீரு பீரு
கூலிங்கான பீரு

●

மத்தவங்க ஒரசிப் போனா
ஜாலி செம ஜாலி – நீ
ஒரசிப் போன பிறகு பாத்தா
காலி ஐ எம் காலி

மத்தவங்க கடந்து போனா
தூசி வெறும் தூசி – நீ
கடந்து போக அடிக்கும் குளிரு
ஏசி வின்டோ ஏசி

மத்தவங்க கண்ணுக்கெல்லாம்
சீமாட்டி நீ சேட்ட சேட்ட
என்னுடைய கண்ணுக்கு நீ
எப்பவுமே காதல் கோட்ட
நிப்பாட்டுறேன் பாட்ட

வருத்தப்படாத வாலிபர் சங்கம்
பொன்ராம்
இசை டி.இமான்
குரல்: ஹரிகரசுதன்
2013

□

241

தன்னைப் பின் தொடர்ந்து வந்த அவன், தனக்குள் வந்து விட்டதை அவள் உணர்கிறாள். தன்னை விட்டு எட்டிப்போனால் தேவலாம் என்று எண்ணிக்கொண்டிருந்தவளுக்கு அவன் அருகிலேயே இருக்க வேண்டும் என்னும் ஆசை தொற்றுகிறது. அவளுக்கே தெரியாமல் அவன் ஓசைப்படாமல் உள்ளத்தில் ஏறி உட்கார்ந்துகொள்கிறான். மாயக்கண்ணனைப் போல அவனுடைய சில்மிஷங்கள் அவளுக்குச் சிலிர்ப்பை ஊட்டுகின்றன. பொல்லாத அவன் நினைப்பு அவளைப் போட்டிபோட்டுக் கொல்ல அவளோ அதுவரை போகாதிருந்த கோவிலுக்கெல்லாம் போகத் தொடங்குகிறாள். இறைவனிடம் போய் அவள் வேண்டுவதும் அவனைத்தான்.

•

என்னடா என்னடா
உன்னாலே தொல்லையா போச்சு
சொல்லவே இல்லையே
தன்னாலே என்னவோ ஆச்சு

பாராமல் பொலம்பவிடும்
பார்த்தாலே பதுங்கிவிடும்
வால் பையன் நீதானடா

•

நான் ஓயாத வாயாடி
பேசாம போனேன்
பொட்டுச் செடி நான்
மொட்டு வெடிச்சேன்

ஒழுங்கான மாதிரி நானும்
வெளங்காம போகுறேனே
விடிஞ்சாலும் தூங்குற ஆளு
ஒறங்காம ஏங்குறேனே

உன்னோட பேசிடவே
உள்ளூர ஆச கூடிப்போச்சு

கண்ணாடிப் பாத்திரமா என்னோட தேகம்
மாறியே போச்சு போச்சு

●

நீ லேசாக பார்த்தாலும்
லூசாகிப் போறேன்
பச்ச நெருப்பா
பத்திக்கிடுறேன்

விளையாட்டுப் பொம்மைய போல
ஒடஞ்சேனே நானும் கூட
அநியாயம் பண்ணுற காதல்
அடங்காம ஆட்டம் போட

பொல்லாத ஓந்நெனப்பு எப்போதும்
போட்டி போட்டுக் கொல்ல
போகாத கோயிலுக்கும் நான் போறேன்
பூச பண்ண என்ன சொல்ல?

வருத்தப்படாத வாலிபர் சங்கம்
பொன்ராம்
இசை: டி. இமான்
குரல்: ஸ்ரேயாகோஷல்
2013
□

242

பெண்களை வசைபாடும் பாடல்கள் எனக்கு ஒருபோதும் உடன்பாடாக இருந்ததில்லை. காட்சியில் கதையில் அப்படியான சந்தர்ப்பங்கள் நேர்கையில்கூட அதை எவ்வளவு நாகரிகமாக மறுக்க முடியுமோ, அவ்வளவு நாகரிகமாக மறுத்தே வந்திருக்கிறேன். ஆனாலும், தவிர்க்கவே முடியாது என்னும் பட்சத்தில் எழுத நேர்வது, பாடலாசிரியப் பணியின் நிர்ப்பந்தம். மொத்தப் படத் திற்கும் ஒருவரே பாடல் எழுதும்போது இது முடியாது அது முடியாது என்று ஆரம்பித்தால் அவர்கள் நம்மை அணுக அச்சப் படுவார்கள். கொடுத்ததைத் தட்டவும் கூடாது, கொள்கையை ஒரேயடியாக விட்டுவிடவும் கூடாது என்ற எல்லையிலிருந்து எழுதிய பாட்டு. பார்வையில் பால்டாயில் ஊற்றுவார்கள் என்பதன் அருஞ்சொற்பொருளை கேட்பவர்களின் கீர்த்திக்கே விட்டுவிடுகிறேன்.

●

இந்தப்
பொண்ணுங்களே இப்படித்தான்
புரிஞ்சு போச்சுடா – அவங்க
கண்ணு நம்ம கல்லறன்னு
தெரிஞ்சு போச்சுடா

பின்னால சுத்த வச்சி
பித்துக்குளியாக வச்சி

இல்லாத கணக்கை எல்லாம்
போடுவாங்கடா – அவங்க
பார்வையால பால்டாயில
ஊத்துவாங்கடா

●

கார்டு வாங்கிக் கொடுக்குறோம்
கவித எழுதிக் கொடுக்குறோம்
செல்லு வாங்கிக் கொடுக்குறோம்
ரீ, சார்ஜூம் பண்ணிக்கொடுக்குறோம்

அன்பக்கூட வாரி வாரிக்
கொடுக்குறோம் - அவங்க
வீட்டுக்குந்தான் ரேஷன் வாங்கிக்
கொடுக்குறோம்

நாம கொடுத்ததெல்லாம்
வாங்கிக்கிட்ட அவங்கதான் - நமக்கு

வேதனைய கொடுக்குறாங்க
என்னடா - இதுல
நீதி நேர்ம இருக்குதான்னு
சொல்லுடா சொல்லுடா

●

வீடு வாசல் மறக்குறோம்
வெட்கம் ரோஷம் மறக்குறோம்
நல்லா தூங்க மறக்குறோம்
நண்பனையும் மறக்குறோம்

நாளு கெழம கூட நாம
மறக்குறோம் - அவங்க
நெனப்புலதான் எல்லாத்தையும்
மறக்குறோம்

நாம மறப்பதெல்லாம்
தெரிஞ்சிக்கிட்ட அவங்கதான் - நம்மள

போறபோக்கில் மறக்குறாங்க
என்னடா - இந்த
சோகம் மறக்க குடிக்கிறேன்னு
சொல்லுடா சொல்லுடா

வருத்தப்படாத வாலிபர் சங்கம்
பொன்ராம்
இசை டி.இமான்
குரல்: ஜெயமூர்த்தி
2013

□

243

திரைப்படத்தின் தலைப்பே அதில் வரும் பிரதான கதாபாத்திரங்களின் குணாம்சங்களை விளக்கிவிடும். ஊராலும் உறவாலும் தண்ணீர் தெளித்துவிடப்பட்ட சில வாலிபர்கள் ஒன்றிணைந்து ஒரு சங்கம் கட்டுகிறார்கள். அந்த சங்கத்தின் நோக்கம். அழாதிருப்பது. அழாதவர்களை உறுப்பினர்களாகக் கொண்ட அந்தச் சங்கம் மற்றவர்களின் அழுகைக்கும் ஆத்திரத்திற்கும் காரணமாகிறது. எந்தெந்த வகையில் என்பதுதான் பாட்டிலுள்ள விஷயங்கள். வீட்டுக்கே அடங்காத அவர்கள் வேறு யாருக்கு அடங்குவார்கள்?

●

ஊர காக்க உண்டான சங்கம்
உயிர கொடுக்க உருவான சங்கம்
இல்ல இது இல்ல
நாங்க எல்லாரும் வெளயாட்டுப்
புள்ள

நீதி நேர்ம காக்கின்ற சங்கம்
நெஞ்ச நிமுத்தி போராடும் சங்கம்
இல்ல இது இல்ல
இதுக்குமேல நான் என்னத்த
சொல்ல?

●

ஆழந் தெரியாம கால வச்சி
அடியும் சரிக்கிருவோம்
ஊரு நடுவால பேனர் வச்சி
பட்டய கௌப்பிருவோம்

போற வழி போவோம்
பெரும் புள்ளிய போலதான் வாழ்வோம்

கண்ட எடத்துல பந்தல போடுவோம்
காசு பணத்துக்கு சண்டயும் போடுவோம்
சண்ட நடக்கையில் கட்டய போடுவோம்
சந்தடி சாக்குல ஆட்டய போடுவோம்

நாங்க
அடுக்கு மொழியில் வசனம் பேசுவோம்
அழகு பொண்ணுன்னா கவித சொல்லுவோம்
எணஞ்ச காதல பிரிக்க எண்ணுவோம்
எங்கள நாங்களே புகழ்ந்து தள்ளுவோம்

நாங்க செம வாலு
செய்யும் சேட்டைக்கு கெடையாது ரூலு
சொந்த வீட்டுக்கே அடங்காத ஆளு

●

மோதும் புலியாக லந்தடிப்போம்
மொறச்சா பயந்திருவோம்
நேரம் தெரியாம தூங்கிருவோம்
நெறையா பேசிருவோம்

வெயிலடிக்குது மழையடிக்குது
அலையடிக்குது புயலடிக்குது
பற பறக்குது குறு குறுக்குது
பருவப் பொண்ணுன்னா ஷாக் அடிக்குது
ஏங்க?

கொடி பறக்குது வெடி வெடிக்குது
குலுங்க குலுங்க கிளி சிரிக்குது
பறை அடிக்குது தவுல் அடிக்குது
மனசுக்குள்ளாற மணி அடிக்குது

நாங்க செம வாலு
செய்யும் சேட்டைக்குக் கிடையாது ரூலு
சொந்த வீட்டுக்கே அடங்காத ஆளு

வருத்தப்படாத வாலிபர் சங்கம்
பொன்ராம்
இசை டி.இமான்
குரல்: சிவகார்த்திகேயன், அந்தோணி
2013
□

244

தெரியாததைத் தெரியும் என்று சொல்பவனும் தெரிந்ததைத் தெரியாது என்பவனும் எதிர்பாராத சிக்கலில் மாட்டிக்கொள் வார்கள் என்பார்கள். ஆனால், அவனோ தெரியாததைத் தெரியும் என்று சொல்லி அதற்காகத் தன்னைத் தயார்படுத்திக்கொள்கிறான். கரணம் தப்பினால் மரணம் என்னும் நிலையிலும்கூட அவன் முயற்சி அவனுக்குக் கைகொடுக்கிறது. காதலை யாரும் தெரிந்து செய்வதில்லை. முன்பே அறிந்திருந்து காதலை அணுகினால் அது காதலே இல்லை. தெரியாமல் இருக்கும் தன்னுள் இருந்த காதலை அவனும் அவளும் தெரிந்துகொள்கிறார்கள். எந்த முயற்சியும் இல்லாமல் தன்னியல்பாக வரும் காதல் அவர்களுக்கு வெற்றியைத் தருகிறது

●

டார்லிங் டம்பக்கு
டார்லிங் டம்பக்கு
டார்லிங் டம்பக்குடா

பெண்: பாவிப் பயலே – இவ
உயிர் மூச்சுல கடபோடுற
ஓயாம..

ஆவிப் பொகயா – இவ
அடி நெஞ்சில வெளையாடுற
போகாம..

நான் புவியிலதான்
பொறப் பெடுத்தது ஏன்?
அது புரியுதடா

ஓ நெழலுல நான்
குடி இருந்திடத்தான்
எனத் தெரியுதடா

ஆண்: ஆத்தாடி தலகாலு புரியாம
பாத்தேனே ஒன நானும் தயங்காம
காத்தோட காத்தாக
கைகோர்த்து நடப்பேனே வெலகாம...

●

பெண்: கோடி ஜென்மம் எடுத்தாலும்
ஒனசேரும் வரங் கேப்பேன்
நான்

ஆண்: ஊரு கண்ணு படுமேன்னு
உசுரோட அட காப்பேன்
நான்

பெண்: நீருக்குள்ள நெலவாக
நனையாம ஒன பாப்பேன்
நான்

ஆண்: கோட வெய்யில் அடிச்சாலும்
ஒடல் வேர்க்க விடமாட்டேன்
நான்

பெண்: அந்த வானம் வத்தும் வர
இந்த பூமி சுத்தும் வர
ஒன்ன காதல் செஞ்சிடுவேன்
தன்னால

ஆண்: கண்ணில் காட்சி உள்ளவர
கண்ண மூடி செல்லும் வர
ஒன்ன காத்து வச்சிருப்பேன்
அன்பால

ஆத்தாடி தலகாலு புரியாம
பாத்தேனே ஒன நானும் தயங்காம
காத்தோட காத்தாக
கைகோர்த்து நடப்பேனே வெலகாம...

குழு: ராமனுக்கு சீத, கண்ணனுக்கு ராத
அடியே மாமனுக்கு ஜோடி நீயடி..

மான் கராத்தே
திருக்குமரன்
இசை: அனிருத்
குரல். நிவாஸ், அனிருத், கல்பனா
2014

□

245

உள்ளத்திலே ஒளியுண்டாயின் வாக்கிலே இனிமை வரும். ஓய்ந்துகிடந்தால் எதுவுமே சாத்தியமில்லை. உந்தித்தள்ளும் உணர்வுகளை உள்வாங்கிக்கொண்டு அவன் துணிகிறான். ஒட்டிய வேதனை ஓடிடும் வரையில் பத்தியமாயிருக்கிறான். கடந்துவந்த பாதைகளை நினைவுகூர்வதும், எதிர்வரும் பாதைகள் மீதும் எச்சரிக்கையோடு இருப்பதும் இலட்சியத்தை எட்டும் வழிகளாக அவன் சொல்கிறான். இடியைத் தாங்கவும் நெஞ்சில் வலு வந்துவிட்டால் இன்னல்கள் நம்மைப் பார்த்து பயம் கொள்ளும் என்கிறான்.

●

ஓயாதே ஓயாதே
ஓர்நாளும் மண்மேலே
நீங்காதே சோகங்கள்
ஓய்ந்தே நீ போனாலே

பூமி சுற்றும் வரையே
வானம் வற்றும் வரையே
நாமும் இங்கே அதுபோல்
ஓய்வே இன்றி வேர்வை சிந்த

பாதை செல்லும் வரையே
பாஷை சொல்லும் வரையே
தேடல் கொண்ட மனமே
தேங்காமல் நீ காற்றை முந்த

●

ஒட்டிய வேதனை
ஓடிடும் வரையில்
பத்தியமாய் இருப்போம்

முட்டிடும் தீமையின்
மூச்சையும் பறித்து
வெற்றியின் கை பிடிப்போம்

●

வாழ்வை வெல்லவே
வந்தோமே நாங்களே
கானல் நீரிலும் காண்போமே
மீன்கள் இங்கே

முடியாததே
இங்கு எதுவும் இல்லை
முள்ளென்று கிடந்தாலே
மலரே இல்லை

இடி தாங்கவும்
நெஞ்சில் வலு உள்ளதே
இன்னல்கள் எமைப்பார்த்து
பயம் கொள்ளுதே

நாய்கள் ஜாக்கிரதை
சக்தி. சௌந்தர்ராஜன்
இசை: தரண்குமார்
குரல்: ஹரிச்சரண்
2014

□

246

கிழடுதட்டிப்போன தேர்தல் அரசியலால் நாடும் நாமும் சொல்லொண்ணாச் சோகங்களைச் சுமந்துகொண்டிருக்கிறோம். சுயநலப் பேய்களின் கைகளில் ஆட்சியையும் அதிகாரத்தையும் கொடுத்துவிட்டு இலவச அரிசிக்கும் மானிய சிலிண்டருக்கும் வரிசையில் நிற்கிறோம். இதற்கெல்லாம் தீர்வே வராதா? என ஏங்குகிற நாம், தேர்தல் சமயத்தில் சரியானவர்களைத் தேர்தெடுக்கத் தவறிவிடுகிறோம். நடந்ததை எல்லாம் சரியென்று எண்ணும் கூட்டம் ஏமாறும். நடப்பதை எண்ணிக் கால்வைத்தால் இல்லை என்றும் சேதாரம். மக்கள்புரட்சிக்கு வித்திடும் சிந்தனைகளை ஈழ சோகத்தின் மீட்சியாகவும் எழுதிப் பார்த்திருக்கிறேன். தேனிசை செல்லப்பா அய்யாவின் குரல் இப்பாடலுக்கான கம்பீரம்.

●

இன்னும் எத்தனை காலம்வரை
இப்படியே நாம் இருப்பது?
இல்லை நிம்மதி என்றேதான்
கண்ணீர் சிந்திக் கிடப்பது?

தப்பைச் சரியாய் எண்ணிக்கொண்டு
நம்மை நாமே இழப்பது
குட்டுப்படவே வந்தோம் என்று
கூனிக் குறுகி நடப்பது

எழுவோம் எழுவோம்
துணிந்தே துணிந்தே
உடலும் உயிரும் சிவந்தே சிவந்தே

●

பொறுத்தார் பூமியை ஆள்வாரென்ற
பொய்யை நம்பக் கூடாது
பொறுமையினாலே வீரம் மறந்த
புழுவாய்ப் போகக் கூடாது

காலம் ஒருநாள் வருமென்று
காத்துக்கிடப்பது சரியில்லை

காலம் அதனை உருவாக்க
கைகள் கோர்ப்பது தவறில்லை

வந்தது வரட்டும் என்றெல்லாம்
வாழ்வதில் இல்லை முன்னேற்றம்
வாழ்வே போன பின்னாலும்
வரலாறாய் ஆவது போராட்டம்

எட்டும் வரைதான் எல்லையென
உணர்ந்தே கடப்போம் தூரத்தை
சொட்டும் குருதியில் இப்பொழுதே
துரத்தி அடிப்போம் சோகத்தை

●

நடந்ததை எல்லாம் சரியென்று
சொல்லும் கூட்டம் ஏமாறும்
நடப்பதை எண்ணிக் கால்வைத்தால்
இல்லை என்றும் சேதாரம்

யாவும் தெய்வச் செயலென்று
எண்ணிக் கிடப்பது எதனாலே?
போதும் இந்தத் துயரென்று
வேகம் கொள்வோம் புவிமேலே

நட்டது முளைக்கும் என்றே நாம்
நம்பிப் போனால் விடிவுண்டு
பட்டதை எல்லாம் பாடம் போல்
படித்துக்கொண்டால் நலமுண்டு

தட்டித் திறக்கா தாழ்ப்பாளை
தகர்த்தால் தவறா கூறுங்கள்?
கட்டுக் கடங்கா கோபத்தை
களமாய் அமைப்போம் வாருங்கள்

49ஒ
ப.ஆரோக்கியதாஸ்
இசை: கே, குரல் : தேனிசை செல்லப்பா
2015
□

247

விவசாயிகளின் இன்றைய நிலை வறண்டு கிடக்கும் பூமியை ஒத்ததே. அண்டை மாநிலங்களிடம் தண்ணீருக்காகக் கையேந்திக் கையேந்தி ஒவ்வொரு போகமும் ஒன்றுமில்லாமல் போய்க் கொண்டிருக்கிறது. வானத்தை நம்பினால் அதுவும் பொய்க்கிறது. வறுமையை அழிக்க முடியாத பெரும் துயருக்குள் பொருமிக் கிடக்கும் ஊர் மக்கள், சின்னத் தூறல் கண்டு இழந்த நம்பிக்கைகளை மீட்கிறார்கள். வான் சிறப்பு அதிகாரத்தில் உள்ள வார்த்தைகளை வழக்குத் தமிழில் வடித்திருக்கிறேன். கழனிகள் கட்டடங்களாகக் காட்சியளிக்கும் இச்சூழலில் விவசாயம் இல்லையென்றால் உயிரேது? உலகேது? என்று அம்மக்கள் ஓங்கி ஒலிக்கிறார்கள்.

●

அம்மாபோல அள்ளித்தரும்
மழதான் – அவ
ஆதாரமா நின்னா இல்ல
கொறதான்

அவ நட்டு வச்ச நாத்தயெல்லாம்
கதிராக்குறா – எங்க
புள்ள குட்டி அத்தனைக்கும்
பசியாத்துறா

அவ காயாமத்தான்
பச்ச மண்ண வளமாக்குறா
வழி காட்டுறா

●

எத்தனையோ நாளாக
எண்ணியது ஜோராக
அத்தனையும் கைசேர
வருதே தூறல்

அத்த புள்ள அவபோல
அழகான மண்வாசம்

நண்டு சிண்டு வெளயாட
வெலகாத சந்தோசம்

புத்துக்குள்ள கட்டெறும்பு
குடியேறுதே - அத
கண்டுக்கிட்ட தட்டானுந்தான்
தடுமாறுதே

வருங்காலம் இனி
சோகம் இல்லே
தெளிவாகுதே விதி மாறுதே

●

பட்டமரம் பூவாக
பள்ளங் குழி மேடாக
கொட்டுகிற ஆகாயம்
கொடுக்கும் சாமி

கட்டடங்கள் உருவாக
வயக்காட்ட அழிச்சாங்க
பட்டினியில் பலநூறு
வெவசாயிம் மரிச்சாங்க

கண்ணக்கட்டி விட்டதுபோல்
தெரியாமலே - நாம
தட்டுகெட்டு நிக்கிறோமே
புரியாமலே

வெவசாயம் மட்டும்
இல்லையின்னா
உயிரேதுடா? உலகேதுடா?

49ஒ
ப.ஆரோக்கியதாஸ்
இசை: கே
குரல் : ஜெயமூர்த்தி
2015
□

248

இழந்த சௌந்தர்யங்களை அவள் பார்வையில் எடுத்து வருகிறாள். திக்குத் தெரியாமல் நின்றிருந்தவனுக்கு நம்பிக்கை என்னும் நாற்கர சாலையை அவள் போட்டுத்தருகிறாள். இருட்டாகிக் கிடந்த அவன் இதயம் ஒளிருகிறது. பசியின் இடுக்குளில் பஞ்சாகிப்போன அவன் நெஞ்சுக்குள் நிம்மதியை அவள் உணவாகப் பரிமாறு கிறாள். ஆடியில் காற்று, ஐப்பசியில் மழை. ஆனால், அவள் சிரிக்கும் பொழுதோ இரண்டும் சேர்ந்து வருவதாக எண்ணிக் கொள்கிறான். வயல் வெடித்த கிராமத்தின் வறிய காதலர்களுக்கு ஜவ்வுத்தாள் காகிதமும் பலூனாவது காதலின் கைங்கர்யம்.

●

அருவாவா கண்ணு ரெண்டும்
என்ன நறுக்க
அழுவாச்சி பையன் நானும்
அய்யோ சிரிக்க

ஒரு சுருக்குப்பையா
இருந்தேனே
ஜமுக்காளம் போல
விரிஞ்சேனே

அவ முன்னே வந்து நின்னா
நானும் முக்காவாசி எறந்தேனே

●

ஆடியில காத்தடிக்கும்
ஐப்பசியில் தூறல் போடும்
கண்ணே ஒன்ன
கண்டா ரெண்டும் சேந்தேவரும்

சோளக்கொல்ல பொம்ம போல
சுந்தரி நீ நின்னால
மூளக்குள்ள பட்டாம் பூச்சி
சுத்துதடி தன்னால

ஓஞ்சிரிப்ப பாத்து
செதஞ்சி போறேன்
ஆன பூந்த வய போல

●

வாடயில வேர்வ இல்ல
கோடயில போர்வ இல்ல
பக்கத்துல நீயும் நின்னா
சாவே இல்ல

ஊரு ரொம்ப மாறிப்போச்சி
ஒன்ன கண்ட பின்னால
சோறு தண்ணி சேராமத்தான்
சொக்குறேனே தன்னால

நீ கிழிச்சி வீசும்
சவுத்தாள் கூட
பலூனாகும் புவிமேல

* ஆன: யான என்பதன் திரிபு

49ஒ

ப.ஆரோக்கியதாஸ்

இசை: கே

குரல்: அபய் ஜோத்பூர்

2015

□

249

தேர்தல் வருகிறது. ஓட்டுக்கேட்க வேட்பாளர்கள் ஊருக்குள் வருகிறார்கள். தேர்தலைப் புறக்கணிப்பது எனத் தீர்மானித்திருந்த மக்கள், வாக்கு கேட்கவரும் வேட்பாளர்களை விரட்டியடிக்கிறார்கள். மாற்றாக தங்களில் இருந்து ஒருவரை வேட்பாளராக நிறுத்தும் அவர்கள், தேர்தல் பாதை திருடர்பாதை என்பதை அங்கதத்தோடு சொல்கிறார்கள். வாரிசு அரசியலையும் லஞ்ச லாவண்ய கூட்டத்தையும் நக்கலடிக்கிறார்கள். தேர்தலை மட்டுமே குறியாகக் கொண்டு செயல்படும் அத்தனை கட்சிகளையும் அடித்துத் துவைக்கிறார்கள்

●

ஓட்டுப் போடுங்க
அய்யாவே ஓட்டுப்போடுங்க
ஓட்டுப் போடுங்க
அம்மாவே ஓட்டுப்போடுங்க

ஓட்டுப்போடும் நமக்கு அவங்க
நாமம் போடவே
நாடும் வீடும் நாசமாக
நானும் நீயும் மோசம் போக

ஓட்டுப் போடுங்க
அக்காவே ஓட்டுப்போடுங்க
ஓட்டுப் போடுங்க
அத்தானே ஓட்டுப்போடுங்க

●

சாதி சண்டதான் இன்னும் வேணுமா?
சங்கு ஊதும் ஊழலோட சாக வேணுமா?
கோடி கோடியா லஞ்சம் வேணுமா?
தண்ணி கொஞ்சம் தாங்களேன்னு
கெஞ்ச வேணுமா?

பள்ளிக்கூடம் காந்தி நோட்ட கேக்க வேணுமா?
இந்தியாவின் மானம் கப்பல் ஏற வேணுமா?

போடுங்க போடுங்க
ஓட்டுப் போடுங்க
ஓட்டுப் போடுங்க

●

வயல போலதான் வயிறு காயவும்
வறுமைக்கோடு எல்லைக்கோடு என்று ஆகவும்
நமது நாட்டத்தான் ஏலம் போடவும்
அகதி போல நாமும் இங்கு அவதி ஆகவும்

உலக வங்கி கடனக் கூட்டி உசுர வாங்கவும்
கரன்சியோட மதிப்பு மேலும் எறங்கிப் போகவும்
போடுங்க போடுங்க
ஓட்டுப் போடுங்க
ஓட்டுப் போடுங்க

●

தலைவர் புள்ளதான் முதல்வராகவே
தகுதி அற்ற அரைகுறைங்க அமைச்சராகவே
இறக்கமின்றிதான் விலையும் ஏறவே
ஆழக்கடலில் தமிழனோட சடலம் தேடவே

பவரு கட்டு நமது நாட்டின் திறமை ஆகவே
கவரு மெண்டு திருடுவோர்க்கு உதவி செய்யவே
போடுங்க போடுங்க
ஓட்டுப் போடுங்க
ஓட்டுப் போடுங்க

49ஒ

ப.ஆரோக்கியதாஸ்

இசை: கே

குரல் : ஹரிகரசுதன்

2015

□

250

உறங்க பயந்த கருமியைப்போல் நினைவு, அவளை நிம்மதியிழக்கச் செய்கிறது. இருக்கும் செல்வத்தை யாராவது களவுகொண்டு போய்விடுவார்களோ என ஒரு கஞ்சன் காவல் காப்பதைப் போல அவன், அவள் நினைவுகளைக் காவல் காக்கிறான். அவனோ உருகிவழிந்த கொதிநிலையில் அழகை ஆராய்கிறான். மனக்குகையில் அன்பான வேதனை அலறத் துவங்குகிறது. குருதியில் இசையின் ஸ்வரங்கள் நடனம் புரிகின்றன.

●

ஆண்: எனதுயிரை
முதல் முறை
நான் பழக அனுப்பவா?

பெண்: தனிமைகளை
முதல் முறை
நான் தனிமைப்படுத்தவா?

ஆண்: அழகழகாய்
முதல் முறை
நான் மிதந்துபறக்கவா?

பெண்: மெது மெதுவாய்
முதல் முறை
நான் திரும்பப் பிறக்கவா?

●

ஆண்: பசியைத்துறந்த துறவிபோல்
இளமை சீராகுதே

பெண்: உறங்க பயந்த கருமிபோல்
நினைவு போராடுதே

ஆண்: மனக்குகையிலே
அன்பான வேதனை
அலறத் துவங்குதே

பெண்: கடலலையும்
இசையெனவே
இதயம் உளறுதே

ஆண்: குருதியிலே
ச ரி க ம ப
நடனம் புரியுதே

●

பெண்: எதையும் கடந்த நிலையிலே
எதுவும் நீயாகுதே

ஆண்: உருகி வழிந்த கொதிநிலை
அழகை ஆராயுதே

பெண்: பல வகையிலே
பொல்லாத காதலின்
கொடுமை தொடருதே

ஆண்: ஒரு நிமிடக்
கொடுமை இது
உயிரை வருடுதே

பெண்: எதைவிடவும்
சுகம் இதிலே
பெருகி வடியுதே

சீடன்
சுப்ரமணியம்சிவா
இசை: தினா
குரல் : பிரசன்னா, ஜானகி ஐயர்
2011
◻

அகரவரிசை

| பாடல் | படம் | பக்கம் |

அ

அஞ்சல் பெட்டியை...............	பொக்கிஷம்.......................	221
அடி ஆத்தி.......................	நான்தான் சிவா.................	395
அடி ராங்கி ராங்கி.............	சாட்டை.........................	268
அடியே செல்லத் தங்கம்......	வெத்துவேட்டு................	409
அந்துருண்டை கண்ணழகி........	சாட்டை.........................	274
அம்புலிமாமா......................	சதுரங்கம்.......................	207
அம்மா என்பது..................	பாசக்கார நண்பர்கள்.......	331
அம்மா என்வாழ்வே............	அச்சாரம்.......................	416
அம்மா போல....................	49ஓ.............................	546
அம்மாடி அம்மாடி............	தேசிங்குராஜா.................	067
அம்மாடி ஓம் அழகு..........	வெள்ளக்காரதுர............	076
அய்த்தானே அய்த்தானே......	முதல் இடம்..................	059
அய்யய்யயோ ஆனந்தமே (ஆண்)	கும்கி...........................	037
அய்யய்யயோ ஆனந்தமே (பெண்)	கும்கி...........................	039
அய்யய்யோ.......................	நான்தான் சிவா.................	393
அய்யனாரு குதிரையில.........	சூரன்.............................	480
அய்யோ அய்யோ..............	மஞ்சப்பை.....................	517
அருவாவா கண்ணு.............	49ஓ.............................	548
அலைபாயும் நெஞ்சிலே.......	ஆதலால் காதல் செய்வீர்........	496
அழகழகாய்.......................	மதிகெட்டான் சாலை.......	429
அழகான பாதகத்தி............	கருப்பசாமி குத்தகைதாரர்........	180
அழகுமுகம் மறந்து.............	பொக்கிஷம்.....................	233
அற்றைத் திங்கள்..............	சிவப்பதிகாரம்.................	091
அன்பாலே அழகாகும்........	பசங்க...........................	150
அன்பில்லாம......................	மந்திர புன்னகை............	447
அன்புதான் இருக்கையிலே......	மஞ்சப்பை.....................	521
அடியே என்ன ராகம்.........	ரம்மி.............................	338

ஆ

ஆகாச நிலவுதான்...............	மஞ்சப்பை........................	513
ஆகாசத்த..............................	குக்கூ...............................	033
ஆச வச்ச மனசுல.................	ஜன்னலோரம்...................	323
ஆடி வரும் தேரா..................	மயங்கினேன் தயங்கினேன்......	476
ஆடு புலி ஆட்டம்.................	பவானி..............................	170
ஆவி பறக்கும்.....................	ரஜினி முருகன்.................	309
ஆளில்லா காட்டுக்குள்ளே.........	நண்பனின் காதலி............	354
ஆறு கொளம் தேவயில்ல.........	வெத்துவேட்டு...................	411
ஆறு படையப்பா..................	சகாக்கள்...........................	431

இ

இந்த வானம் இந்த பூமி.........	கற்றது களவு...................	380
இந்தப் பொண்ணுங்களே.......	வருத்தப்படாத வாலிபர் சங்கம்......	536
இழப்பதற்கு எதுவும்............	சாட்டை............................	272
இறகைப் போலே..................	நான் மகான் அல்ல.............	080
இன்று முதல் நான்................	வந்தான் வென்றான்............	278
இன்னும் எத்தனை................	49ஓ.................................	544

உ

உச்சி மலக் காடு...................	காடு................................	307
உப்புக்கல்லு.......................	கருப்பசாமி குத்தகைதாரர்........	174
உயிரே ஒன முழுசாக.............	காடு................................	303
உலகம் நினைவில்...............	பொக்கிஷம்......................	227
உள்ளத நான்.....................	கேடி பில்லா கில்லாடி ரங்கா......	492
உன்னாலே உன்னாலே.........	ஓஸ்தி...............................	243
உன்னை நினைத்தாலே...........	வெத்துவேட்டு...................	407

ஊ

ஊதக்காத்து வீசினா..............	தங்கம்..............................	360
ஊதா கலரு ரிப்பன்..............	வருத்தப்படாத வாலிபர் சங்கம்......	532
ஊரக் காக்க.......................	வருத்தப்படாத வாலிபர் சங்கம்......	538
ஊரான ஊருக்குள்ள............	மனம் கொத்திப்பறவை...........	188
ஊரோரம் ஊரோரம்.............	காடு................................	299

எ

எங்க புள்ள இருக்க........................ கயல்..196
எங்கிருந்து வந்தாயோ.................... கயல்..199
எங்கே எங்கே................................ சதுரங்கம்.................................205
எங்கோ பிறந்தோம்........................ பட்டாளம்...................................160
எட்டா உயரத்தில்........................... பொறி...116
எட்டடுக்குச் சோலை....................... பவானி.......................................145
எட்டுத் திக்கும்................................ காடு..305
எப்படியெல்லாம்.............................. பொறி...106
எல்லா ஊரும்.................................. கும்கி..041
எல்லாமே எல்லாமே....................... சிந்தனை செய்..........................449
என் அன்பே..................................... சத்யம்...210
என் வீட்டுக்கொரு.......................... அச்சாரம்....................................413
என்பாடல் காலமுள்ள............ மகேஷ் சரண்யா மற்றும் பலர்.......370
என்ன என்ன.................................... ஜூட்..245
என்ன சொல்ல ஏது........................ மனம் கொத்திப்பறவை.............184
என்னடா என்னடா.................. வருத்தப்படாத வாலிபர் சங்கம்......534
என்னடி என்னடி.............................. தேசிங்குராஜா...........................069
என்னடி என்னடி.............................. ஜன்னலோரம்............................321
என்னம்மா இப்படி.......................... ரனினி முருகன்..........................315
என்னில் நூறு மாற்றம்.................. பட்டாளம்....................................158
எனக்கு மட்டும்............................... பஞ்சுமிட்டாய்.............................387
எனக்கெல்லாம் நீதான்.................. முதல் காதல் மழை..................443
எனக்கே எனக்கா............................ பொல்லாதவன்...........................528
எனதுயிரே...................................... பீமா...126
எனதுயிரை..................................... சீடன்..552
எதுக்காக என்ன.............................. ரம்மி..345

ஏ

ஏ.. கொக்கோக................................ அச்சாரம்...................................418
ஏட்டி எங்க போற............................ வன்மம்......................................295
ஏதேதோ ஏதேதோ.......................... பப்பாளி......................................466
ஏதோ ஏதோ.................................... நான்தான் சிவா.........................397
ஏல மலத் தோப்ப........................... ஜன்னலோரம்.............................327

ஒ

ஒண்ணும் புரியல	கும்கி	045
ஒத்த நொடியிலதான்	குக்கூ	027
ஒரு ஊருல ரெண்டு	ஒரு ஊர்ல ரெண்டு ராஜா	264
ஒரு களவாணிப் பயல	லீ	482
ஒரு கிளி காதலில்	பரமசிவன்	243
ஒரு ஓர ஓர பார்வ	தேசிங்குராஜா	063
ஒரு நொடி பிரியவும்	ரம்மி	340
ஒன்ன இப்ப பாக்கணும்	கயல்	194
ஒன்ன விட மாட்டேன்	அச்சாரம்	420
ஒன்னப் பாக்காம	ஜன்னலோரம்	325
ஒன்னப்பத்தி நெனச்சாலே	காடு	301

ஓ

ஓட்டம் எடுடா	நான்தான் சிவா	399
ஓட்டுப்போடுங்க	49ஓ	550
ஓடும் ரயிலை	ஒரு ஊர்ல ரெண்டு ராஜா	258
ஓம் மேல ஒரு	ரஜினி முருகன்	311
ஓயாதே ஓயாதே	நாய்கள் ஜாக்கிரதை	542
ஓஹோ ஹோ	பொக்கிஷம்	232

க

கடவுள் பார்ப்பதில்லை	அறியான்	164
கண்டாங்கிச் சேல	சகாக்கள்	436
கண்டும் காணாமல்	பிரிவோம் சந்திப்போம்	134
கண்டேன் கண்டேன்	பிரிவோம் சந்திப்போம்	130
கண்ணன் வரும்	தீபாவளி	093
கண்ணான அந்த	வெத்துவேட்டு	405
கல்யாணமா கல்யாணம்	குக்கூ	035
கல கல கந்தக்கோட்டை	கந்தக்கோட்டை	140
கனவு சில சமயம்	பொக்கிஷம்	221
கனா கண்டேனடி	பார்த்திபன் கனவு	124

கா

காக்கா முட்ட	வெள்ளக்காரதுர	071
காகிதம் காற்றில்	அறியான்	166
காசா படியளந்தா	கார்மேகம்	347
காட்டுக் கருவ முள்ளா	பஞ்சுமிட்டாய்	389
காதல் ஆராரோ	நரசிம்மா	122
காதல் சிலுவையில்	சுப்ரமணியபுரம்	118
காதல் பாம்பு	கந்தக்கோட்டை	142
காதல் பிசாசே	ரன்	217
கார்த்திகையானவளே	இன்று	507
காலம் நமது கையிலே	பப்பாளி	467
காலை நேரத் தென்றல்	தீ	372
காற்றுப் புதிதாய்	கண்டேன் காதலை	251

கி

கிச்சு கிச்சு	மைனா	055

கை

கைய தொட வேணாம்	டூ	349
கையப் புடி	மைனா	053
கையளவு உள்ளத்துல	கும்கி	049

கொ

கொக்கர கொக்கரக்கோ	கில்லி	235
கொக்கரக்கோ கோழி	ரஜினி முருகன்	318
கொஞ்சநேரம் கொஞ்ச நேரம்	சந்திரமுகி	156
கொஞ்சுங்கிளி	கேடி பில்லா கில்லாடி ரங்கா	490

கோ

கோடயில மழபோல	குக்கூ	031
கோடி கோடி ஆசைகள்	காவலர் குடியிருப்பு	441
கோலி குண்டு	எம்.மகன்	095

ச்

ச்சீச்சீ ச்சீச்சீ	மஜா	504

ச

சகாயனே சகாயனே...................... சாட்டை.....................................270
சட்டெனத் தூறலும்....................... மஞ்சப்பை.................................519
சட சட சட.................................... காவலன்...................................249
சம்போ சிவசம்போ........................ நடோடிகள்.................................172
சர சர சரவெடி............................. இது கதிர்வேலன் காதல்..........457

சி

சித்திரையில்.................................. சிவப்பதிகாரம்............................086
சிறு புன்னகை............................... பொக்கிஷம்................................219
சின்னச்சின்ன மூக்குத்தி............. தங்கம்...358

சு

சுக்குனா சுக்கு.............................. ராஜபாட்டை................................286
சுகவாசி சுகவாசி........................... ஈசன்..445
சுடச்சுட தூறல்.................... கேடி பில்லா கில்லாடி ரங்கா..............488
சுதந்திரம் சுதந்திரம்...................... கற்றது களவு..............................378
சுந்தரிப் பெண்ணே....................... ஒரு ஊர்ல ரெண்டு ராஜா.........260

செ

செல்லமே செல்லமே........................... சத்யம்..................................212

சொ

சொல் சொல்................................ பிரிவோம் சந்திப்போம்...............136
சொல்ல வந்தேன் (ஆண்)........... சுழல்...498
சொல்ல வந்தேன் (பெண்)........... சுழல்...500
சொல்லிட்டாளே............................ கும்கி...043
சொல்லுறன் சொல்றன்................ தங்கம்..365

டா

டார்லிங் டம்பக்கு............னீ.......... மான் கராத்தே............................540

டி

டிய்யாலோ டிய்யாலோ................. கயல்...201

த

தத்திலி புத்திலி	ஜன்னலோரம்	329
தப்பும் இல்ல	சிந்தனை செய்	453

தா

தாவணிபோட்ட தீபாவளி	சண்டக்கோழி	147

தீ

தீதும் நன்றும்	கருப்பசாமி குத்தகைதாரர்	178
தீப்பொறியாய்	தீ	376

தெ

தெச எட்டும்	பட்டாளம்	162
தெய்வம் இல்லை	நான் மகான் அல்ல	078
தென்றல் காற்று	நாணயம்	154

தே

தேநீரில் சிநேகிதம்	சுப்ரமணியபுரம்	120
தேன் தேன் தேன்	குருவி	238

ந

நடந்ததென்ன நடப்பதென்ன	யாருக்குத் தெரியும்	266
நடிகர் திலகம்	வெள்ளக்காரதுர	074
நல்ல மழை	தம்பி அர்ஜுனா	084

நா

நாலுகோபுர உச்சி	கருப்பசாமி குத்தகைதாரர்	176
நான் அலிபாபா	பொல்லாதவன்	526
நான் என்னைத்	மயங்கினேன் தயங்கினேன்	474
நான் காக்கி நாடா	சிந்தனை செய்	451
நான் மொழி அறிந்தேன்	கண்டேன் காதலை	253
நான் வரைந்து	ஜெயம்கொண்டான்	102

நி

நிலா நீ வானம்	பொக்கிஷம்	225

நீ

நீ எப்ப புள்ள................................ கும்கி..047
நீ என் அருகில்.............................. பப்பாளி....................................472
நீ என்ன நெனக்கிறியா................. சகாக்கள்..................................434
நீயா பேசியது................................ திருமலை..................................182
நீயில்லாம் நானேது....................... தீ..374

நெ

நெஞ்சத்திலே காதல்...................... டூ..352
நெஞ்சத்திலே நெஞ்சத்திலே.......... பிரிவோம் சந்திப்போம்.............132
நெடுவாலி நெடுவாலி..................... ஒஸ்தி..240
நெலாவட்டம் நெத்தியில................. தேசிங்குராஜா...........................061

ப்

ப்பூச்சி தலைவராயாச்சி................ பசங்க.......................................152

ப

பட்டாசா அந்தப் பொண்ணு.......... நான்தான் சிவா.........................391
பட்டுக்கர வேட்டி............................ தங்கம்..356
பல்லாக்கு தேவதைய..................... இது கதிர்வேலன் காதல்..........461
பல்லாங்குழியில்............................. ஆனந்தம்.....................................214
பறவையாப் பறக்குறோம்.............. கயல்...192
பனியே பனிப்பூவே........................ ராஜபாட்டை...............................289
பஸ்ஸாப்புல.................................... பப்பாளி.....................................464

பா

பாக்காத பாக்காத................ வருத்தப்படாத வாலிபர் சங்கம்..........530
பாட்டு ஒண்ணு.............................. ஜில்லா......................................486
பாடட்டா பாடட்டா......................... வன்மம்.......................................291
பாத்து பாத்து.................................. மஞ்சப்பை...................................515

பு

புலிகள் கொஞ்சம்........................... தம்பி அர்ஜூனா........................082

பூ

பூக்கள் எல்லாம்...............	பொறி................	108

பே

பேரழகைத் திருடிட...............	அச்சாரம்................	422
பேரின்ப பேச்சுக்காரன்.............	குசேலன்................	336
பேருந்தில் நீ.......................	பொறி................	104

பொ

பொடி பையன் போலவே.........	ராஜபாட்டை............	281
பொறந்திருச்சி...................	சிவப்பதிகாரம்..........	088
பொன்மாலை நேரம்.............	இன்று................	511

போ

போ போ போ.....................	மனம் கொத்திப்பறவை......	186
போதுமடா சாமி.................	மஜா................	507

ம

மகாராஜா மகாராஜா...............	மகாராஜா............	424
மயக்கிப்புட்டாளே...............	ரா ரா................	427
மழக் காத்தா.....................	ஒரு ஊர்ல ரெண்டு ராஜா......	262
மழை பெய்யும்.................	ரேனிகுண்டா............	098
மன்மதராசா.....................	திருடா திருடி............	333
மனசுல இருக்குது...............	பஞ்சுமிட்டாய்............	385
மனசுல சூரக் காத்து.............	குக்கூ................	029
மனமே மனமே.................	வன்மம்................	297
மனைவி வீட்டில்...............	பப்பாளி................	470

மூ

மூன்றுநாள் ஆகுமே.............	பொக்கிஷம்............	230

மெ

மெல்ல சிரித்தால்...............	ஆதலால் காதல் செய்வீர்......	494

மே

மேலே மேலே........................ இது கதிர்வேலன் காதல்.............455

மை

மை ஒயிஃபு........................ பஞ்சு மிட்டாய்....................383
மைனா மைனா........................ மைனா..............................051

மொ

மொழி இல்லாமலே................ பொக்கிஷம்.....................229

யா

யாரது யாரது........................ காவலன்..........................247
யாருமே கேட்கவே................ தேசிங்குராஜா..................065

கூ

கூடவே வர மாதிரி................ கயல்...............................198
கூடமேல கூடவச்சி................ ரம்மி...............................342

ர

ரகசியக் கனவுகள்................ பீமா................................128
ரத்தத்துல பொட்டு................ தங்கம்.............................363

ரா

ராசா ராசா........................... வன்மம்............................293
ராசாத்தி ராசாத்தி................ ரஜினி முருகன்................313

வ

வரும் வழியெல்லாமே........... பொக்கிஷம்.....................231
வருவது ஒருமுறை................ சாட்டை...........................276

வா

வா நண்பா வா..................... சுழல்...............................502
வா மாமா வா மாமா............. சூரன்...............................478
வாங்கடி வாங்கடி................. வெத்துவேட்டு..................402
வாழ்க்கை ஒரு போர்க்களம்... ஆடுகளம்.........................523

வாழும் வாழ்க்கை............................ துணிஞ்சவயசு..........................138

வி

வில்லாதி வில்லன்கள்................... ராஜபாட்டை................................283
விழிகளிலே............................ ரேனிகுண்டா...............................100
விழியே விழியே........................ இது கதிர்வேலன் காதல்..........459
விழியை விழியை...................... அறியான்.................................168

வெ

வெண்பஞ்சு மேகம்........................ கண்டேன் காதலை................255
வெளையாட்டா............................ சகாக்கள்..............................432

வே

வேதாளாம்.................................. பொறி....................................113

வை

வைகறை பனியே........... மகேஷ் சரண்யா மற்றும் பலர்...............368

ஐ

ஜல் ஜல் ஜல்................................ மனம் கொத்திப்பறவை..............190

ஜி

ஜிகினா பேசி................................. பொறி...................................110
ஜிங்கி ஜிங்கி................................. மைனா....................................057

ஜெ

ஜெனிலா ஓ ஜெனிலா..................... லீ..484